Title:	கல்வியியல் மாநாட்டு ஆய்வுக்கோவை 2021 தொகுதி – 2
ISBN:	979-8-9856875-4-5
Print ISSN	2767-0597
Subject:	Conference Proceedings
Language:	Tamil English
Authors:	Paper presnetes
Edition;	First
Copyright:	Researchers
Fonts	Microsoft Vijaya
Font size :	16

Authors of Research articles

1. முனைவர் ராஜேந்திரன் சங்கரவேலாயுதன்
2. ப.கனகவள்ளி
3. முனைவர் இரா.முத்தையன்
4. ரா.கபீர்
5. முனைவர் இரா.முத்தையன்
6. முனைவர் தே. பிரியா
7. முனைவர் ஏ. பிரேமானந்த்
8. N.Sathi
9. Dr.D.Meenakshi
10. கோ.பெரியசாமி,
11. முனைவர் இரா.முத்தையன்,
12. Dr.S.Ravivarman
13. முனைவர் இரா.குணசீலன்
14. க.அமுதவள்ளி
15. முனைவர். அருள் இருதய ஜெயந்தி
16. திருமதி கு.வளர்மதி
17. Mrs.M.Uma
18. செ.ஸ்டாலின்
19. பெ.காளியானந்தம்
20. Mrs.I.Sheeladevi
21. K.Padma Priya

22.	செல்வி சி.கீர்த்தனா
23.	கி.ராஜ்குமார்
24.	M.Ramesh Kumar
25.	G. Chelladurai
26.	திருமதி. பெ.காளியானந்தம்
27.	K. Amirunnisa
28.	திருமதி ச.சுதா
29.	C.Kiruthuigadevi
30.	முனைவர்.சு. செல்வநாயகி
31.	அ.தனலட்சுமி
32.	Sivaprakasam
33.	முனைவர்.இரா.தனசுபா
34.	திருமதி ஆ.மகாலெட்சுமி
35.	J.Rajarajeswari
36.	திருமதி. க. அருணா தேவி
37.	முனைவர் சி.தேவி
38.	இரா. மஞ்சுளாதேவி
39.	Dr.P.Mangayarkarasi
40.	J.Lingeswaran
41.	P.Mohamed Ali
42.	Dr.P. Mangayarkarasi
43.	Dr.N.Asharudeen
44.	Dr.V.Vasanthi
45.	Dr.R.Balamurugan
46.	முனைவர் வெ.முத்துலட்சுமி
47.	முனைவர் ச.மாசிலாதேவி
48.	R.Rajesh Kumar
49.	M. Rajasekar
50.	முனைவர் வி.வசுமதி
51.	முனைவர் ப.கலைவாணி
52.	முனைவர் மு.கருப்பையா
53	முனைவர் கலைவாணி

Publisher: Tamilunltd

10 Maybellecourt

Mechanicsburg PA 17050

கல்வியியல் மாநாட்டு ஆய்வுக்கோவை 2021 தொகுதி – 2

December 27th,28th 2022

"கல்வியியலில் இணையத்தின் ஆளுமை"

இணையவழிப் பன்னாட்டு மாநாடு

Print ISSN 2767-0597

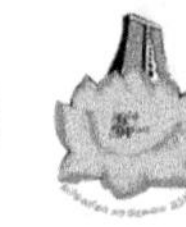

தமிழ்ப் பல்கலைக்கழகம், மொழியியல் துறை, தஞ்சாவூர்.
தி ஸ்டாண்டர்ட் ஃபயர் ஒர்க்ஸ் இராஜரத்தினம் மகளிர் கல்லூரி (த),
தமிழ்த்துறை, சிவகாசி.
பார்வதீஸ் கலை அறிவியல் கல்லூரி, தமிழ்த்துறை, திண்டுக்கல்.
ஜி.டி.என். கலைக்கல்லூரி (த), கணித்தமிழ்ப் பேரவை, (தமிழ்த்துறை
& கணினிப் பயன்பாட்டுத்துறை), திண்டுக்கல்.
ஸ்ரீ கிருஷ்ணா ஆதித்யா கலை மற்றும் அறிவியல் கல்லூரி,
தமிழ்த்துறை, கணினிப் பயன்பாட்டியல் துறை, கோயம்புத்தூர்.
சைவபானு சத்திரிய கல்லூரி, தமிழ்த்துறை, அருப்புக்கோட்டை.
ஓயிஸ்கா, தமிழ்நாடு கிளை (இந்தியா).
தமிழ் அநிதம் (அமெரிக்கா)
தமிழ்த் திறவூற்று மென்பொருள் குடும்பம் (அமெரிக்கா).
பாரதி தமிழ்ச் சங்கம் (பகரைன்).
நாகூர் தமிழ்ச்சங்கம், நாகூர்.
முத்துக்கமலம் மின்னிதழ்.
வல்லமை மின்னிதழ்.
தமிழ் அநிதம் அறக்கட்டளை (இந்தியா).
நாகூர் தமிழ்ச்சங்கம், நாகூர்.

மாநாட்டுக் குழு

மாநாட்டு ஆலோசகர்கள்
முனைவர் இ. இனியநேரு
துணைத் தலைமை இயக்குநர்.
தேசியத் தகவலியல் மையம்,விஜயவாடா.
திரு. சொ. ஆனந்தன் BE
உரிமையாளர்,
வள்ளி மென்பொருள் நிறுவனம், சென்னை
வழக்கறிஞர் த.சரவணன்
தலைவர்,
தேசிய &சர்வ தேசிய வர்த்தக இசைவுத்தீர்வு
குழுமம்(CNICA),
தலைவர்,
ஒயிஸ்க்கா நிறுவனம். தமிழ்நாடு கிளை
திரு. எம்.ஜி.கே. ஹூசைன் மாலிம்
நிறுவனர்,
நாகூர் தமிழ்ச் சங்கம்/பாரதி தமிழ்ச் சங்கம்,
பஃரைன்.
பேராசிரியர் ஜெ. ஆர். ஜெயசந்திரன்
மேனாள் இயக்குநர்.பதிப்பகத்துறை
நெறியாளர் ,
தமிழ்ப் பல்கலைக்கழகம்,தஞ்சாவூர்.
நாகூர் தமிழ்ச்சங்கம்.
மாநாட்டுத் தலைவர்கள்
மரு. வெங்கடேஷ் க நாடார் M.D
பேராசிரியர்
சிக்கலான இரத்தநாடி செருகுக் குழாய்
சிகிச்சைக் குழு அமெரிக்கா
இயக்குநர் CARE
மருத்துவ ஆராய்ச்சி நிறுவனம் அமெரிக்கா
தமிழ்அநிதம் (அமெரிக்கா)
தமிழ்அநிதம் அற நிறுவனம். இந்தியா
வழக்கறிஞர் திரு .P.G. சந்தோஷ் குமார்
செயலர்
ஒயிஸ்க்கா நிறுவனம். தமிழ்நாடு கிளைஆய்வு
வல்லுநர் குழு
முனைவர்.இ.இனியநேரு
துணைத்தலைமை இயக்குநர்.
தேசியத் தகவலியல் மையம், விஜயவாடா.
முனைவர் வீ. ரேணுகாதேவி
தகைசால் பேராசிரியர்,
மேனாள் புலம்& துறைத் தலைவர்

மொழியியல் &தகவல் தொடர்பியல் புலம்
மதுரை காமராஜர் பல்கலைக்கழகம்.மதுரை
பேராசிரியர் ஜெ. ஆர். ஜெயசந்திரன்
மேனாள் இயக்குநர்.பதிப்பகத்துறை
நெறியாளர் ,
தமிழ்ப் பல்கலைக்கழகம்,தஞ்சாவூர்.
நாகூர் தமிழ்ச்சங்கம்.
பேரா. அ. காமாட்சி
தகைசால் பேராசிரியர்
(கால்டுவெல் இருக்கை)
தமிழ் பல்கலைக்கழகம் தஞ்சாவூர்
செயலர்
தமிழ்அநிதம்
முனைவர். T மாலா நேரு
இணைப்பேராசிரியர்
அறிவியல் தகவல் தொழில் நுட்பப்பிரிவு
கிண்டி பொறியியல் கல்லூரி
அண்ணா பல்கலைக் கழகம் சென்னை
முனைவர்.வ.தனலெட்சுமி
இணைப்பேராசிரியர்,
சுப்பிரமணிய பாரதி தமிழ்துறை புதுச்சேரி
பல்கலைக் கழகம்
முனைவர் கா.உமாராஜ்
உதவிப்பேராசிரியர்
மொழியியல்
தகவல் தொடர்பியல் புலம்
மதுரை காமராஜர் பல்கலைக்கழகம். மதுரை.
ஒருங்கிணைப்புக் குழு
தமிழ்ப் பல்கலைக்கழகம், தஞ்சாவூர்.
முனைவர் ப. மங்கையற்கரசி
துறைத்தலைவர் மொழியியல் துறை
முனைவர். மா.ரமேஷ்குமார்
உதவிப் பேராசிரியர் மொழியியல் துறை

தி ஸ்டாண்டர்டு ஃபயர்ஒர்க்ஸ்
இராஜரத்தினம் மகளிர் கல்லூரி
(தன்னாட்சி), சிவகாசி.
முனைவர் த. பழனீஸ்வரி
முதல்வர்
தமிழ்த்துறைப் பேராசிரியர்கள்
முனைவர். பா.பொன்னி

துறைத்தலைவர்
திருமதி கு.வளர்மதி
உதவிப்பேராசிரியர்
முனைவர் வி.அன்னபாக்கியம்
உதவிப்பேராசிரியர்
திருமதி மா.முத்துச்செல்வி
உதவிப்பேராசிரியர்

*பார்வதீஸ் கலை அறிவியல்
கல்லூரி,திண்டுக்கல்*
முனைவர் சோ.சுகுமார்
முதல்வர்
தமிழ்த்துறைப் பேராசிரியர்கள்
முனைவர் ப.கலைவாணி
துறைத்தலைவர்
திருமதி இ. ஹேமமாலா+
உதவிப்பேராசிரியர்
திரு பே.பாரத்
உதவிப்பேராசிரியர்
திருமதி ப.கனகவள்ளி
உதவிப்பேராசிரியர்
கவிஞர் மு. உமா மகேஸ்வரி
உதவிப்பேராசிரியர்
*ஜி.டி.எ ன்.கலைக்கல்லூரி (தன்னாட்சி)
திண்டுக்கல்.*
முனைவர் பெ. பாலகுருசாமி
முதல்வர்
**தமிழ்த் துறை &
கணினிப்பயன்பாட்டுத்துறை
(கணித் தமிழ்ப் பேரவை)**
முனைவர் ச.மாசிலா தேவி
உதவிப்பேராசிரியர் தமிழ்த்துறை
திருமதி மு.சாந்தமோனா
துறைத்தலைவர் கணினிப்
பயன்பாட்டுத்துறை
*ஸ்ரீ கிருஷ்ணா ஆதித்யா கலை மற்றும்
அறிவியல் கல்லூரி, கோயமுத்தூர்.*
முனைவர் செ. பழனியம்மாள்
முதல்வர்
முனைவர் சு. செல்வநாயகி
துறைத்தலைவர்தமிழ்த்துறை
முனைவர். த சத்யராஜ்
உதவிப்பேராசிரியர், தமிழ்த்துறை
திரு.ப.ராஜேஷ்
உதவிப்பேராசிரியர், தமிழ்த்துறை

திருமதி ரா. கல்பனா

உதவிப்பேராசிரியர், தமிழ்த்துறை

*சைவபானு சத்திரிய கல்லூரி,
அருப்புக்கோட்டை*
முனைவர் ந . முத்துசெல்வன்
முதல்வர்
தமிழ்த்துறைப் பேராசிரியர்கள்
முனைவர் கெ.செல்லத்தாய்,
துறைத்தலைவர்& இணைப்பேராசிரியர்
தி முனைவர் இரா.தனசுபா
உதவிப்பேராசிரியர்
திருமதி சி.விஜயலட்சுமி
உதவிப்பேராசிரியர்
திருமதி பொ.சங்கீதா
உதவிப்பேராசிரியர்
திருமதி ம.தனலட்சுமி
உதவிப்பேராசிரியர்
திருமதி பெ.காளியானந்தம்
தமிழ்த்துறைத்தலைவர் (சுயநிதி)
தமிழ்நாடு ஒயிஸ்கா
வழக்கறிஞர் சங்கீதா ராஜ்குமார்
செயற்குழு உறுப்பினர் தமிழ்நாடு ஒயிஸ்கா
கிளை
தலைவர் மகளீர் அணி ஒயிஸ்கா சென்னை
பாரதி தமிழ்ச்சங்கம். பஃகரைன்
திரு. வல்லம் பசீர்
துணைத்தலைவர்
இலக்கியச் செயலர்
மென்பொருள் பொறியாளர்
திரு. G. P. சாமி.
பொதுச்செயலாளர்
நாகூர் தமிழ்ச் சங்கம், நாகூர்.
பேராசிரியர் ஜெ.ஆர்.ஜெயசந்திரன்
மேனாள் இயக்குநர்,பதிப்பகத்துறை
நெறியாளர்,
தமிழ்ப் பல்கலைக்கழகம்,தஞ்சாவூர்.
திரு. எஸ். சாஹா மாலிம்
பொதுச்செயலாளர்
திரு. M. செய்கு அப்துல் காதர்
தமிழ் ஆய்வாளர்.
வல்லமை மின்னிதழ்
முனைவர். அண்ணாகண்ணன்
ஆசிரியர்.
முத்துக்கமலம் மின்னிதழ்
திரு. தேனி மு. சுப்பிரமணி

ஆசிரியர்.
*தமிழ்அநிதம் (அமெரிக்கா).
தமிழ் அநிதம் அற நிறுவனம் (இந்தியா)*

திருமதி சுகந்தி நாடார்
நிறுவனர்,

நிகழ்ச்சித் தயாரிப்புக் குழு
முனைவர் ப.கலைவாணி
முனைவர் பா.பொன்னி
திரு ப.ராஜேஷ்
முனைவர் மா.ரமேஷ் குமார்
திருமதி பொ.சங்கீதா

தன்னார்வலர்கள்
முனைவர். இரா. குணசீலன்
உதவிப்பேராசிரியர், தமிழ்த்துறை
பூ.சா.கோ. கலை அறிவியல் கல்லூரி.
கோயமுத்தூர்.
திரு. பன்னீர்செல்வம் இராசமாணிக்கம்
தரவு ஆய்வாளர், தமிழ் ஆர்வலர், *PA(USA).*
திருமதி மது மயில்வாகனன்
கணினிப் பொறியாளர், சிட்னி (ஆஸ்திரேலியா).
திரு .பா. பிரசன்னா வெங்கடேஷ்
மென்பொருள் பொறியாளர், *(USA).*

தமிழ்த் தொழில்நுட்ப ஆராய்ச்சி மேம்பாட்டுக் குழு
திரு. டேவிட்இராசாமணி
திருமதி மது மயில்வாகனன்
திரு.பன்னீர்செல்வம் இராசமாணிக்கம்
திரு. பா. பிரசன்ன வெங்கடேஷ்
திரு.வல்லம் பசீர்
திரு. எஸ். சாஹா மாலிம்

பதிப்பகக்குழு
பேரா அ. காமாட்சி
முனைவர் ப. மங்கையற்கரசி
முனைவர் கெ.செல்லத்தாய்
முனைவர் பா.பொன்னி
முனைவர் ப.கலைவாணி
முனைவர் ச.மாசிலா தேவி
முனைவர் வி.அன்னபாக்கியம்
கவிஞர் மு. உமா மகேஸ்வரி
முனைவர் அண்ணாகண்ணன்

தொழில்நுட்பக் குழு
திரு. டேவிட் இராசாமணி

முனைவர். இரா. குணசீலன்
முனைவர் த .சத்தியராஜ்
முனைவர். கு . கீதா
திருமதி ரா. கல்பனா
திருமதி மு.சாந்தமோனா
முனைவர் இரா.தனசுபா

இணையக் குழு
திருமதி சுகந்தி நாடார்
முனைவர் இரா. குணசீலன்
முனைவர் த சத்தியராஜ்
திரு. ப . ராஜேஷ்
திருமதி மா.முத்துச்செல்வி
முனைவர் இரா.தனசுபா

நூல் அச்சாக்கக் குழு
முனைவர் கெ.செல்லத்தாய்
முனைவர் பா.பொன்னி
முனைவர் ப.கலைவாணி
திருமதி கு . வளர்மதி
திருமதி மா.முத்துச்செல்வி
திருமதி பொ.சங்கீதா
திருமதி ம.தனலட்சுமி
திருமதி சுகந்தி நாடார்
திரு. ப.ராஜேஷ்
திருமதி இ.ஹேமமாலா
திரு.பே.பாரத்
திரு.*G. P.* சாமி

கலாச்சாரக் கல்விக் குழு
பேராசிரியர் ஜெ. ஆர். ஜெயசந்திரன்
திரு. பன்னீர்செல்வம் இராசமாணிக்கம்
திருமதி மா.முத்துச்செல்வி
திரு. தேனி மு. சுப்பிரமணி

மாணவர் குழு
வழக்கறிஞர் சங்கீதா ராஜ்குமார்
திரு. டேவிட் இராசாமணி
திருமதி பெ.காளியானந்தம்
முனைவர் ச.மாசிலா தேவி
திரு. ப.ராஜேஷ்
திருமதி இ.ஹேமமாலா
திரு. பே.பாரத்

முனைவர் **வி.திருவள்ளுவன்**

துணைவேந்தர்

தமிழ்ப் பல்கலைக்கழகம்

தஞ்சாவூர் – 613 010

தமிழ்நாடு. இந்தியா

அலுவலகம் : 04362-227040
இல்லம் : 04362-226741
கைபேசி : 9443480649
மின் அஞ்சல் : vtvalluvan@gmail.com
tamilunivc@gmail.com
இணையதளம் : www.tamiluniversity.ac.in

வாழ்த்துரை

எறத்தாழ 6 கல்வி நிறுவனங்கள், பல்வேறு நாடுகளைச் சேர்ந்த 6 கணினித்தமிழ்த் தொண்டு நிறுவனங்கள், இரண்டு மின்னிதழ் அமைப்புகள் அடங்கிய 14 நிறுவனங்கள் ஒன்றிணைந்து இணையவழியில் கடந்த ஆண்டு டிசம்பர்த் திங்கள் 27, 28 ஆகிய தேதிகளில் கல்விஇயலில் இணையத்தின் ஆளுமை என்னும் தலைப்பிலான ஒரு உலகத்தர வரிசையில் அமைந்த பன்னாட்டு மாநாட்டினை மிகத் திறம்பட நடத்தி முடித்தது என்பதை எண்ணி மிகவும் மகிழ்ச்சி அடைகின்றேன். இத்தனை நிறுவனங்களும் ஒன்று கூடி இணையத்தில் இத்தகைய மாநாட்டை நடத்தியது பெரும் வியப்பே. அந்தவகையில் நடத்தி முடித்தது மட்டுமல்லாமல், அந்த மாநாட்டில் வழங்கப்பட்ட ஆய்வுக்கட்டுரைகள் அனைத்தையும் தமிழ் அறிதம் (அமெரிக்கா) நிறுவனம் மின்னூலாக வெளியிடுகிறது என்பதை எண்ணி உள்ளம் மகிழ்வடைகின்றது. பலரும் ஒரு பன்னாட்டு மாநாட்டினை நடத்திவிட்டு அங்கு வழங்கப்பட்ட ஆய்வுக்கட்டுரைகளை நூலாக வெளியிடுவதின் சிரமம் கருதி பெரும்பாலும் அவற்றை நூலாக வெளியிடுவதற்குத் தயங்குவர். ஆனால், பல்வேறு பணிகளுக்கும் இடையில் இந்தக் கல்வி நிறுவனங்களும் கணினித்தமிழ்த் தொண்டு நிறுவனங்களும் மின்னிதழ் அமைப்புகளும் இணைந்து இக்கட்டுரைகளை எப்படியும் நூலாக்க வேண்டுமென்ற நல்லெண்ணத்தில் இங்கு இவை மின்னூலாக ஆக்கம்பெற்றுள்ளதில் மிகவும் மகிழ்ச்சி பல்கலைக்கழகம் மற்றும் கல்லூரிகளைச் சேர்ந்த ஆசிரிய பெருமக்களும் மாணவர்களும் பயன்பெற வேண்டும் என்ற நல்லெண்ணத்தில்.

இதனை இதனால் இவன்முடிக்கும் என்றாய்ந்து

அதனை அவன்கண் விடல்   திருக்குறள்:௬௱

என்னும் திருக்குறளின் கருத்திற்கு ஏற்ப இந்த முயற்சியில் இறங்கிய தமிழ் அறிதம் (அமெரிக்கா) நிறுவனத்தாருக்கு எனது பாராட்டுக்கள். இளிவரும்காலங்களிலும் இதுபோன்ற பல்வேறு கணினித்தமிழ் தொடர்பான மாநாடுகளை நடத்திய கல்லூரி ஆசிரியர்களுக்கும் மாணவர்களுக்கும் உறுதுணையறியவேண்டும் என வாழ்த்தக் கடமைப்பட்டுள்ளேன். இவ்வாறான ஒரு சிறப்புமிகு மாநாட்டினை எங்களுடைய பல்கலைக்கழக மொழியியல் துறையினாலும் இந்த மாநாட்டு குழுக்களிணைப்புக் குழுவோடு இணைந்து செயல்பட்டது எங்களுடைய பல்கலைக்கழகத்திற்கு ஒரு சிறப்பு.

இத்தகைய நிறுவனங்கள் இணைந்து மேலும் பல்வேறு மாநாடுகளை நடத்தி இந்தக் கல்வித்தமிழ்த் துறையில் பல சாதனைகள் புரியவேண்டும் என்று தமிழ்ப் பல்கழகத்தின் சார்பாக வாழ்த்துவதில் மகிழ்ச்சிகொள்கிறேன்.

வி.திருவள்ளுவன்

முனைவர் த.பழனீஸ்வரி
முதல்வர்

தி ஸ்டாண்டர்டு ஃபயர்ஒர்க்ஸ் இராஜரத்தினம் மகளிர் கல்லூரி (தன்னாட்சி),

THE STANDARD FIREWORKS RAJARATNAM COLLEGE FOR WOMEN (AUTONOMOUS)
(Affiliated to Madurai Kamaraj University, Re-accredited with 'A' GRADE by NAAC, College with Potential for Excellence by UGC and Mentor Institution under UGC PARAMARSH)
SIVAKASI

Mrs. A.Aruna, B.Sc.,	Dr.(Mrs.)T.Palaneeswari, M.Com.,M.Phil.,Ph.D.
Secretary	*Principal*

07.01.2022

கல்வியியலில் இணையத்தின் ஆளுமை

வாழ்த்துரை

எந்திரத்தோடு எந்திரமாக பயணித்த மனிதக் கூட்டம் இன்று சாளரக் கைதியாய் இணையத்தில் இணைகிறது. இவ்விணையம் மனிதனின் மூன்றாவது கையாகவும் மனித மூளையின் ஆக்கப்பூர்வ சக்தியாகவும் செயல்படுகிறது என்று கூறினால் அது மிகையாகாது. ஆளுமை என்பது ஆக்கப்பூர்வமான செயல்பாடுகளின் வெளிப்பாடு.

"பழையன கழிதலும் புதியன புகுகலும்

வழுவல கால வகை யினானே"

என்னும் கூற்றிற்கு ஏற்பப் புதுமையான ஆக்கங்கள் பலவும் இணையத்தின் வழி சாத்தியமாகிறது. உயிர்மெய் எழுத்தென்னும் உதிரத்தில் சுவாசமாய் இணையும் பொழுது மொழி உயிரோட்டம் பெறுகிறது. கல்வி வளர்ச்சி என்பது மொழியை அடிநாதமாகக் கொண்டது. அக்கல்வி வளர்ச்சியில் தடம் பதிக்கத் தமிழ் ஆர்வலர்களும் கணினி ஆர்வலர்களும் இணைந்து எடுத்திருக்கும் இம்முயற்சி பாராட்டுதலுக்குரியது. தமிழ்த்தேர் இணையம் என்னும் வடம் கொண்டு பல கல்லூரிப் பேராசிரியர்களால் நகர்த்தப்படும் இம்முயற்சி வாழ்த்துதற்குரியது. ஊர் கூடி தேர் இழுத்தால் வெற்றி நிச்சயம். தமிழ் மொழியின் பான்மையினை இணையத்தின் ஆளுமையில் அடையாளப்படுத்த மேற்கொள்ளப்படும் பல முயற்சிகளில் இம்முயற்சி சிறப்பிற்குரியது. இம்முயற்சிக்கு என்னுடைய பாராட்டுதலையும் வாழ்த்துக்களையும் தெரிவித்துக் கொள்கிறேன்.

முதல்வர்
ஸ்டாண்டர்டு பயர் ஒர்க்ஸ்,
இராஜரதநினம் மகளிர் கல்லூரி,
சிவகாசி.

✳ *Enrichment with knowledge* ✳ *Empowerment of women* ✳

Phone : 04562 - 220389
Fax   : 04562 - 226695

E-Mail : sfrc@sfrcollege.edu.in
Website : www.sfrcollege.edu.in

பார்வதீஸ் கலை அறிவியல் கல்லூரி, தமிழ்த்துறை, திண்டுக்கல்.

வாழ்த்துரை

Section 1.01   முனைவர் சோ. சுகுமார்

முதல்வர்
பார்வதீஸ் கலை அறிவியல் கல்லூரிதிண்டுக்கல்

தமிழ் அநிதம் (அமெரிக்கா) நடத்தும் இணையவழிப் பன்னாட்டு மாநாடு –II (2021) இரண்டாவது முறையாக 'கல்வியியலில் இணையத்தின் ஆளுமை' என்னும் தலைப்பில் நடைபெறவுள்ளது. இம்மாநாடானது மாணவர்களுக்கு மிகவும் பயனள்ள வகையில் அமையவிருக்கின்றது. தமிழ் மாணவர்கள் இணையத்தின் மூலமாக பல அறிய தகவல்களை பெற்று பல்துறை அறிவினை பெறுவதற்கு இவ்இணைய வழி மாநாடு மிகவும் பயனுடையதாக அமையும் என தெரிவிப்பதில் மட்டற்ற மகிழ்ச்சியை அடைகின்றேன். மேலும் மாணவர் தங்களுடைய தரத்தினை உயர்;த்துவதற்கும் வாழ்வில் மென் மேலும் உயர்வு பெறவும் உறுதுணையாய் இயங்கும் .தமிழ் அநிதம் நிறுவனத்தார்க்கும் மற்ற நிறுவனங்களுக்கும் என்னுடைய வாழ்த்துக்களை தெரிவித்துக்கொண்டு மென்மேலும் வளர வாழ்த்துகின்றேன்.

நன்றி

ஜி.டி.என். கலைக்கல்லூரி (த),

வாழ்த்துரை

முனைவர் பெ. பாலகுருசாமி
முதல்வர்
ஜி.டி.என். கலைக்கல்லூரி (த),

நாள் 24.02.2022

தமிழ் அநிதம் (அமொரிக்கா) நடத்திய இணைய வழிப் பன்னாட்டு மாநாடு – II(2021) இரண்டாவது முறையாக ''கல்வியலில் இணையத்தின் ஆளுமை'' என்னும் தலைப்பில் 27.12.2021 மற்றும ; 28.12.2021 ஆகிய இருநாட்கள் நடைபெற்றது. இம்மாநாடு உலகக் கணினி வலலுநர்களின் நுட்பமும், தமிழறிஞர்களின் மொழித்திறமும ; ஒருங்கே சங்கமிக்க நல்லதொரு களமாய் அமைந்துள்ளது. உலகத் தமிழர்களை இணையத்தால் ஒன்றிணைத்து, உயர்தமிழ்ப் பணியாற்றி வரும்

தமிழ் அநிதம்(அமெரிக்கா), இம்மாநாட்டின் வழியாக ஆசிரியர்கள் மாணவர்கள். தமிழார்வலர்கள் அனைவரும் காலத்திற்கேற்ற கணினித்தொழில்நுட்பங்களையும்,இணைத்தின் வாயிலாக தமிழ் மொழி பயிற்றுவிக்கும் முறைகளையும ; ஒருங்கே அறிவதற்கு வழிவகை செய்துள்ளது. மேலும ; தமிழ் மாணவர்கள் தங்களுடைய தரத்தினை உயர்த்துவதற்கு அரும்பாடுபடும் தமிழ் அநிதம ; (அமெரிக்கா) நிறுவனத்தார்க்கு வாழ த்துக்களையும், பாராட்டுக்களையும் ; தெரிவித்துக்கொள்கிறேன்.

ஸ்ரீ கிருஷ்ணா ஆதித்யா கலை மற்றும் அறிவியல் கல்லூரி,

முனைவர் செ. பழனியம்மாள்
முதல்வர்

ஸ்ரீ கிருஷ்ணா ஆதித்யா கலை மற்றும் அறிவியல் கல்லூரி, கோயமுத்தூர்.

இன்றைய சூழலில் இணையத்தின் பயன்பாடு பட்டி - தொட்டியெல்லாம் பரவியிருக்கின்றது. கல்விச் சூழலிலும் அதன் இன்றியமையாமையை அனைவரும் உணர்ந்துள்ளனர் என்றே கூற வேண்டும். குறிப்பாக இந்தப் பெருந்தொற்றுக் காலத்தில் கல்வி கற்றலில் அதனின் முக்கியத்துவத்தை இன்னும் உணர்ந்துள்ளோம். இந்தத் தருணத்தில் கல்வியியலில் இணையத்தின் ஆளுமை எனும் பொருண்மையிலான பன்னாட்டு மாநாடு வரவேற்கத்தக்க ஒன்று. இம்மாநாட்டில் எம் கல்லூரியும் பங்கேற்றிருப்பது கூடுதல் மகிழ்ச்சியளிக்கின்றது.

இந்த மாநாடு தமிழ்மொழியின் அழகிற்குக் கூடுதல் அழகு சேர்க்கும் வண்ணம் அமைந்துள்ளது. தொழில்நுட்பத்தைத் தமிழில் பரவலாக்கம் செய்யும் இதுபோன்ற மாநாடுகள் காலத்தின் கட்டாயம். உலக அளவில் தமிழ் மொழிக்குத் தனித்த அடையாளம் உண்டு. இன்றைய ஆய்வுகளின்படிச் சிந்துவெளிப் பண்பாடு தொடங்கி இன்றைய கணினிப் பயன்பாடு வரை தமிழ்மொழி தடம் பதித்து வந்துள்ளது.

அந்த வகையில் இம்மாநாடு இரண்டாவதாக இருந்தாலும், இன்னும் இம்மாநாட்டைப் போல் பல மாநாடுகள் நிகழவேண்டும் எனும் என் அவாவைக் கூறி மனமார வாழ்த்துகின்றேன்.

சைவபானு சத்திரிய கல்லூரி, , அருப்புக்கோட்டை

முனைவர் ந. முத்துசெல்வன்
முதல்வர்

சைவபானு சத்திரிய கல்லூரி, தமிழ்த்துறை, அருப்புக்கோட்டை.

இணைய வழிப் பன்னாட்டு கல்வியியல் மாநாடு – II

(2021)27.12.2021 மற்றும ; 28.12.2021 ஆகிய இருநாட்கள் "கல்வியலில் இணையத்தின் ஆளுமை" என்னும்

தலைப்பில் பல கல்விநிறுவனங்களைன் ஒருங்கிணைப்பினால் நடந்தது அனனைத்தமிழை அழகு தமிழை ஈடில்லாத்தமிழை அகில உலகமும் கணினி மூலம் கற்பிக்க வேண்டும் என்று அவனி முழுதும் பயணம் செய்து சிறப்பாக மாநாடுகள்நடத்தித் தமிழுக்கு பெருமை சேர்த்துகொண்டிருக்கும் (அமெரிக்கா)தமிழ் அநிதத்திற்கு வாழ்த்துக்கள் மேன்மேலும் சிறப்படைய வாழ்த்துக்களைத்தெரிவித்துக்கொள்கிறேன் நன்றி

முதல்வர்

சைவ பானு சத்திரிய கல்லூரி

அருப்புக்கோட்டை

கல்வியியல் மாநாட்டு ஆய்வுக்கோவை 2021 தொகுதி – 2

December 27th, 28th 2022

"கல்வியியலில் இணையத்தின் ஆளுமை"

இணையவழிப் பன்னாட்டு மாநாடு

Print ISSN 2767-0597

தமிழ்ப் பல்கலைக்கழகம், மொழியியல் துறை, தஞ்சாவூர்.

தி ஸ்டாண்டர்ட் ஃபயர் ஒர்க்ஸ் இராஜரத்தினம் மகளிர் கல்லூரி (த),

தமிழ்த்துறை, சிவகாசி.

பார்வதீஸ் கலை அறிவியல் கல்லூரி, தமிழ்த்துறை, திண்டுக்கல்.

ஜி.டி.என். கலைக்கல்லூரி (த), கணித்தமிழ்ப் பேரவை, (தமிழ்த்துறை &

கணினிப் பயன்பாட்டுத்துறை), திண்டுக்கல்.

ஸ்ரீ கிருஷ்ணா ஆதித்யா கலை மற்றும் அறிவியல் கல்லூரி,

தமிழ்த்துறை, கணினிப் பயன்பாட்டியல் துறை, கோயம்புத்தூர்.

சைவபானு சத்திரிய கல்லூரி,தமிழ்த்துறை, அருப்புக்கோட்டை.

ஓயிஸ்கா, தமிழ்நாடு கிளை (இந்தியா).

தமிழ் அநிதம் (அமெரிக்கா)

தமிழ்த் திறவூற்று மென்பொருள் குடும்பம் (அமெரிக்கா).

பாரதி தமிழ்ச் சங்கம் (பகரைன்).

நாகூர் தமிழ்ச்சங்கம், நாகூர்.

முத்துக்கமலம் மின்னிதழ்.

வல்லமை மின்னிதழ்.

தமிழ் அநிதம் அறக்கட்டளை (இந்தியா).

நாகூர் தமிழ்ச்சங்கம், நாகூர்.

Message from Conference Chair

Dr. Venkatesh.K Nadar M.D

Dear Educators, Researchers and Developers,

I would like to welcome everyone to the Conference 2021-Education sponsored by Tamilunltd This year also it will be a virtual conference due to Covid-19. Through this conference we are equippting ourself for the challenges of Digital era. Tamilunltd has taken the opportunity during this pandemic to collaborate with great organizations such as Oisca International Tamil Nadu Chapter, World Tamil Software Open Community, NJ , and great educational institutions such as Tamil University Thanjavur,The Standard Fireworks Rajaratnam College for Women (Autonomous), Sivakasi. Parvathy's Arts and Science College, Dindigul, G.T.N. Arts College | (A) Sri Krishna Aditya Arts & Science College Coimbatore,, Saiva Bhanu Kshatriya College Aruupukottai, Tamil e-magazine sites namely Vallamai and Muthukamalam ,Bharathi Tamilsangam Bahrein , Nagore Tamil sangam Nagore Advocate Nizamudeen is an instrumental force in bringing in two Tamilsangams in this collaboration.

It is a pleasure to work with our conference advisors and panel experts For the success of this conference. Advocate Mr P G Santhosh kumar has agreed to chair this conference along with me.

The new digital era is looming upon us with cryptocurrencies , artificial intelligence and Major environmental practices. This Educational conference will help all of us to join hands to eradicate the computer illiteracy and technological gap in the language technology for teaching.

Hope to see you in Person next year.

Best,

VKN

Message From Conference Chair

Mr P G Santhosh kumar

அன்புடையீர்

வணக்கம்,இணையவழி பன்னாட்டு மாநாடு 2021"கல்வியியலில் இணையத்தின் ஆளுமை என்ற தலைப்பில் பல்வேறு குழுமங்களுடன் இணைந்து தமிழ் அநிதம் அமைப்பு ஏற்பாடு செய்த மாநாட்டை உடன் இணைந்து தலைமை ஏற்றதில் பெரு மகிழ்வு கொள்கிறேன். கற்றலின் கேட்டலே நன்று என்பர், எங்கே கேட்பது? என்ற வினாவிற்கு இணையத்தில் என்று பதில் கூறலாம். தற்காலத்தில் எள்ளுக்கும், எண்ணெய்க்கும், அதற்கும் இதற்கும் செயலி மூலம் தேடுதல் நடைபெற்றுக் கொண்டே உள்ளது. ஒவ்வொரு வினாடியும் பலநூறு தேடல்கள் அதற்கான மொழி வளர்ச்சி, வார்த்தை விரிவுகள் வளர்ச்சி பெற்றுள்ளதா என்றால் அதுவும் வளர்ந்து கொண்டுதான் இருக்கிறது.இதைத் தொழில்நுட்ப பபரிணாம வளர்ச்சி என்பர்

அதுபோல் வல்லமையான மொழி மற்றவற்றை மேற்கொள்ளும். தேடுங்கள் கிடைக்கும் என்பர், அதுபோல் கணினியில் தேட கிடைக்க, நல்ல சொல் வளர்ச்சி தேவை என்பர் சான்றோர். எனவே இந்த கேட்டலிலும், தேடலில் நம் அமிழ்தினும் இனிய தமிழ் வளர உதவ கரம் கோர்க்கும் தமிழ் அநிதம் அமைப்பு மற்றும் அனைத்து உள்ளங்களுக்கும் என் நெஞ்சார்ந்த நன்றியும்,பாராட்டுக்களும்

Article II.

கல்வியியல் மாநாட்டு ஆய்வுக்கோவை 2021 தொகுதி – 2

December 27th,28th 2022

"கல்வியியலில் இணையத்தின் ஆளுமை"

இணையவழிப் பன்னாட்டு மாநாடு

Print ISSN 2767-0597

    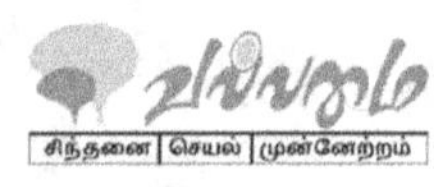

Article III. Contents

மொழி கற்பிப்பதிலிருந்து மொழி கற்றலுக்கு வகுப்பு அறையில் இருந்து இணையத்திற்கு

முனைவர் ராஜேந்திரன் சங்கரவேலாயுதன்

வருகை தரு பேராசிரியர், மொழியியல் துறை
அமிர்தா விஷ்வ விதியாபீடம் பல்கலைக்கழகம்
rajushush@gmail.com

ஆய்வுச்சுருக்கம்:

இரண்டாம் மொழி கற்பித்தலுக்கும் கற்றலுக்கும் பல்லூடகத்தின் பயன்பாடு இரண்டாம் மொழி கற்பித்தலுக்கும் கற்றலுக்கும் கணினியை அறிமுகம் செய்தன் மூலம் முக்கியத்துவம் அடைந்தது. பல்லூடகத்தின் அறிமுகம் கணிவழி மொழிக் கற்பித்தலை (CALT) குறைத்து, கணினி வழி மொழி கற்றலை (CALL) ஊக்குவித்தது. மொழி கற்பித்தலுக்கும் கற்றலுக்கும் மொழி ஆசிரியரின் பங்கு ஏறக்குறைய குறைக்கப்பட்டு இணைய வசதிகள் கொண்ட கணினி மொழி ஆசிரியர்களை இடம்பெயர்த்தது. மொழியை கற்றுக்கொள்வதில் இணையத்தின் பங்கு, பாரம்பரிய மொழி அறை சார்ந்த மொழி போதனையை இணைய அடிப்படையிலான மொழி கற்றலாக மாற்றியது.

இணைய அறிமுகத்திற்குப்பின் இணையம் வழி கற்றலும் கற்பித்தலும் மிகப்பரவலாக நடந்து வருகின்றன. ஆங்கிலம் போன்ற மொழிகளுக்கான இணையம் வழி மொழி கற்பித்தல்/கற்றல் செயல்பாடுகள் மிகச்சிறப்பாக நடைபெற்று வருகின்றன. தமிழைப் பொறுத்த வரையில் இணையம் வழி தமிழ் கற்றல் அல்லது கற்பித்தல் அதன் ஆரம்ப கட்டத்தில் தான் உள்ளது. சென்னையிலுள்ள தமிழ் இணையக் கல்விக்கழகம் இணையம் வழி தமிழ்கற்பிக்கத் தன்னை ஆயத்தப்படுத்தி இணையம் வழி அயல்நாடுகளில் தமிழ்க்கற்றலை வளர்த்தலைச் செய்து வருகின்றது. இணையம்வழி தமிழ்க் கற்றலை வளர்க்கும் வழிமுறைகளை ஆயும் முன் உலகளாவிய அளவில் கணிவழி மொழி கற்றல்-கற்பித்தல் எவ்வாறு வளர்ச்சியுற்றது என்பதை அறிந்து கொள்வது கட்டாயம் ஆகின்றது. இவ்வகையிலான அறிமுகம் இக்கட்டுரையில் மேற்கொள்ளப்பட்டுள்ளது.

அறிமுகம் (*Introduction*)

இரண்டாம் மொழி கற்பித்தலுக்கும் கற்றலுக்கும் பல்லூடகத்தின் பயன்பாடு இரண்டாம் மொழி கற்பித்தலுக்கும் கற்றலுக்கும் கணினியை அறிமுகம் செய்தன் மூலம் முக்கியத்துவம் அடைந்தது. பல்லூடகத்தின் அறிமுகம் கணிவழி மொழிக் கற்பித்தலை (CALT) குறைத்து, கணினி வழி மொழி கற்றலை (CALL) ஊக்குவித்தது. மொழி கற்பித்தலுக்கும் கற்றலுக்கும் மொழி ஆசிரியரின் பங்கு ஏறக்குறைய குறைக்கப்பட்டு இணைய வசதிகள் கொண்ட கணினி மொழி ஆசிரியர்களை இடம்பெயர்த்தது. மொழியை கற்றுக்கொள்வதில் இணையத்தின் பங்கு, பாரம்பரிய மொழி அறை சார்ந்த மொழி போதனையை இணைய அடிப்படையிலான மொழி கற்றலாக மாற்றியது.

இணைய அறிமுகத்திற்குப்பின் இணையம் வழி கற்றலும் கற்பித்தலும் மிகப்பரவலாக நடந்து வருகின்றன. ஆங்கிலம் போன்ற மொழிகளுக்கான இணையம் வழி மொழி கற்பித்தல்/கற்றல் செயல்பாடுகள் மிகச்சிறப்பாக நடைபெற்று வருகின்றன. தமிழைப் பொறுத்த வரையில் இணையம் வழி தமிழ் கற்றல் அல்லது கற்பித்தல் அதன் ஆரம்ப கட்டத்தில் தான் உள்ளது. சென்னையிலுள்ள தமிழ் இணையக் கல்விக்கழகம் இணையம் வழி தமிழ்கற்பிக்கத் தன்னை ஆயத்தப்படுத்தி

இணையம் வழி அயல்நாடுகளில் தமிழ்க்கற்றலை வளர்த்தலைச் செய்து வருகின்றது. இணையம்வழி தமிழ்க் கற்றலை வளர்க்கும் வழிமுறைகளை ஆயும் முன் உலகளாவிய அளவில் கணிவழி மொழி-கற்றல்-கற்பித்தல் எவ்வாறு வளர்ச்சியுற்றது என்பதை அறிந்து கொள்வது கட்டாயம் ஆகின்றது. இவ்வகையிலான அறிமுகம் இக்கட்டுரையில் மேற்கொள்ளப்பட்டுள்ளது.

கணினிவழி மொழிகற்றல்

கணினி வழி மொழிகற்றல் முப்பது ஆண்டுகளாக நடைபெற்றாலும் இதன் வளர்ச்சியை ஓரளவுக்குச் சமரசம் செய்துகொண்டு மூன்று வளர்ச்சிப்படிகளாகப் பகுக்கலாம்.

1. நடத்தையியல் அடிப்படையிலான கணி வழி மொழிகற்றல்

2. கருத்துப்பரிமாற்றம் அடிப்படையிலான கணி வழி மொழிகற்றல்

3. ஒன்றுக்கொன்று தொடர்புபடுத்தப்பட்ட கணி வழி மொழிகற்றல்

ஒரு வளர்ச்சிப்படியின் தொடக்கம் அதற்கு முற்பட்ட வளர்ச்சிப்படியிலுள்ள செயல்முறைத் திட்டங்களுக்கும் நெறிமுறைகளுக்கும் ஒரு முற்றுப்புள்ளி வைத்துவிட்டு தொடங்கப்பட்டது என்று பொருள்படாது. மாறாகப் பழையது புதியதிற்குள் உட்படுத்தப்பட்டு விட்டது என்றுதான் பொருள்படும். மட்டுமன்றி ஒரு வளர்ச்சிப்படி திடீரென்று முக்கியத்துவம் பெறவில்லை. எல்லாப் புதிய அறிமுகங்[களைப் போல் மெதுவாகவும் சீரின்றியும் முக்கியத்துவம் பெற்றது.

நடத்தையியல் அடிப்படையிலான கணினி வழி மொழிகற்றல்

1950களில் அறிமுகப்படுத்தப்பட்டு 1960 மற்றும் 1970களில் செயல்படுத்தப்பட்ட கணினிவழி மொழிகற்றலின் முதல் வளர்ச்சிப்படி அப்போது அதிகாரம் செலுத்திய நடத்தையியல் கற்றல் கோட்பாடுகளை அடிப்படையாகக் கொண்டு அமைந்தது. இந்த வளர்ச்சிப்படியின் செயல்முறைத்திட்டங்கள் மாணவர்களை ஒரு ஒழுங்குமுறைக்கு உட்படுத்தி மீள்பயிற்சி தரல் *(drill and practice)* என்ற நிலையில் அமைந்தது. *(Drill and kill* என்று கேலியாக அழைக்கப்பட்டது.) ஒரு ஒழுங்குமுறைக்கு உட்படுத்தி மீள்பயிற்சி தரல் என்ற செயல்பாடு கணினியை ஒரு பயிற்சியாளராகக் கருதும் மாதிரி அடிப்படையில் அமைந்தது. அதாவது கணினி மாணவர்களுக் கற்பித்தல் கருவிகளைக் கொண்டுகொடுக்கும் வாகனமாகப் பயன்பட்டது. ஒரு ஒழுங்குமுறைக்கு உட்படுத்தி மீள்பயிற்சி தருவதன் பகுத்தறிவு அடிப்படையிலான காரணம் போலியானது அல்ல. எனவே தான் ஒழுங்குமுறைக்கு உட்படுத்தி மீள்பயிற்சி தரல்/பெறல் இன்றும் பயன்பாட்டில் உள்ளது. இந்தப் பகுத்தறிவு அடிப்படையிலான காரணங்களைக் பின்வருமாறு சுருக்கமாகப் பட்டியலிடலாம்.

1. ஒரேகற்றல் பொருளுக்கு திரும்பத்திரும்ப உட்படுத்துவது பயனுள்ளது மட்டுமல்ல தேவையானதும் கூட.

2. ஒரே கற்றல்பொருளை மீண்டும் தருவதில் கணினிக்குச் சலிப்பு ஏற்படாது என்பதோடு அது உடனடித் தீர்மானத்தற்கு அப்பாற்பட்ட மீள்பயிற்சியையும் தர இயலும்

3. கணினி மாணவர்களை அவரவர் வேகத்தில் போகவிட்டு வகுப்பைப் பிற செயல்பாடுகளில் ஈடுபட விட்டு தனிநபர் அடிப்படையில் இந்தக் கற்பித்தல் சாதனங்களைத் அறிமுகப்படுத்துகிறது.

இந்தக் கருத்துச்சாயல் அடிப்படையில் அச்சமயத்தில் பயன்படுத்தப்பட்ட மெயின்பிரேம் கணினிவழி பல கற்பிக்கும் ஒழுங்குமுறைகள் உருவாக்கப்பட்;டன. இந்த ஒழுங்குமுறைகளில் சொற்றொகை, வாய்மொழிவழி மீள்பயிற்சி, சுருக்கமான இலக்கண விளக்கமும் மீள்பயிற்சியும், பல இடைவேளைகளில் தேர்வுகள் என்பன அடங்கியிருந்தன.

நடத்தையியல் அடிப்படையிலான கணினி வழி மொழிகற்றலின் குறைபாடுகள்

1970களிலும் 1980இன் தொடக்கத்திலும் நடத்தையியல் அடிப்படையிலான கணினி வழி மொழிகற்றல் இரண்டு முக்கிய காரணங்களால் குறையுள்ளதாகக் கருதப்பட்டது.

1. முதலாவதாக மொழி கற்றலில் நடத்தையியல் அடிப்படையிலான அணுகுமுறை கோட்பாடு நிலையிலும் மொழிகற்பித்தல் நிலையிலும் ஒதுக்கப்பட்டது.

2. இரண்டாவதாக மைக்ரோ கணினியின் அறிமுகம் பல புதிய செயல்பாடுகளை உள்ளே வரவிட்டது.

கருத்துப் பரிமாற்ற அடிப்படையிலான கணி வழி மொழிகற்றல்

கணி வழி மொழிகற்றலின் இரண்டாவது வளர்சிப்படி 1970 மற்றும் 80களில் முக்கியத்துவம் அடைந்த கருத்துப்பரிமாற்ற அடிப்படையிலான அணுகுமுறை. இந்த அணுகுமுறையை அறிமுகப்படுத்தியவர்கள் முந்தைய வளர்ச்சிப்படியின் செயல்திட்டங்களான வாய்மொழிப்பயிற்சியும் மீள்பயிற்சியும் உயர்ந்த மதிப்பீடு உடைய கருத்துப்பரிமாற்றத்தை அனுமதிக்கவில்லை என்று கருதினார்கள். இந்த அணுகுமுறையை அறிமுகப்படுத்தியவர்களில் முக்கியமானவர்களில் ஒருவர் ஜாண் அண்டர்உட் என்பவராவார். இவர் 1984-இல் *"Premises for Communicative CALL"* எனபதைச் சிபாரிசு செய்தார்.

கருத்துப்பரிமாற்ற அடிப்படையிலான கணி வழி மொழிகற்றலின் முக்கியமான பண்புகள்

இம்முறை வடிவுகளைத் தருவதைவிட அவற்றைப் பயன்படுத்துவதற்கு முக்கியத்துவம் தந்தது. இதில் இலக்கணம் வெளிப்படையாகக் கற்பிக்கப்படாமல் உட்படையாகக் கற்பிக்கப்பட்டது. இது மாணவர்கள் ஏற்கனவே தயார்செய்துகொண்ட மொழியைப்பயன்படுத்துவதை அனுமதிக்காமல் அவர்களை தாங்களாகவே புதியகூற்றுகளை உருவாக்கிப் பயன்படுத்த வழிவகை செய்தது. மாணவர்கள் சொன்ன எல்லாவற்றையும் தீர்மானமும் மதிப்பீடும் செய்து ஊக்கச்செய்திகளாலோ மணி ஓசைகளாலோ மின்விளக்கு மின்னச்செய்தோ சன்மானம் தரப்படவில்லை. மாணவர்கள் தவறை சுட்டிக்காட்டுவதை தவிர்த்ததோடு அவர்களின்

வேறுபட்ட வெளிப்பாட்டிற்கு உதவும் வகையில் நெகிழ்வு உடையதாய் இருந்தது. இலக்கணம்கூறி மொழிபெயர்த்தல் என்ற நிலையில் இல்லாமல் முழுவதுமாக இலக்குமொழியைப் பயன்படுத்தியது மட்டுமன்றி கணியைப் பயன்படுத்தும் போதும் சரி பயன்படுத்தாத போதும் சரி இலக்குமொழியைப் பயன்படுத்தும் சூழலை உருவாக்கித்தந்தது. வான்ஸ் ஸ்டீவன்சன் என்பார் கணினி வழி கல்விகற்றல் பாடத்திட்டமும் செயல்பாடும் அகச்செயல்நோக்கத்தின் (intrinsic motivation) அடிப்படையில் அமைவதுடன் கணிக்கும் கற்பவருக்கும் இடையே ஒன்றுக்கொன்றான தொடர்பை வளர்க்கவேண்டும் என்று கூறினார் (Stevens, 1889). இந்தக் கருத்துப்பரிமாற்ற அடிப்படையிலான மொழிகற்றல் வளர்ச்சிப்படியில் பல செயல்திட்டங்கள் உருவாக்கப்பட்டு பயன்படுத்தப்பட்டன.

கணினி கற்பிப்பவர் மாதிரியாக

முதலாவது திறனை வளர்க்கும் பயிற்சிக்காக பல வகைப்பட்ட செயல்திட்டங்கள் வாய்மொழிப்பயிற்சி மற்றும் மீள்பயிற்சி இல்லாத நிலையில் தரப்பட்டன. இச்செயல்திட்டங்களின் எடுத்துக்காட்டாகப் படித்தல்திறனை வளர்த்தல், பனுவலைப்புரிந்து கொள்ளுதல் மற்றும் மொழி விளையாட்டுகள் இவற்றைக் கூறலாம். இந்தச் செயல்பாட்டிலும் கணினி 'சரியானவிடைதெரிபவர்' என்ற நிலையில் இருந்தது. எனவே இது கணினி கற்பிப்பவர் மாதிரியாக இருப்பதைத் தொடரச்செய்யும் நிலையில் அமைந்தது. ஆனால் முந்தைய வாய்மொழிப்பயிற்சி மற்றும் மீள்பயிற்சித் திட்டத்திற்கு மாறாக சரியான விடையைக் கண்டுபிடிப்பது மாணவர்களின் தேர்வுக்கும் கட்டுப்பாட்டிற்கும் ஒன்றுக்கொன்றான தொடர்புக்கும் ஓரளவுக்கு விடப்பட்டது.

கணினி ஊக்கியாக

கணினி கற்பிப்பவராக மட்டுமன்றி கருத்துப்பரிமாற்றச் செயல்பாட்டைத் தூண்டும் ஊக்கியாகவும் செயல்பட்டது. இதில் கணினிவழி கற்றல் நோக்கம் மாணவர்கள் சரியான விடைகளைக் கண்டுபிடித்தல் என்று அமையாமல் மாணவர்களை விவாதிக்கவும் எழுதவும் திறனாய்வு அடிப்படையில் எண்ணவும் தூண்டுவதாக அமைந்தது. இந்த நோக்கத்திற்காகப் பயன்படுத்தப்பட்ட மொன்பொருள்கள் பல வெவ்வேறு வகைப்பட்ட செயல்திட்டங்களை உள்ளடக்கியிருந்தன, ஆனால் கற்பவருக்காக என்று குறிப்பிட்டு உருவாக்கப்படவில்லை.

கணினி ஒரு கருவியாக

இந்தக் கணினிவழி கற்றலின் மூன்றாவது மாதிரியில் கணினி ஒரு கருவியாகப் பயன்படுத்தப்பட்டது. இந்தப் பங்களிப்பில் செயல்பாட்டுத்திட்டங்கள் மொழிகற்றல் பொருள்கள் தருவதாகமட்டும் அமையாமல் கற்பருக்கு மொழியைப் புரிந்துகொள்ளவோ பயன்படுத்தவோ

அதிகாரம் தருவதாக அமைந்தது. கணினி ஒரு கருவியாக சொல்லாளர், எழுத்து மற்றும் இலக்கணத்திருத்தி, மேஜைக் கணினி வெளியீட்டு செயல்திட்டங்கள் (*desk-top publishing programs*) மற்றும் சொற்றொகுதி விளக்கப்பட்டியல் (*concordancers*) இவற்றை உள்ளடக்கியதாய் அமைந்தது.

இந்த மூன்று மாதிரிகளின் வேறுபாடு முமையானதல்ல. திறனை வளர்க்கும் பயிற்சிச் செயல்திட்டங்கள் கருத்துப்பரிமாற்ற ஊக்கியாகவும் ஒரு மாணவர் சொல்லாளரில் எழுதும் பத்தியாகவும் அமையலாம். இம்மாதிரிப்பட்ட வாய்மொழிப்பயிற்சி மற்றும் மீள்பயிற்சி சார்ந்த செயல்பாடுகள் கூடுதலாக கருத்துப்பரிமாற்ற செயலுக்காகப் பயன்படுத்தப்பட்டன. மாணவர்கள் இணைகளாகவோ குழுக்களாகவோ பிரிக்கப்பட்டு வேலை தரப்பட்டதுடன் தங்கள் விடைகளை ஒப்பிடவும் விவாதிக்கவும் சந்தர்ப்பம் தரப்பட்டது.

நடத்தையியல் அடிப்படையிலான கணினிவழி மொழி கற்றலுக்கும் கருத்துப்பரிமாற்ற மொழி கற்றலுக்கும் உள்ள வேறுபாடு எந்த மென்பொருள் பயன்படுத்தப்பட்டது என்று அமையாமல் எவ்வாறு மென்பொருள் மாணவர்களாலும் ஆசிரியர்களாலும் பயன்படுத்தப்பட்டது என்ற நிலையில் அமைந்தது. இவ்வாறு கருத்துப்பரிமாற்ற அடிப்படையிலான கணினிவழி மொழி கற்றல் அதற்கு முந்தையதைவிட குறிப்பிடத்தக்க முன்னேற்றம் உள்ளதாய் அமைந்தது.

கருத்துப்பரிமாற்ற அடிப்படையிலான கணினிவழி மொழி கற்றலின் குறைபாடுகள்

1980இன் இறுதியில் கல்வியாளர்கள் கருத்துப்பரிமாற்ற கணினிவழி மொழி கற்றலின் குறைபாடுகளை உணரத்தொடங்கினார்கள். மதிப்பீடுசெய்வோர் கணிப்பொறி ஒரு வயைறைக்கு உட்பட்டு ஒன்றுக்கொன்று தொடர்பில்லால் பயன்படுத்தப்படுவதையும் முக்கியமானவற்றிற்கு பெரிய பங்களிப்பு செய்யாமல் மிக குறுகிய விஷயங்களுக்கே பங்களிப்பு செய்வதையும் சுடிக்காட்டினார்கள்.

பிரிவினை செய்யப்பட்ட திறன்களையும் அமைப்புகளையும் கற்பிப்பதில் திருப்தியடையாத கல்வியாளர்கள் பலர் ஒருங்கிணைந்த வழியில் கற்றலுக்கு வகைசெய்யும் வழிகளை நாடத் தொடங்கினார்கள். வெவ்வேறு வகையில் படும் கற்றல் செயல்பாட்டை ஒருங்கிணைக்கும் மாதிரியை உருவாக்குவதில் கவனம் செலுத்தினார்கள். அதிர்ஷ்டவசமாக கணினிதொழில் நுட்பத்தில் ஏற்பட்ட முன்னேற்றம் இதற்கு சந்தர்ப்பம் வகுத்துத் தந்தது. பர்சனல் கணினி அறிமுகப்படுத்தப்பட்டது.

ஒருங்கிணைந்த கணினிவழி கற்றலுக்கான முன்னேற்றப்படிகள்

ஒருங்கிணைந்த கணினிவழி கற்றலுக்கான முன்னேற்றப்படிகளாக பன்நோக்கு ஊடகம், உயர்ஊடகம் என்பனவற்றை வரிசைப்படுத்தலாம்.

பன்நோக்கு ஊடகம்

ஒருங்கிணைந்த கணினிவழி கற்றல் இரு முக்கியமான தொழில்நுட்ப முன்னேற்றங்களை அடிப்படையாகக் கொண்டு அமைந்தது.

1. பன்நோக்கு ஊடகக் கணினிகள் (*Multimedia computers*)

2. இணையம் (*internet*)

பன்னோக்கு தொழில் நுட்பம் ஒரு இயந்திரத்திலேயே பனுவல், வரைபடம், ஒலி, உயிரியக்கம், கட்புலக்காட்சி போன்ற பல ஊடகங்களுடன் தொடர்புகொள்ள வசதிசெய்தது. பன்நோக்கு ஊடகம் உயர்ஊடகத்தை உள்ளடக்கிய காரணத்தால் மிகச் சக்திவாய்ந்ததாய் அமைந்தது. பன்னோக்கு ஊடகத் திறன்கள்/வழிமுறைகள் எல்லாம் ஒன்று சேர்க்கப்பட்டு குறிப்பானைச் சுண்டி கற்பவர்கள் தங்கள்வழியில் மிதக்க/பவனிவர வகை செய்யப்பட்டது.

உயர்ஊடகத்தின் நிறைகள்

முதலாவதாக கேட்டலும் காணலும் ஒருங்கிணைக்கப்பட்ட காரணத்தால் கற்றலுக்கான கூடுதல் அதிகாரபூர்வமான சூழல் உருவாக்கப்பட்டது. இரண்டாவதாக வாசிப்பது, எழுதுவது, பேசுவது மற்றும் கேட்பது என்பன ஒரே செயல்பாடாகத் தொடர்புபடுத்தப்பட்டதால் எல்லாத் திறன்களையும் எளிதில் ஒருங்கிணைக்க முடிந்தது. மூன்றாவதாக மாணவர்கள் தாங்கள் விரும்பிய வேகத்தில் போக இயலவில்லை என்றாலும் தாங்கள் விரும்பிய வழிகளில் போக, செயல்திட்டங்களின் பலபாகங்களில் முன்னுக்கும் பின்னுக்குமாகப் போக, சில விஷயங்களில் கூடுதல் கவனம்செலுத்த சிலவற்றை முற்றிலுமாக விட்டுச்செல்ல வசதிதரப்பட்டதால் மாணவர்களால் தங்கள் கற்றலைக் கட்டுப்படுத்த முடிந்தது. இறுதியாக இரண்டாவது நிலையில்படும் மொழிவடிவத்திலோ மொழிகற்றல் செயல்திட்டத்திலோ கவனம் செலுத்தலை விட்டுவிடாமல் அதேசமயம் முதல்நிலையில் படும் பொருளடக்கத்தில் கவனம் செலுத்த உயர்ஊடகத்தில் வசதிசெய்துதரப்பட்டுள்ளது. எடுத்துக்காட்டாக முக்கிய பாடங்கள் முன்னிடத்தில் இருந்தாலும் மாணவர்கள் பல வேறுபட்ட செயல்திட்டங்களில் தொடர்புகொண்டு இலக்கண விளக்கங்கள், பயிற்சிகள், சொற்றொகைப் பொருள்கள், உச்சரிப்புச் செய்திகள், கேள்விகளுக்கான விடைகள், கற்றலுக்கான பொருத்தமான திட்டத்தைத் தெரிவுசெய்ய ஊக்குவிக்கும் முன்னேற்ற உதவிகள் இவற்றைப் பெற இயலும்.

உயர் ஊடகத்தின் குறைபாடுகள்

இருப்பினும் உயர்ஊடகத்தின் கற்றலுக்கான வெளிப்படையான அனுகூலங்கள் உள்ள மென்பொருள்கள் பெரிய ஒரு தாக்கத்தை ஏற்படுத்த இதுவரைத் தவறிவிட்டன. பன்நோக்கு ஊடகத்தை பயன்படுத்திக் மொழி கற்றலில் பல சிக்கல்கள் ஏற்பட்டன. முதலாவது சிக்கல் உயர்திறம் உள்ள செயல்திட்டங்கள் இல்லாமை. ஆசிரியர்கள் சில மொன்பொருள்களைப் பயன்டுத்தி அவர்களுக்கென்று பன்நோக்கு ஊடகச் செயல்பாட்டுத்திட்டங்களை உருவாக்க முயன்றாலும் அவர்களின் பயிற்சின்மை காரணமாக இது சாத்தியப்படவில்லை. வியாபாரரீதியில் உருவாக்கப்பட்டவை வலிமைவாய்ந்த கற்றல் கொள்கைகளைப் பின்பற்றி தங்கள்

செயல்திட்டங்களை உருவாக்கவில்லை. முக்கியமாக இன்றைய கணினிச் செயல்பாடுகள் உண்மையிலேயே முற்றிலுமாக ஒருங்கிணைந்த நிலையில் இல்லை. அதிர்ஷ்டவசமாக தொழில்நுட்ப முன்னேற்றம் இணையத்தை அறிமுகப்படுத்தி மின்கருத்துப்பரிமாற்றத்திற்கு வகைசெய்து கணினிவழி கற்றலின் வளர்ச்சிக்கு உதவியது.

ஒருங்கிணைந்த கணினிவழிக் கல்விக்கான முன்னேற்றப்படிகள்

இணையத்தின் அறிமுகம் மொழிகற்போர்க்கும் பேசுவோருக்கும் கருத்துப்பரிமாற்றம் செய்ய இருபத்திநான்கு மணிநேர வசதியைச் செய்து கொடுத்துள்ளது. ஒருவொருக்கொருவர் என்ற நிலையோடு நின்றுவிடாமல் ஒருவரோடு பலர், பலரோடு பலர் என்ற நிலைகளில் கருத்துப்பரிமாற்றம் நிகழ வழிசெய்தது. இணையத் தளங்களைப் பயன்படுத்தி தங்களுக்கு விருப்பப்பட்ட பனுவல்களைத் தேர்வுசெய்து பலரோடும் தொடர்புகொண்டு கற்க வசதி செய்து கொடுத்தது. கற்றல் ஒரு பாரமாக அமையாமல் ஒரு பொழுதுபோக்காக மாற வகைசெய்தது. மாணவர்கள் மின்அஞ்சல் வழி கருத்துக்களைப் பரிமாறிக்கொண்டு தங்கள் எழுத்துத்திறனை வளர்த்துக்கொள்ள முடிந்தது. இணையம் வழி கருத்துப்பரிமாற்றம் செய்யவும் பேசும் திறனை வளர்கவும் உதவியது. இவ்வாறு கணினிவழி கற்றலில் இணையத்தின் பங்கைப் பட்டியலிட்டுக் கொண்டே செல்லலாம்.

முடிவுரை

கணினிசார் மொழிகற்றலின் வரலாறு கணினி உதவிசார்ந்த மொழி கற்பித்தலுக்குக் கணினி பலவகையான பயன்பாடுகளுடன் செயல்படவியலும் எனக் காட்டுகின்றது. அது மொழிப் பயிற்சியும் திறன் பயிற்சியும் தரும் ஒரு பயிற்சியாளராகச் செயல்படவியலும். விவாதத்திற்கும் கருத்துப்பரிமாற்றத் தொடர்புக்கும் ஊக்கியாகச் செயல்படவியலும். எழுதுவதற்கும் ஆராய்சிக்கும் கருவியாகச் செயல்படவியலும்.

துணை நூல்கள்

1. இராசேந்திரன், ச. 2002. இணையம் வழி அயல்நாடுகளில் தமிழ் கற்றலை வளர்த்தல் தமிழ் ஆய்வில் இன்றைய போக்குகள். திருமதி செண்பகம் சுப்பையா அறக்கட்டளை, தஞ்சாவூர், 2002, 75-81.
2. Ahmad, K., Corbett, G., Rogers, M., & Sussex, R. (1985). *Computers, language learning and language teaching. Cambridge: Cambridge University Press.*
3. Brierley, B., & Kemble, I. (1991). *Computers as a tool in language teaching. New York: Ellis Horwood.*
4. Garrett, N. (1991). *Technology in the service of language learning: Trends and issues. Modern Language Journal, 75(1), 74-101.*
5. Higgins, J. (1988). *Language, learners and computers. London: Longman.*
6. Kenning, M.-M., & Kenning, M. J. (1990). *Computers and language learning: Current theory and practice. New York: Ellis Horwood.*
7. Pusack, J. P., & Otto, S. K. (1990). *Applying instructional technologies. Foreign Language Annals, 23(5), 409-417.*
8. Rüschoff, B. (1993). *Language learning and information technology: State of the art. CALICO Journal, 10(3), 5-17.*

9. Stevens, V. (Ed.). (1989). *A direction for CALL: From behavioristic to humanistic courseware*. In M. Pennington (Ed.), *Teaching languages with computers: The state of the art* (pp. 31-43). La Jolla, CA: Athelstan.
10. Taylor, M. B., & Perez, L. M. (1989). *Something to do on Monday*. La Jolla, CA: Athelstan.
11. Taylor, R. (1980). *The computer in the school: Tutor, tool, tutee*. New York: Teachers College Press.
12. Underwood, J. (1984). *Linguistics, computers, and the language teacher: A communicative approach*. Rowley, MA: Newbury House.
13. Underwood, J. (1989). *On the edge: Intelligent CALL in the 1990s*. Computers and the Humanities, 23, 71-84.
14. Warschauer, M. (Ed.). (1995). *Virtual connections: Online activities and projects for networking language learners*. Honolulu: Second Language Teaching and Curriculum Center, University of Hawaii.

இணையத்தில் மருத்துவம்

நெறியாளர் *D. ராஜசீலி*

உதவிப்பேராசிரியர்,
ப.கனகவள்ளி
பகுதிநேர முனைவர் பட்ட ஆய்வாளர்.
அன்னை தெரசா மகளிர் பல்கலைக்கழகம்,
மின்னஞ்சல்: *Kanagavalip@gmail.com*

ஆய்வுச்சுருக்கம்

இன்றைய உலகத்தில் நாட்டுப்புற மருத்துவம் என்பது அழிந்து வரும் நிலையில் ஒரு புத்துணர்ச்சி வழக்கும் முறையில் இணையதலத்தில் மூலமாக மருந்துவ பதிவுகள் மிகவும் பயன் உள்ள நிலையில் என்றும் நின்று நிலைப் பெற்றுள்ளது. இன்றைய கொரானா காலகாட்டத்தில் இணையத்தின் மூலம் நாட்டுப்புற மருத்துவம் மக்களுக்கு நன்மைபயக்கும் வகையில் பலன் அளிக்கும் நிலையில் சிறப்பாக செயல்பாட்டு வருவது இணையத்தில் மருத்துவம் என்பது இவ்வாய்வு கட்ரையின் வழி முறையாகும்.

வயிற்று பொருமல் (*https://www.femina.in>tamil*), இருமல் (*https://patient.info*)> சளி (*https://ta.vikaspedia.in*), மூலம் (*https://handehospita.org*)> கால் வீக்கம் (*https://m.dinamalar.com*)> கண்ணு வலி (*https://tamil.boldsky.com*), மஞ்சள் காமாலை (*https://www.vikatan.com*), மூக்குவலி (*https://www.vondt.net*), காது வலி (*https://www.myupchar.com*), வயிற்று வலி (*https://tamil.asianetnews.com*), தலைவலி (*https://www.aboutkidsHealth.ca*), கை வலி (*https://www.vondt.net*), கழுத்து வலி (*https://tamil.news18*), முதுகு வலி (*https://ta.m.wikipedia.org*), பாத வலி (*https://www.maalaimalar.com*), பொடுகு தொல்லை(*https://tamil.samayam.com*), உடம்பு வலி ((*https://zha.co.in*), முகப்பருப் போக்க (*https://www.yogaatral.com*), பல் வலி (*https://www.pothunalam.com*), மறதிநோய் (*https://www.rcpsych.ac.uk*), அரிப்பு ஏற்படுவது (*https://www.hindutamil.in*), நெஞ்சு எரிச்சல் (*https://www.toptamilnews.com*), கொழுப்பு கட்டி (*https://www.seithipunal.com*), உதடு வெடிப்பு (*https://tamil.boldsky.com*), விரல் நகங்களில் வெள்ளை புள்ளிகள் (*https://toowa.ru.com*), கொரோனா (*https://www.bbc.com*) என்னும் இணையத்தின் வழி நோய்காண காரணம், நோய்காண தீர்வுகளை அறிந்து பயன் பெறும் வகையில் இவ்வாய்வு கட்டுரை அமைந்துள்ளன.

இன்றைய சூழலில் இணையத்தின் மூலம் கைமேல் பயன் அளிக்கும் வகையில் கையில் வைத்து பயன் பெறும் நிலையில் அமைந்துள்ளன. இந்த இணைய மருத்துவ முறைகள் குழந்தைகள் முதல் முதியவர்கள் வரையில் அனைவருக்கும் உதவும் மருத்துவம் முறைகள் ஆகும். இம் மருந்தினால் உடலுக்கு எவ்வித பக்க விளைவும் ஏற்படாது வகையில் அமைந்துள்ளன. அன்று ஆணிவேர் போல் வேரூரின்றி மருத்துவ முறைகள். இன்று ஆலமரம் போல் இணையத்தில் வளர்ந்துள்ளன.

முன்னுரை

இன்றைய உலகத்தில் நாட்டுப்புற மருத்துவம் என்பது அழிந்து வரும் நிலையில் ஒரு புத்துணர்வு வழங்கும் முறையில் இணையதளத்தின் மூலமாக மருத்துவ பதிவுகள் மிகவும் பயன் உள்ள வகையில் நிலைப்பெற்றுள்ளது. இன்றைய கொரோனா காலகாட்டத்தில் இணையத்தில் நாட்டுப்புற மருத்துவம் மக்களுக்கு நலம் பயக்கும் வகையில் பலனளிக்கும் நிலையில் சிறப்பாக செயல்பட்டு வருகிறது என்பதை இவ்வாய்வுக் கட்டுரை ஆராய்கிறது..

தலைவலி

தலைவலி : இன்று சிறியவர் முதல் பெரியவர்கள் வரை அனைத்து வயதினருக்கும் வரக்கூடிய ஒரு நோய் ஆகும். இந்நோய்க்கு நமது கிராமப்புற, நகர்ப்புற மக்கள் அனைவரும் பயன் பெறும் வகையில் இணையத்தின் வழியாக எளிதில் வீட்டில் உள்ள மருந்துவப் பொருட்களை கொண்டு மருந்து தயாரிக்கிலாம்.

இதில் 11 விதமான தலைவலிகள் உள்ளன. அவை குறைந்த தலைவலி, தீவிர தலைவலி என்று பாகுபாடின்றி தலைவலி எப்படி ஏற்பட்டாலும் அது அதிக அசவுகரியத்தையும் பாதிப்பையும் ஏற்படுத்துகிறது. இந்த தலைவலி காரணமாக பெரும்பாலும் குமட்டல், வாந்தி போன்ற பிரச்சினைகளை ஏற்படுத்துகின்றன.

தலைவலி தீர்ப்பாதற்க்கான மருந்து

இஞ்சி ஒற்றை தலைவலியை சரி செய்ய உதவுகின்றது.

புதினா எண்ணெயை, நெற்றி மற்றும் தலையில் நன்றாக தேய்த்துக்கொண்டால் தலைவலி சரியாகி விடுகின்றன.

காது நோய்கள்

ஒருதுண்டுச் சக்கைத் தோல்நீக்கிக் கால் லிட்டர் நீரில் போட்டுப் பாதியாகக் காய்ச்சிப் பால், சர்க்கரை சேர்த்துக் காலை, மாலை சாப்பிட்டு வரக் குத்தல் தீரும்.

எலுமிச்சம் பழச்சாறு நான்கு துளிகள் காதில் விட்டு வரக் காதுவலி தீரும்.

பிரண்டைச்சாறு ஓரிரு துளி காதில் விட்டு வர சீழ்ப்பிடித்தல் தீரும்.

வயிற்றுப் பொருமல்

புதினா துவையல் வயிற்றுக் கோளற்றுகளுக்கு நல்ல மருந்தாகும்.

ஏலக்காய் பொடி தேனில் ஒரு நாளைக்கு மூன்று வேளை சாப்பிட்டு வர வயிற்றுவலி, வயிற்று பொருமல், அஜீரணம் குணமாகும்.

இருமல் சளி

ஆடாதோடை இலை பாதி எடுத்து வெதுவெதுப்பான வெந்நீரில் சுத்தம் செய்து இடித்து அதன் சாறை பிழிந்து எடுத்து;. மூன்று துளித்தேனில் மூன்று துளி இந்த சாறை விட்டு நன்றாக தடவி விடவும். இது சளியை முறித்து தீவிரத்தைத் தடுக்கும். இருமல் மட்டுப்படும். தினமும் மூன்று வேளை கொடுத்தால் போதுமானது ஆகும்.

கல்யாண முருங்கை இலையை கொண்டு வந்து வெந்நீரில் அலசி இடித்து அதன் சாறை எடுக்கவும். இதையும் மூன்று துளி தேனோடு மூன்று துளி சாறு கலந்து கொடுத்தால் சளியோடு உள்ளிருக்கும் கிருமியையும் வெளியேற்றும், இருமலுக்கும் நல்லது.

மூலம்

இந்நோய் பிரச்சனையால் பாதிக்கப்பட்டவர்கள் 100 கிராம் வேகவைத்த கருணைக்கிழங்கு ஒரு ஸ்பூன் வேகவைத்த வெந்தயம் மற்றும் இரண்டு அல்லது மூன்று ஸ்பூன் விளக்கெண்ணெய் ஆகியவற்றை ஒரு சுத்தமான கிண்ணத்தில் சேர்த்து நன்றாக மசித்து கொள்ளுங்கள். இந்த கலவையை இரவு உறங்குவதற்கு முன் தயார் செய்து சாப்பிட்டு வர வெகு சீக்கிரம் இந்த மூலநோய் குணமாகும்.

பசலைக்கீரை, சுக்காங்கீரை, மீன், பீன்ஸ், வெண்டைக்காய், அவரைக்காய் ஆகிய உணவுப்பொருட்கள் மூலநோய்க்கு சிறந்த உணவாகும்.

கால் வீக்கம்

வெதுவெதுப்பான நீரில் ஒரு சிட்டிகை கல்லுப்பு கலந்து காலை ஊறவைத்தால் வீக்கம் நீடித்தால் வீக்கம் மற்றும் வலி குறையும்.

காயம் காரணமாக கணுக்கால் மற்றும் பாதத்தில் ஏற்படும் வீக்கத்திற்கு ஐஸ் பேக் வைத்தால் சரியாகிவிடும்.

கண் வலி

கண் வலி உள்ளவர்கள் இரண்டு கை பிடி அளவு புளியம்பூவை பறித்து அதை நீர் விட்டு நன்கு அரைத்து கண்களை சுற்றி பற்று போடவேண்டும். இப்படி செய்வதன் மூலம் கண் வலி குணமாகும். அதோடு கண்கள் சிவந்திருந்தால் அதுவும் குறையும்.

சிலருக்கு கண்களில் அடிக்கடி அல்லது தொடர்ந்து நீர் வடிதல் பிரச்சனை இருக்கும். அது போன்ற பிரச்சனை உள்ளவர்கள் இஞ்சி, வெள்ளம், மிளகு மற்றும் வேளைக்கீரை ஆகியவற்றை சம அளவு எடுத்துக்கொண்டு சிறிது நீர் விட்டு நன்கு அரைத்து அதிகாலையில் வெறும் வயிற்றில் 15 கிராம் அளவிற்கு சாப்பிடடு;. அதை தொடர்ந்து செய்வதன் மூலம் சில நாட்களில் கண்ணில் நீர் வடிதல் பிரச்சனை சரியாகும்.

மஞ்சள் காமாலை

கீழாநெல்லி ஒரு கைப்பிடி, சீரகம் ஒரு ஸ்பூன் எடுத்து இரண்டையும் நீர்விட்டு அரைத்து கஷாயம் செய்து காலை,மாலை இரு வேளையும் கொடுத்து வந்தால் பித்தம் தணிந்து, காமாலை நோய்த்தொற்று கிருமிகள் அழிந்துவிடும்.

கீழாநெல்லி, சுக்கு, மிளகு, சீரகம், சோம்பு, மஞ்சள் இவற்றை சம அளவு எடுத்து தண்ணீரில் கொதிக்க வைத்து, சர்க்கரை கலந்து 4 மணி நேரத்திற்கு ஒரு முறை அருந்தி வந்தால் மெல்ல மெல்ல முழுமையாக குணமடையும்.

மூக்குவலி

சைனஸ் தொந்தரவு உடையவர்கள் தினமும் ஆவிபிடித்தால் சரியாகவிடும்.

மாதுளம்பூ சாறு, அருகம்புல் சாறு இவைகளை கலந்து ஒரு டம்ளர் அளவு தினமும் இருவேளை அருந்தி வர மூக்கிலுருந்;து இரத்தம் வடிவது நிற்கும்.

காது வலி

துளசி இலையை சிறிதளவு பறித்து நசுக்கி அதன் சாறை மட்டும் தனியாக வடிகட்டி எடுத்து அதை இரண்டு சொட்டுகள்; காதில் விட்டால் காது வலி சரியாகிவிடும்.

காதுகளில் ஏற்படும் வலிகளை குணப்படுத்த வெற்றிலையைப் பயன்படுத்தலாம். வெற்றிலையைச் சாறுப் பிழிந்து ஒரு சில சொட்டுகளை வலியுள்ள காதுகளில் விட்டால் காது வலி குறையும்.

வயிற்று வலி

மாதுளம் பழத்தோலை நன்கு காய வைத்து எடுத்துக் கொள்ளவும். புன்னர் இரவு மாதுளைத் தோலை தண்ணீரில் ஊற வைக்க வேண்டும். காலை அந்தத் தண்ணீரை வடிகட்டி குடிக்க வேண்டும். அப்படி செய்தால் வயிறு வலி உடனே குணமாகும். ஆண் பெண் ஆகிய இருவருமே இந்த குடிநீரைக் குடிக்கலாம்.

ஒரு டம்ளர் தண்ணீரை நன்கு கொதிக்க வைக்க வேண்டும். அத்துடன் இரண்டு ஸ்பூன் தேன் கலந்து குடித்து வந்தால் வயிறு வலி குணமாகும்.

தலைவலி

இஞ்சி ஒற்றை தலைவலியை சரிசெய்ய உதவுகிறது.

புதினா எண்ணெயை, நெற்றி மற்றும் தலையில் நன்றாக தேய்த்துக் கொண்டால் தலைவலிக்கு அது சிறந்த வலி நிவாரணியாக இருக்கும்.

கை வலி

வேலி பருத்திச் சாறு, சுண்ணாம்பு கலந்து கை வலியுள்ள இடதத்தில் தடவ வலி குறையும்.

சிந்தில் கொடி இலைகளைப் பாலுடன் கலந்து வர கை வலி குறையும்

கழுத்து வலி

ஒரு சிறிய டவலில் ஐஸ் கட்டியை சுற்றி வைத்து கழுத்தில் வலி இருக்கும் இடத்தில் 2 நிமிடம் ஒத்தடம் கொடுத்து வந்தால் கழுத்து வலி குணமாகும்.

கழுத்து வலி நீங்க நல்லெண்ணையில் நொச்சி இலையை சேர்த்து நன்றாக காய்ச்சி தலையில் அரைமணி நேரம் ஊறவைத்து அதன் பிறகு வெந்நீரில் குளித்து வர கழுத்து வலி நீங்கும்.

முதுகு வலி

விளக்கெண்ணையை சிறிது சூடுபடுத்தி பாதிக்கப்பட்ட முதுகுழல் தடவ குணமாகும்.

பூண்டு ஐந்து பல்களை எடுத்து ஐம்பது மில்லி நல்லெண்ணையில் இட்டு, காய்ச்சி ஆற வைத்து, இளம் சூட்டில், பாதிக்கப்பட்ட வலியுள்ள இடங்களில் தடவலாம்.

பாத வலி

நொச்சி இலை மற்றும் வாத முடக்கி இலை ஆகியவற்றை சம அளவு எடுத்து கொண்டு, ஒரு வாணலியில் விளக்கெண்ணெய் ஊற்றி இந்த இலையை போட்டு வதக்கி வைத்தால் பாத வலி குறையும்.

கால்களில் ஷாக்ஸ் அணிந்து நடக்க வேண்டும். இதனால் குளிரில் பாதமும் நரம்புகளும் பாதிக்காமல் இருக்கும்.

பொடுகு தொல்லை

முதல் நாள் சாதம் வடித்த கஞ்சியை எடுத்து வைத்து, மறுநாள் அதை தலையில் தேய்த்து குளித்தால், பொடுகு நீங்கும்.

தேங்காய் பால் எடுத்த பின் கையை தலையில் நன்றாகத் தேய்த்து, சிறிது நேரம் கழித்து மிதமான நீரில் தலையை அலசினால் பொடுகு மறைந்து விடும்.

உடம்பு வலி

வாதநாராயணன் இலையைப் போட்டு தண்ணீரில் கொதிக்க வைத்து குளிக்க உடல்வலி குறையும்

உடல் வலி அதிகமாக இருப்பவர்கள் மற்றும் மன அழுத்தம் அதிகமாக இருப்பவர்கள், செரி ஜ்ஸை பருகலாம். இது சதைகளில் உண்டாகும் வலியை குறைக்கிறது. இது ஓட்டபந்தய வீரர்களுக்கும், உடற்பயிற்சி செய்து உடல்வலியால் அவதிப்படுபவர்களுக்கு மிகச்சிறந்தது.

முகப்பருப் போக்க

எலுமிச்சை சாற்றில் உள்ள சிட்ரிக் அமிலம், சருமத்தில் உள்ள எண்ணெய் பசையைக் கட்டுப்படுத்தி, பருக்கள் வராமல் செய்யும். அதற்கு எலுமிச்சை சாற்றினை பருக்கள் மீது தடவி உலர்ந்ததும் குளிர்ந்த நீரில் கழுவ வேண்டும்.

ஆப்பிள் சீடர் வினிகரில் உள்ள அல்கலைன் தன்மை, முகப்பருவைப் போக்க உதவும் அதற்கு ஆப்பிள் சீடர் வினிகரை நீரில் சரிசம அளவில் கலந்து கொண்டு பாதிக்கப்பட்ட இடத்தில் தடவி 1 நிமிடம் ஊற வைத்து கழுவ வேண்டும். இச்செயலால் பருக்கள் மறைவதோடு, பருக்களால் ஏற்படும் தழும்புகளும் நீங்கும்.

பல் வலி

பல் வலிக்கு கிராம்பு தைலம் சிறப்பான மூலிகை மருந்துகளில் ஒன்றாக கருதப்படுகிறது. கிராம்பு தைலத்துடன் ஒரு சிட்டிகை மிளகு தூள் கலந்து, பல்லின் பரிந்க்கப்பட்ட பகுதியின் மேல் வைக்கவேண்டும்.

கடுகு எண்ணெய், பல் வலியை குறைக்க மற்றொரு இயற்கையான நிவாரணி கடுகு எண்ணெயுடன் ஒரு சட்டிகை உப்பு கலந்து பாதிக்கப்பட்ட ஈறுகளின் மேல் தடவ வேண்டும்.

மறதிநோய்

வல்லாரை, அதிமதுரம், மண்டுக பரணி, சங்குபூ, கொட்டம், திப்பிலி, அவண்தாமரை, வசம்பு, கல்யாணப்பூசணிச்சாறு, நெய், சிற்றமிர்து, பால், தயிர், தியானம், மந்திரம், தலைக்கு எண்ணெய் தேய்த்துக்குளித்தல் போன்றவை ஆயுர்வேதத்தில் நினைவாற்றலைப் பெருக்கும் மருந்துகள் நினைவாற்றல் ஆகும்.

பத்து பாதாம் பருப்பை ஊறைவைத்து இரவு சாப்பிட வேண்டும். மறதி மறையும்.

அரிப்பு

துளசி இலைகளை நீர் விட்டு அரைத்து பேஸ்ட் ஆக்கி வைக்கவும். இதை பாதிக்கப்பட்ட சருமத்தில் தடவி விடவும். ஐந்து நிமிடங்கள் கழித்து சருமத்தை குளிர்ந்த நீரில் கழுவி எடுக்கவும். இதற்கு மாற்றாக துளசி இலைகளை நீரில் சேர்த்து கொதிக்க வைத்து சருமம் பாதிக்கப்பட்ட இடத்தில் காட்டனை நனைத்து ஒற்றி எடுக்கலாம். இவை உலர உலர மீ;ண்டும் மீண்டும் வைத்து சருமத்தில் தேய்ப்பதன் மூலம் சரும அரிப்பு குறையக்கூடும்.

தேங்காயெண்ணெய் சருமத்துக்கு நன்மை செய்ய கூடியது. அது அரிப்பு போன்று நமைச்சலுக்கும் இவை மிகவும் பயனளிக்க செய்யும். தினமும் வெதுவெதுப்பான நீரில் குளித்த உடன் உடலை துடைத்து உலர விட்டு உடல் முழுவதும் தேங்காயெண்ணெய் தடவி விட வேண்டும். தினசரி இதை செய்து வந்தால் நாளடைவில் சரும அரிப்பு சரியாக கூடும்.

நெஞ்சு எரிச்சல்

நமக்கு நெஞ்செரிச்சல் ஏற்பட்டால் கண்ட டானிக்குகளை குடிக்க வேண்டியதில்லை. மாறாக நீரில் இரண்டு ஏலக்காயை கசக்கி போட்டு ஐந்து நிமிடம் கொதிக்க விட்ட பின்னர் இந்த நீரை குடிக்கவும். இவ்வாறு செய்து வந்தால் உடனடியாக நெஞ்செரிச்சலை குணப்படுத்தி விடலாம்.

மருத்துவ குணங்கள் அதிகம் கொண்ட மூலிகைகளில் துளசி முதன்மையான இடத்தில் உள்ளது. நெஞ்செரிச்சலால் அவதிப்படுவோருக்கு இது அருமையாக உதவும். ஆறு துளசி இலைகளை மென்றால் நெஞ்செரிசிசல் பறந்து போய் விடும். மேலும், இவை வயிற்றில் உண்டாக கூடிய வாயுக்களை தடுத்து வயிற்று பகுதியில் எரிச்சல் ஏற்படாதவாறு காத்து கொள்கிறது.

கொழுப்புக் கட்டி

ஆரஞ்சு பழத்தில் ஏராளமான வைட்டமின்கள் நிறைந்துள்ளது. மேலும் இவற்றில் உள்ள அமிலத்தன்மை, உடலில் சேரும் தேவையற்ற கொழுப்புகளை கரைக்க பயன்படுகின்றது. எனவே கொழுப்புக் கட்டிகள் கரைய தினமும் ஆரஞ்சுப் பழத்தை அதிகளவு உட்கொள்ளவும். குறிப்பாக விதை உள்ள ஆரஞ்சு பழங்களை மட்டுமே உண்ண வேண்டும்.

ஒரு பருத்தித் துணியில் சிறிது கல்லுப்பை போட்டு முடிந்து கொண்டு நல்லெண்ணெய் அல்லது விளக்கெண்ணெயில் அந்த முடிப்பை தோய்ந்து, ஒரு தோசைக்கல்லில் சூடேற்றி அதில் இந்த முடிப்பை வைத்து தாங்கும் அளவுக்கு சூடேற்றி கொழுப்பு கட்டிகளின் மீது ஒத்தடம் கொடுத்து வர வேண்டும்.

உதடு வெடிப்பு

தினமும் காலை மாலை இருவேளை பசும்பாலின் பாலேட்டை உதடுகளின் மீது தடவ வேண்டும். மேலும் கரும்பின் இலைகளைச் சுட்டு சாம்பலாக்கி அதனுடன் பசுமாட்டின் வெண்ணையைக் குழைத்து தடவ உதடு வெடிப்பு நீங்கும்.

நெல்லிக்காய்ச் சாற்றை அதன் சம அளவு தேனுடன் கலந்து தடவிவர நல்ல பலன் தெரியும். கேரட் சாறு, கிளசரின், பசும்பாலாடை ஆகிய மூன்றையும் கலந்து தடவ வேண்டும். இதன் மூலம் உதடு வெடிப்பு குணமாகும்.

கொரோனா

கபசுர குடிநீர் பொடி, ஒரு ஸ்பூன் அளவு எடுத்து, ஒரு டம்பர் தண்ணீரில் கலந்து, 15 முதல் 20 நிமிடங்கள் கொதிக்க வைக்க வேண்டும். பின்னர் கால் டம்ளராக வற்றியப்பின் அதனை, வடிகட்டி குழந்தைகள் 30 மி.லி., பெரியவர்கள், 60 மி.லி., அளவு காலை ஒரு வேளையில் அருந்த வேண்டும்.

நாட்டு நெல்லிக்காய் 50 மி.லி., துளசி 50 மி.லி., எலுமிச்சை 5 மி.லி., இஞ்சி 10 மி.லி., மஞ்சள் கால் ஸ்பூன், தண்ணீர் 150 மி;லி., ஆகிய அளவில் எடுத்து இயற்கை பானம் தயாரித்து, குடிக்கலாம்.

முடிவுரை

இவ்வாறாக நமக்கு தேவையான அனைத்து மூலிகைப் பொருட்;கள் மற்றும் நாட்டுப்புற மருத்துவம் சார்ந்த மருத்துவ குறிப்புகள் போன்ற எல்லா செய்திகளையும் இன்று இணையம் வழியாக நமக்குக் கிடைக்கிறது. அவை கிடைத்ததோடு மட்டுமல்லாமல் அதன் நன்மை தீமைகளையும் எடுத்துரைப்பதோடு இணையம் மருத்துவத்திலும் நம்மை வழிநடத்துகிறது. இவ்வாறு மக்கள் தங்கள் வாழ்வில் பயன்பெற்று அனுபவத்தில் கூறிய செய்திகளை இக்கட்டுரை ஆராய்ந்து வெளிப்படுத்துகிறது.

மேல்நிலைப் பள்ளி வேதியியல் பாடத்தை கணினி வழி கட்டகம் மூலம் கற்றல் கற்பித்தலால் ஏற்படும் பயனுறுதி

முனைவர் இரா.முத்தையன்
உதவிப் பேராசிரியர்
drmuthaiyantamiluniv@gmail.com

ர. கபீர்
முனைவர்பட்ட ஆய்வு மாணவர்
கல்வியியல் மற்றும் மேலாண்மையியல் துறை
தஞ்சாவூர்-10.
kabeer3515@gmail.com

ஆய்வுச் சுருக்கம்

மேல்நிலை இரண்டாமாண்டு வேதியியல் பாடத்தை கணினி வழி கட்டகம் மூலம் கற்றல் கற்பித்தலில் ஏற்படும் பயனுறுதியை கண்டறிதலை நோக்கமாக கொண்டு ஆய்வு மேற்கொள்ளப்பட்டது. ஒற்றைக்குழு பரிசோதனைமுறை மூலம் மேற்கொள்ளப் பட்டுள்ளது. காஞ்சிபுரத்தில் உள்ள சோழன் பதிமன் பள்ளியில் மேல்நிலை இரண்டாமாண்டு பயிலும் ஐம்பது மாணவர்களை மாதிரிக்கூறாக கொண்டு இவ்வாய்வு மேற்கொள்ளப்பட்டது. முன்தேர்வு-பயிற்சி-பின்தேர்வு என்ற முறையில் ஆய்வு செய்யப்பட்டுள்ளது. சராசரி, திட்டவிலக்கம், 't'-சோதனை மற்றும் F-சோதனைகளைக் கொண்டு கருதுகோள்கள் சோதிக்கப்பட்டது. இவ்வாய்வின் முடிவுகளாக பாலினம், குடும்பவகை மற்றும் பெற்றோர்களின் கல்வித்தகுதி போன்ற மாறிகளின் சராசரி வேறுபாடு முக்கியத்துவம் வாய்ந்ததாக இல்லை. தனியாக மாணவர்களைவிட குழுவாக படிக்கும் மாவர்களிடம் கற்றல் அடைவு அதிகமாக காணப்படுகிறது எனத் தெரியவருகிறது.

முக்கிய வார்த்தைகள்:

கணினிவழிக் கட்டகம், ஒற்றைகுழு பரிசோதனை, பயனுறுதி.

முன்னுரை

இவ்வாய்வு கட்டுரையானது மேல்நிலைப் பள்ளி மாணவர்களுக்கு கற்பிக்கப்படும் வேதியியல் பாடத்தில் ஒரு பகுதியான அணு அமைப்பு கணினி வழி கட்டகம் மூலமாக கற்பித்தலால் ஏற்படும் பயனுறுதியை கண்டறிய முற்படுகிறது. மேலும் இவ்வாறு கண்டறிந்து அறிவிப்பதால் மாணவர்களுக்கு தானேகற்றல் கருவியாக கணினி வழிகட்டகம் கிடைக்கிறது. மேலும் அனைத்து மாணவர்களிடையே வேதியியல் பாடத்தில் சிறந்த கற்றல் அடைவை ஏற்படுத்துகிறது. எனவே, இந்த ஆய்வு முக்கியத்துவம் வாய்ந்ததாக அமைகிறது.

கணினி வழி கட்டகம்

கணினி வழி கட்டகம் என்பது மாணவர்கள் மையக்கற்பித்தல் முறையில் சமீபகால முயற்சிகளில் ஒன்றாகும். இதில் பாடப்பகுதிகள் சிறிய பகுதிகளாக்கப்பட்டு கற்க எளிமை படுத்தப்பட்ட ஒரு புதிய முறையாகும் கணினி வழி கட்டகம் என்பது கடினமான பாடக்கருத்தை தலைப்பு, அலகு, உபஅலகு, விளக்கம், அட்டவணை, எடுத்துக்காட்டுகள், ஒருங்கிணைத்தல், தொடர்புடைய விளக்கம், மேலும் கற்க வாய்ப்புகள், விரைவு குறியீடுகள் மற்றும் தொடர்புடைய பாடங்கள் போன்றவைகளை உள்ளடக்கிய கட்டமைக்கப்பட்ட பாடப்குதியாகும். இதில் பாடக்கருத்துகளுக்கு ஏற்புடைய பகுதிகளை கொண்டு ஏற்படுத்தப்படுகிறது. மேலும் இவை தனி தனி பகுதிகளாக கோடிட்டு பிரித்துக் காட்டப்படுகிறது.

ஆய்வுத் தலைப்பு

மேல்நிலைப் பள்ளியில் அறிவியல், கணிதம், கணினி மற்றும் சில பாடப்பிரிவுகளில் கற்பிக்கப்படும் வேதியியல் பாடத்தின் கற்றல் அடைவை அதிகரிக்கும் நோக்கத்துடன் கீழ்கண்ட தலைப்பு ஆய்வு தலைப்பில் ஆய்வு மேற்கொள்ளப்பட்டது. "மேல்நிலைப் பள்ளி வேதியியல் பாடத்தை கணினி வழி கட்டகம் மூலம் கற்றல் கற்பித்தலால் ஏற்படும் பயனுறுதி".

ஆய்வின் நோக்கம்

1. மேல்நிலைப்பள்ளி இரண்டாமாண்டு வேதியியல் பாடத்தை கணினி வழி கட்டகம் மூலம் கற்பித்தலால் ஏற்படும் கற்றல் அடைவின் பயனுறுதியை அறிதல்.

2. மேல்நிலைப்பள்ளி இரண்டாமாண்டு மாணவர்களின் பின்தேர்வு அடைவின் சராசரி வேறுபாட்டின் முக்கியத்துவத்தை மாணவர்களின் பாலினம், குடும்பவகை, படிக்கும் பழக்கம் மற்றும் பெற்றோர்களின் கல்வித்தகுதி போன்ற மாறிகளின் அடிப்படையில் கண்டறிதல்.

ஆய்வின் கருதுகோள்கள்

1. மேல்நிலைப்பள்ளி இரண்டாமாண்டு வேதியியல் பாடத்தை கணினி வழிகட்டம் மூலம் கற்றலால் கற்றல் அடைவின் சராசரி வேறுபாடு முக்கியத்துவம் வாய்ந்தாக இல்லை.

2. மேல்நிலைப் பள்ளி இரண்டாமாண்டு மாணவர்களின் பின்தேர்வு அடைவு மதிப்பின் சராசரி வேறுபாடு அவர்களின் பாலினம், குடும்பவகை மற்றும் படிக்கும் பழக்க வேறுபாட்டால் முக்கியத்துவம் வாய்ந்தாக இல்லை.

3. மேல்நிலைப் பள்ளி இரண்டாமாண்டு மாணவர்களின் பின்தேர்வு அடைவு மதிப்பின் சராசரி வேறுபாடு அவர்களின் பெற்றோர்களின் கல்வித்குதி வேறுபாட்டால் முக்கியத்துவம் வாய்ந்தாக இல்லை.

ஆய்வின் மாதிரிக்கூறு

காஞ்சிபுரத்தில் உள்ள சோழன் பதிமன் மேல்நிலைப் பள்ளியில் வேதியியல் பயிலும் மாணவர்களில் ஐம்பது பேர் மட்டும் சமவாய்ப்பு முறையில் தேர்வு செய்யப்பட்டார்கள்.

ஆய்வு முறை

இவ்வாய்வு ஒற்றை குழு பரிசோதனை முறையில் மேற்கொள்ளப்பட்டது. அதாவது முன்சோதனை – பயிற்சி - பின்சோதனை என்ற முறையில் மேற்கொள்ளப்பட்டது.

ஆய்வு கருவி

"வேதியியல் கற்றல் அடைவுச் சோதனைத்தாள்" இவ்வாய்வுக்கு பயன்படுத்தப்பட்டது. இந்த அடைவுச் சோதனை தாளில் அணு அமைப்பு என்ற பாடப்பகுதியில் ஐம்பது பலவுள் தேர்வு உருபடிகள் உருவாக்கப்பட்டு தரப்படுத்தி பயன்படுத்தப்பட்டது.

ஆய்வுக்கு பயன்படுத்திய புள்ளியியல் நுட்பங்கள்

சராசரி, திட்டவிலக்கம், இரு மாறிகளுக்கு 't'-சோதனையும் இரண்டிற்கு மேற்பட்டவைக்கு 'F'- சோதனையும் பயன்படுத்தப்பட்டது.

புள்ளியியல் பகுப்பாய்வும் கருதுகோள்களை சோதித்தலும்

கருதுகோள் எண்-1

மேல்நிலைப் பள்ளி இரண்டாமாண்டு வேதியியல் பாடத்தை கணினி வழி கட்டகம் மூலம் கற்றலால் கற்றல் அடைவின் சராசரி வேறுபாடு முக்கியத்துவம் வாய்ந்த தாக இல்லை.

இக்கருதுகோளானது 't'-சோதனை மூலம் சோதித்தறிப்பட்டது.

மாறிகள்	எண்ணிக்கை	சராசரி	திட்டவிலக்கம்	திட்டபிழை	't'-மதிப்பு
முன்தேர்வு	50	45.6000	10.102	1.4196	26.1490
பின்தேர்வு	50	82.7200	6.8185		

மேற்கண்ட அட்டவணையில் இருந்து கண்டறிந்த 't'-மதிப்பானது (26.1490) அட்டவணை மதிப்பைவிட 0.01 நிலையில் அதிகமாக உள்ளது. எனவே, இரு சராசரிகளின் வேறுபாடு முக்கியத்துவம் வாய்ந்ததாகும். முன்தேர்வு கற்றல் அடைவைவிட பின்தேர்வு கற்றல் அடைவு அதிகமாக காணப்படுகிறது. இதற்கு காரணம் வேதியியல் பாடத்தை கணினி வழி கட்டகம் மூலம் கற்றல் ஆகும்.

கருதுகோள் எண்-2

மேல்நிலைப் பள்ளி இரண்டாமாண்டு மாணவர்களின் பின்தேர்வு அடைவு மதிப்பின் சராசரி வேறுபாடு அவர்களின் பாலினம், குடும்பவகை மற்றும் படிக்கும் பழக்க வேறுபாட்டால் முக்கியத்துவம் வாய்ந்ததாக இல்லை.

இக்கருதுகோளானது 't'-சோதனை மூலம் சோதிக்கப்பட்டது.

மாறிகள்		N	சராசரி	திட்டவிலக்கம்	திட்டப்பிழை	't'-மதிப்பு
பாலினம்	ஆண்	25	81.92	3.90	1.1133	0.1440
	பெண்	25	82.08			
குடும்ப வகை	தனிக் குடும்பம்	38	82.02	3.90	1.9520	0.0205
	கூட்டுக்குடும்பம்	12	81.98			
படிக்கும் பழக்கம்	தனியாக	28	79.26	3.90	1.0485	2.6133
	குழுவாக	22	84.74			

மேற்கண்ட அட்டவணையின் முதல் இரண்டு பகுதியில் கண்டறிந்த 't'-ன் மதிப்புகள் முறையே *0.1440* மற்றும் *0.0205* அவைகள் அட்டவணை மதிப்பைவிட *0.01* நிலையில் குறைவாக உள்ளது. எனவே இரு சராசரிகளின் வேறுபாடு முக்கியத்துவம் வாய்ந்ததாக இல்லை இன்மை கருதுகோள் ஏற்றுக் கொள்ளப்படுகிறது.

அட்டவணையின் மூன்றாம் பகுதியில் கண்டறிந்த *'t'*-ன் மதிப்பானது *(2.6133)* அட்டவணை மதிப்பைவிட *0.01* நிலையில் அதிகமாக உள்ளது. இன்மை கருதுகோள் மறுக்கப்படுகிறது. இதிலிருந்து தனியாக படிக்கும் மாணவர்களைவிட குழுவாக படிக்கும் மாணவர்களிடம் கற்றல் அடைவு அதிகமாக காணப்படுகிறது எனத் தெரியவருகிறது.

கருதுகோள் எண்-3

மேல்நிலைப்பள்ளி இரண்டாமாண்டு மாணவர்களின் பின்தேர்வு அடைவு மதிப்பின் சராசரி வேறுபாடு அவர்களின் பெற்றோர்களின் கல்வித்தகுதி வேறுபாட்டால் முக்கியத்துவம் வாய்ந்ததாக இல்லை.

இக்கருதுகோளானது F-சோதனை மூலம் சோதிக்கப்பட்டது.

மாறுபாட்டின் ஆதாரம்	வர்க்கங்களின் கூடுதல்	பாகை	சராசரியின் வர்க்கம்	F-மதிப்பு
மாதிரிக்கு இடையில்	17.8400	3	5.9470	0.3770
மாதிரிக்குள்	726.1600	46	15.7860	

மேற்கண்ட அட்டவணையில் இருந்து கண்டறிந்த *F*-மதிப்பானது *0.3770* அட்டவணை மதிப்பைவிட குறைவாக உள்ளது. எனவே, சராசரிகளுக்கு இடையேயான வேறுபாடு முக்கியத்துவம் வாய்ந்ததாக இல்லை. எனவே, இன்மைக்கருதுகோள் ஏற்றுக்கொள்ளப்படுகிறது.

இதிலிருந்து மாணவர்களின் பெற்றோர்களின் கல்வித்தகுதி கற்றல் அடைவில் எவ்விதமான மாறுபாட்டையும் ஏற்படுத்தவில்லை எனத் தெரியவருகிறது.

ஆய்வின் முடிவுகள்:

1. மேல்நிலைப் பள்ளி இரண்டாமாண்டு மாணவர்களின் வேதியியல் கற்றல் அடைவு கணினி வழி கட்டகம்வழி கற்றலால் அதிகரிக்கிறது எனக் கண்டறியப்பட்டுள்ளது.

2. மேல்நிலைப் பள்ளி இரண்டாமாண்டு மாணவர்களின் வேதியியல் கற்றல் அடைவில் அவர்களின் பாலினம், குடும்பவகை மற்றும் பெற்றோர்களின் கல்வித்தகுதி போன்ற மாறிகளினால் எவ்விதமான மாறுபாட்டையும் ஏற்படுத்தவில்லை.

3. மேல்நிலைப் பள்ளி இரண்டாமாண்டு மாணவர்களின் வேதியியல் கற்றல் அடைவு தனியாக படிக்கும் மாணவர்களைவிட குழுவாக படிக்கும் மாணவர்களிடம் அதிகமாக காணப்படுகிறது எனத் தெரியவருகிறது.

ஆய்வின் பரிந்துரைகள்

1. அட்டவணை எண்-1 ன்படி கண்டறிந்த 't'-மதிப்பானது (00000) அட்டவணை மதிப்பைவிட அதிகமாக உள்ளது. எனவே முன்தேர்வைவிட பின்தேர்வின் சராசரி அதிகமாக காணப்படுகிறது. இதற்கு காரணம் கணினி வழிக் கட்டகம் மூலம் கற்பதனால் ஏற்பட்டதாகும். எனவே, ஆசிரியர்களுக்கு கணினி வழிக் கட்டகம் தயார் செய்தல் மற்றும் பயன்படுத்துவதற்கு பயிற்சியை அரசு மற்றும் அரசு சாராத நிறுவனங்களின் வாயிலாக அளிக்கப் பரிந்துரைக்கப்படுகிறது.

2. அட்டவணை எண்-2 இன் மூன்றாம் பகுதியில் இருந்து கண்டறிந்த 't'-ன் மதிப்பு (2.6133) அட்டவணை மதிப்பவிட அதிகமாக உள்ளது. அதாவது தனியாக படிக்கும் மாணவர்களைவிட குழுவாக படிக்கும் மாணவர்களின் கற்றல்அடைவு அதிகமாக காணப்படுகிறது. எனவே ஆசிரியர்கள் தங்கள் மாணவர்களை குழுவாக படிக்க தூண்டவேண்டும். மேலும் இதற்கான பயிற்சி அளிக்கப் பரிந்துறைக்கப்படுகிறது.

முடிவுரை

மேல்நிலைப்பள்ளி வேதியியல் பாடத்தில் அணு அமைப்பு என்ற பாடத்தை கணினி வழி கட்டகம் வாயிலாக கற்றல் கற்பித்தலில் ஈடுபடும் போது கற்றல் அடைவு அதிகரிக்கிறது. எனவே இதுபோல வேதியியலில் உள்ள அனைத்துப் பாடங்களுக்கும் கணினி வழி கட்டகத்தை உருவாக்கி பயன்படுத்தினால் கற்றல் அடைவு அதிகரிக்கும் என்பது உள்ளங்கை நெல்லிக்கனி போன்ற உண்மையாகும்.

மேற்கோள் நூல்கள்:

1. தமிழ்நாடு பாடநூல் கழகம், (2017), மேல்நிலை இரண்டாமாண்டு வேதியியல், பாடப் புத்தகம், சென்னை-6. தமிழ்நாடு பாடநூல் கழக வெளியீடு, கல்லூரி சாலை. முத்தையன், இரா. (2009). கலைத்திட்ட மதிப்பீடு, தஞ்சாவூர்-7, அகரம், மனை எண்-1, நிர்மலா நகர்.

2. *Aggarwal, Y.P. (2002). Statistical methods: Concepts, Application and Computation. New Deli, Sterling publication, Private Limited.*

3. **Best, W. John** *(1975). Research in Education. New Delhi: Prentice Hall of India private limited.*

4.

ஆசிரியர் பயிற்சி பட்டயப் படிப்பிற்கான கணிதம் கற்பித்தல் முறைகளை வலையொளி வாயிலாக கற்றலால் ஏற்படும் பயனுறுதி

முனைவர் இரா.முத்தையன்,
உதவிப் பேராசியரிரயர்
drmuthaiyantamiluniv@gmail.com ,

கோ.பெரியசாமி,
முனைவர்பட்ட ஆய்வு மாணவர்,
கல்வியியல் மற்றும் மேலாண்மையியல் துறை,
தமிழ்ப் பல்கலைக்கழகம், தஞ்சாவூர்-10.
gpdietkrr@gmail.com

ஆய்வுச் சுருக்கம்

கணிதம் கற்பித்தல் முறைகளை வலையொளி வாயிலாக கற்பிக்கும் போது ஏற்படும் விளைவினை கண்டறியும் நோக்கில் ஒற்றைகுழு முறை பரிசோதனை வாயிலாக ஆய்வு மேற்கொள்ளப்பட்டது. இவ்வாய்விற்கு கரூர் மற்றும் புதுக்கோட்டை மாவட்டத்தில் உள்ள மாவட்ட ஆசிரியர் கல்வி மற்றும் பயிற்சி நிறுவனம், அரசு உதவிபெறும் மற்றும் சுயநிதி நிறுவனத்தில் தொடக்கப்பள்ளி ஆசிரியர் பயிற்சி மேற்கொள்ளும் 50-ஆசிரியர் பயிற்சி மாணவர்களை ஆய்வு மாதிரியாக கொண்டு ஆய்வு மேற்கொள்ளப்பட்டது. இவ்வாய்வுக்கு இன்மை கருதுகோள் உருவாக்கப்பட்டு பரிசோதனை செய்யப்பட்டது. இவ்வாய்வின் முடிவாக பாலினம், இருப்பிடம், குடும்பநிலை, பெற்றோர் கல்வித்தகுதி மற்றும் பெற்றோர் தொழில் போன்ற மாறிகளின் சராசரி வேறுபாடு முக்கியத்துவம் வாய்ந்ததாக இல்லை எனத் தெரியவருகிறது.

முக்கிய வார்த்தைகள்:- வலையொளி, பயனுறுதி, ஆசிரியர்பயிற்சி பட்டயப்படிப்பு.

முன்னுரை

கணிதம் என்பது எண், இடம் ஆகிய கருத்துக்களை உள்ளடக்கிய பகுத்தறி முடிவுகளைக் கொண்ட ஒரு கருத்துருவைதரும் அறிவியல் எனப் புதிய ஆங்கில அகராதி குறிப்பிடுகிறது. பெர்ட்ராண்ட்ரஸல் என்பவர், "சரியாகக் சிந்தித்து நோக்கின், கணித்தில் உண்மை மட்டுமின்றி, மிகசிறந்த அழகும் உள்ளது" என்று கூறினார். கவுஸ் என்பவர் "அறிவியலின் அரசி கணிதம்" என்று கூறியுள்ளார். பேக்கள், "கணிதம் எல்லா அறிவியல் துறைக்கும் நுழைவாயிலும், திறவு கோலானது" என்கிறார். இவ்வளவு சிறப்புமிக்க கணிதம் இன்று மாணவர்கள் மத்தியில் எட்டிக்காயாக கசக்கிறது. இதற்கு காரணம் ஆர்வமில்லா மாணவர்களா அல்லது சிறப்பாக கற்பிக்காத ஆசிரியர்களா என்றால் சில வேலைகளில் இருவரும் காரணமாகிறார்கள். ஆனால் ஆர்வமில்லாத மாணவனையும்

ஆர்வமூட்டி கணிதை கற்கண்டாக்க வேண்டியது ஆசிரியரின் தலையாய கடமை ஆகும். எனவே தான் தொடக்கப்பள்ளி மாணவர்களுக்கு கற்பிக்க பயிற்சிபெறும் மாணவ ஆசிரியர்களின் கற்பித்தல் முறைகளை திறம்பட புரிந்து சிறந்த ஆசிரியர்களை உருவாக்க இந்த ஆய்வில் வலையொளி வாயிலாக கணிதம் கற்பித்தலை மேற்கொண்டு அவர்களின் கற்றல் அடைவை கண்டறிந்து அறிவிப்பதன் மூலம் இவ்வாய்வு முக்கியத்துவம் வாய்ந்ததாகிறது.

வலையொளி

வலையொளி என்பது ஒரு அமெரிக்க நாட்டு நிகழ்நிலை காணொளி பகிர்வு மற்றும் சமூக ஊடகதளமாகும். இது சாட்ஹர்லி ஸ்டீவ்சென் மற்றும் ஐவேத்கரீம் ஆகியோரால் பிப்ரவரி-2005 இல் தொடங்கப்பட்டது. இது ஒரு செயல்படும் மென்பொருள் கருவியாகும். ஆய்வாளர் தொடக்கப்பள்ளி ஆசிரியர் பட்டயபயிற்சி கற்பிக்கும் அரசு நிறுவனத்தில் கணித விரிவுரையாளர் எனவே, தான் கற்பிக்க வேண்டிய பாடப்பொருளை பேசி பதிவுசெய்து அதனை கேள்விகருவியாக மாற்றி வலையொளியில் புதிவுசெய்து மாணவரை கேட்கசெய்துள்ளார். மேலும் வலையொளியில் காணப்படும் கணிதம் கற்பித்தலுக்கான கேள்வி-காட்சி மூலம் காணப்படும் பதிவுகளையும் இனங்கண்டு அவற்றை மாணவர்களிடம் கொண்டு சென்றுள்ளார். இவற்றின் தொகுப்பை வலையொளிக் கருவியாககொண்டு ஆய்வாளரால் ஆய்வு மேற்கொள்ளப்பட்டது.

ஆய்வு தலைப்பு

கணிதை கற்கண்டாக்குவது ஆசிரியர் கற்பிப்பு முறையாகும். எனவே இந்த கற்பிப்பு முறையை முழுமையாக கற்றுதெளிவுபெற தொடக்கப்பள்ளி ஆசிரியர் பயிற்சி மேற்கொள்ளும் மாணவர்களுக்கு வலையொளி மூலம் கற்றல் கற்பித்தலில் ஈடுபடும் போது அதன் விளைவை காணும் பொருட்டு கீழ்கண்ட தலைப்பில் ஆய்வு மேற்கொள்ளப்பட்டது. "ஆசிரியர் பயிற்சி பட்டயப் படிப்பிற்கான கணிதம் கற்பித்தல் முறைகளை வலையொளி வாயிலாக கற்றலால் ஏற்படும் பயனுறுதி".

ஆய்வின் நோக்கம்

1. ஆசிரியர் பயிற்சி பட்டயப் படிப்பிற்கான கணிதம் கற்பித்தல் பாடத்தை வலையொளி மூலம் கற்பித்தலால் ஏற்படும் கற்றல் அடைவின் பயனுறுதியை அறிதல்.

2. ஆசிரியர் பயிற்சி பட்டயப் படிப்பிற்கான கணிதம் கற்பித்தல் என்ற பாடத்தில் மாணவர்களின் பின்தேர்வு அடைவின் சராசரி வேறுபாட்டின் முக்கியத்துவத்தை மாணவர்களின் பாலினம், இருப்பிடம், குடும்பநிலை, பெற்றோர்களின் கல்வித்தகுதி மற்றும் பெற்றோர் தொழில் போன்ற மாறிகளின் அடிப்படையில் கண்டறிதல்.

ஆய்வின் கருதுகோள்கள்

1. ஆசிரியர் பயிற்சி பட்டயப் படிப்பிற்கான கணிதம் கற்பித்தல் பாடத்தை வலையொளி மூலம் கற்பித்தலால் ஏற்படும் கற்றல் அடைவின் சராசரி வேறுபாடு முக்கியத்துவம் வாய்ந்தாக இல்லை.

2. ஆசிரியர் பயிற்சி பட்டயப் படிப்பிற்கான மாணவர்களின் பின்தேர்வு அடைவு மதிப்பின் சராசரி வேறுபாடு அவர்களின் பாலினம், இருப்பிடம் மற்றும் குடும்பநிலை வேறுபாட்டால் முக்கியத்துவம் வாய்ந்தாக இல்லை.

3. ஆசிரியர் பயிற்சி பட்டயப் படிப்பிற்கான மாணவர்களின் பின்தேர்வு அடைவு மதிப்பின் சராசரி வேறுபாடு அவர்களின் பெற்றோர்களின் கல்வித்தகுதி மற்றும் பெற்றோர்களின் தொழில் வேறுபாட்டால் முக்கியத்துவம் வாய்ந்தாக இல்லை.

ஆய்வின் மாதிரிக்கூறு

கரூர் மற்றும் புதுக்கோட்டை மாவட்டத்தில் உள்ள அரசு, அரசு உதவிபெறும் மற்றும் சுயநிதி ஆசிரியர் பயிற்சி பட்டயப்படிப்பு பயிலும் ஐம்பது ஆசிரியர் மாணவர்கள் மட்டும் சமவாய்ப்பு முறையில் தெரிவு செய்யப்பட்டார்கள்.

ஆய்வு முறை

இவ்வாய்வு ஒற்றைகுழு பரிசோதனை முறையில் மேற்கொள்ளப்பட்டது. அதாவது முன்சோதனை – பயிற்சி - பின்சோதனை என்ற முறையில் மேற்கொள்ளப்பட்டது.

ஆய்வு கருவி

"கணிதம் கற்பித்தல் முறையின் கற்றல் அடைவுச் சோதனைத்தாள்" இவ்வாய்வுக்கு பயன்படுத்தப்பட்டது. இந்த அடைவுச் சோதனை தாளில் கணிதம் கற்பித்தல் முறைகள் என்ற பாடப்பகுதியில் ஐம்பது பலவுள் தெரிவு உருபடிகள் உருவாக்கப்பட்டு தரப்படுத்தி பயன்படுத்தப்பட்டது.

ஆய்வுக்கு பயன்படுத்திய புள்ளியியல் நுட்பங்கள்

சராசரி, திட்டவிலக்கம், இரு மாறிகளுக்கு 't'-சோதனையும் இரண்டிற்கு மேற்பட்டவைக்கு 'F'- சோதனையும் பயன்படுத்தப்பட்டது.

புள்ளியியல் பகுப்பாய்வும் கருதுகோள்களை சோதித்தலும்

கருதுகோள் எண்-1

ஆசிரியர் பயிற்சி பட்டயப் படிப்பிற்கான கணிதம் கற்பித்தல் பாடத்தை வலையொளி மூலம் கற்பித்தலால் ஏற்படும் கற்றல் அடைவின் சராசரி வேறுபாடு முக்கியத்துவம் வாய்ந்தாக இல்லை.

இக்கருதுகோளானது 't'-சோதனை மூலம் சோதித்தறிப்பட்டது.

மாறிகள்	எண்ணிக்கை	சராசரி	திட்டவிலக்கம்	திட்டபிழை	't'-மதிப்பு
முன்தேர்வு	50	50.04	13.24	1.3408	19.2572
பின்தேர்வு	50	76.00	6.85		

மேற்கண்ட அட்டவணையில் இருந்து கண்டறிந்த 't'-மதிப்பானது (19.2572) அட்டவணை மதிப்பைவிட 0.01 நிலையில் அதிகமாக உள்ளது. எனவே, இரு சராசரிகளின் வேறுபாடு முக்கியத்துவம் வாய்ந்ததாகும். முன்தேர்வு கற்றல் அடைவைவிட பின்தேர்வு கற்றல் அடைவு அதிகமாக காணப்படுகிறது. இதற்கு காரணம் கணிதம் கற்பித்தல் முறைகளை வலையொளி மூலம் கற்றல் ஆகும்.

கருதுகோள் எண்-2

ஆசிரியர் பயிற்சி பட்டயப் படிப்பிற்கான மாணவர்களின் பின்தேர்வு அடைவு மதிப்பின் சராசரி வேறுபாடு அவர்களின் பாலினம், இருப்பிடம் மற்றும் குடும்பநிலை வேறுபாட்டால் முக்கியத்துவம் வாய்ந்தாக இல்லை.

இக்கருதுகோளனது 't'-சோதனை மூலம் சோதிக்கப்பட்டது.

மாறிகள்		N	சராசரி	திட்டவிலக்கம்	திட்டப்பிழை	't'-மதிப்பு
பாலினம்	ஆண்	25	75.92	6.85	1.1133	0.1600
	பெண்	25	76.08			
குடும்ப நிலை	தனிக் குடும்பம்	32	75.2857	6.85	0.2626	1.7110
	கூட்டுக்குடும்பம்	18	76.2727			
இருப்பிடம்	கிராமம்	28	76.2857	6.85	1.9583	0.5040
	நகரம்	22	75.8364			

மேற்கண்ட அட்டவணையில் கண்டறிந்த 't'-ன் மதிப்புகள் முறையே 0.1600, 1.7110 மற்றும் 0.5040 அவைகள் அட்டவணை மதிப்பைவிட 0.01 நிலையில் குறைவாக உள்ளது. எனவே இரு சராசரிகளின் வேறுபாடு முக்கியத்துவம் வாய்ந்ததாக இல்லை இன்மை கருதுகோள் ஏற்றுக் கொள்ளப்படுகிறது.

கருதுகோள் எண்-3

ஆசிரியர் பயிற்சி பட்டயப் படிப்பிற்கான மாணவர்களின் பின்தேர்வு அடைவு மதிப்பின் சராசரி வேறுபாடு அவர்களின் பெற்றோர்களின் கல்வித்தகுதி மற்றும் பெற்றோர்களின் தொழில் வேறுபாட்டால் முக்கியத்துவம் வாய்ந்தாக இல்லை.

இக்கருதுகோளனது F-சோதனை மூலம் சோதிக்கப்பட்டது.

மாறிகள்	மாறுபாட்டின் ஆதாரம்	வர்க்கங்களின் கூடுதல்	பாகை	சராசரியின் வர்க்கம்	F-மதிப்பு
பெற்றோர் கல்வித்தகுதி	மாதிரிக்கு இடையில்	52.4230	3	17.4740	0.3610
	மாதிரிக்குள்	2225.6570	46	48.3840	
பெற்றோர் தொழில்	மாதிரிக்கு இடையில்	136.9040	4	34.2260	0.719
	மாதிரிக்குள்	2141.1760	45	47.5820	

மேற்கண்ட அட்டவணையில் இருந்து கண்டறிந்த F-மதிப்பானது 0.3610 மற்றும் 0.7190 அட்டவணை மதிப்பைவிட குறைவாக உள்ளது. எனவே, சராசரிகளுக்கு இடையேயான வேறுபாடு முக்கியத்துவம் வாய்ந்ததாக இல்லை. எனவே, இன்மைக்கருதுகோள் ஏற்றுக்கொள்ளப்படுகிறது. இதிலிருந்து மாணவர்களின் பெற்றோர்களின் கல்வித்தகுதி மற்றும் தொழில் கற்றல் அடைவில் எவ்விதமான மாறுபாட்டையும் ஏற்படுத்தவில்லை எனத் தெரியவருகிறது

ஆய்வின் முடிவுகள்:

1. ஆசிரியர் பயிற்சி பட்டயப் படிப்பிற்கான கணிதம் கற்பித்தல் பாடத்தை வலையொளி மூலம் கற்பித்தலால் கற்றல் அடைவு அதிகரிக்கிறது எனக் கண்டறியப்பட்டுள்ளது.

2. ஆசிரியர் பயிற்சி பட்டயப் படிப்பிற்கான மாணவர்களின் கணிதம் கற்பித்தல் கற்றல் அடைவில் அவர்களின் பாலினம், இருப்பிடம், குடும்பநிலை, பெற்றோர்களின் கல்வித்தகுதி மற்றும் தொழில் போன்ற மாறிகளினால் எவ்விதமான மாறுபாட்டையும் ஏற்படுத்தவில்லை.

ஆய்வின் பரிந்துரைகள்

3. அட்டவணை எண்-1 ன்படி கண்டறிந்த 't'-மதிப்பானது (19.2572) அட்டவணை
    மதிப்பைவிட அதிகமாக உள்ளது. எனவே முன்தேர்வைவிட பின்தேர்வின் சராசரி
    அதிகமாக காணப்படுகிறது. இதற்கு காரணம் வலையொளி மூலம் கற்பதனால்
    ஏற்பட்டதாகும். எனவே, ஆசிரியர்களுக்கு வலையொளி வழி கற்பிக்கும்
    முறையின் பயிற்சியை அரசு மற்றும் அரசு சாராத நிறுவனங்களின் வாயிலாக
    அளிக்கப் பரிந்துரைக்கப்படுகிறது.

முடிவுரை

    ஆசிரியர் பயிற்சி பட்டயப் படிப்பிற்கான கணிதம் கற்பித்தல் முறைகளை வலையொளி
வழியாக கற்றல் கற்பித்தலில் ஈடுபடும்போது கற்றல் அடைவு அதிகரிக்கிறது. எனவே இதுபோல
பிற பகுதிகளுக்கும் வலையொளி வாயிலாக கற்றல் கற்பித்தலில் ஈடுபட்டால் கற்றல் அடைவு
அதிகரிக்கும்.

மேற்கோள் நூல்கள்:

5.   தமிழ்நாடு பாடநூல் கழகம், (2009), கணிதம் கற்பித்தல், பாடப் புத்தகம், சென்னை-6. தமிழ்நாடு பாடநூல் கழக வெளியீடு, கல்லூரி சாலை.

6. முத்தையன், இரா. (2009). கலைத்திட்ட மதிப்பீடு, தஞ்சாவூர்-7, அகரம், மனை எண்-1, நிர்மலா நகர்.

7.   *Aggarwal, Y.P. (2002). Statistical methods: Concepts, Application and Computation. New Deli, Sterling publication, Private Limited.*

8. **Best, W. John** *(1975). Research in Education. New Delhi: Prentice Hall of India private limited.*

முனைவர் தே. பிரியா,

உதவிப்பேராசிரியர்,தமிழ்த்துறை,
வே.வ.வன்னியப்பெருமாள் பெண்கள் கல்லூரி (தன்னாட்சி),
விருதுநகர்.

ஆய்வுச்சுருக்கம்:

உலகமயமாதலினால் உலகமானது சுருங்கி உள்ளங்கைக்குள் இயங்கத் தொடங்கியுள்ளதை எவரும் மறுக்க இயலாது. கணினி சார்ந்த தொழில்நுட்பக் கருவிகளின் பயன்பாடானது ஆசிரியர்களுக்கு இன்றைய காலக்கட்டத்தில் தவிர்க்க இயலாதவை. பாரம்பரிய கல்வி முறைகளில் இருந்து விடுபட்டு, எளிமையாக, இருக்கும் இடத்திலிருந்து மாணவர்கள் விரும்பும் நேரத்தில் கற்பதற்கு ஏற்ற வகையில் கல்விப் புகட்டுதலில் திறவூற்று தொழில்நுட்பங்களின் பயன்பாடுகள் விளக்கப்படுகின்றன.திறவூற்றுத் தொழில்நுட்பத்தில்(Open sourse) ஒருங்குகுறி (Unicode)உதவியோடு, தமிழ் மொழி வழி கற்பித்தல் முறை மற்றும் தமிழ் இலக்கண, இலக்கியங்களை நுட்பமாக, எளிதாக மாணவர்கள் மனங்கொள்ளத்தக்க வகையில் கற்பிக்கும் முறைகள் புலப்படுத்தப்படுகின்றன.வலையமைப்பு உதவியோடு இணையம்வழி தமிழ்மொழி கற்றல் கற்பித்தலில் உதவும் கருவிகள் வலையமைப்பு உதவியோடு இணையம்வழி தமிழ்மொழி கற்றல் கற்பித்தலில் உதவும் கருவிகளை இனம் காணுவதாய் இக்கட்டுரை அமைகின்றது.வலைப்பூக்கள்(BLOGS), வலைத்தளங்களின்(WEBSITE) பங்களிப்புகள் கல்விப் புலத் தேவைகளைப் பூர்த்தி செய்யும் நோக்கத்தில் வடிவமைக்கப்பட்டுள்ள பாங்கும்,பயன்பாடும் எடுத்துரைக்கப்படடுள்ளன.தமிழ் வளங்களான சுவடிகள், கல்வெட்டுக்கள், பழந்தமிழ் இலக்கியங்கள் போன்றவற்றை மென்பொருள் உதவியோடு எதிர்காலப் பயன்பாட்டிற்கும் விரைவான- இலகுவான முறையிலும் பயன்படுத்திக்கொள்ளும் விதமாக மென்பொருள் வடிவமைப்பு முறைகள், தேடு தளங்கள் குறித்த கருத்துக்கள் இக்கட்டுரையில் ஆராயப் பட்டுள்ளன. கணினியின் வழியாக இணையத்தின் சேவையைப் பயன்படுத்தி, தரமான முறையில் கல்வி வழங்கிடவும் கற்றல் அமைவதற்கும், கற்பிக்கும் ஆசிரியர்களுக்கு இணையவழியில் கற்பித்தலுக்கு உதவும் செயலிகள் மற்றும் முறைகளை ஆராய்வதாக இக்கட்டுரை அமைகின்றது.

இணையவழி கற்றல் *(virtual learning)*

இணையவழி கற்றல் *(virtual learning)* முறையில் கற்றல் - கற்பித்தல் இரண்டுமே தொழில்நுட்பங்களின் வழியாக நிகழ்கின்றது.இம்முறையில் கல்வி கற்கும் ஒவ்வொரு மாணவனின் நிலையையும் கருத்தில் இருத்தி, மாணவர்களிடையே ஆர்வத்தையும் புரிதலையும் யாருடைய உதவியும் இன்றி மேம்படுத்தும் வகையில் ஆசிரியர்கள் பாடங்களைத் திட்டமிட்டு வடிவமைத்தல் அவசியமாகின்றது. ஏனெனில் இம்முறையானது ஒரு ஆசிரியர் ஒரு மாணவன் என்ற நிலையிலேயே நிகழ்கின்றது.அதில் ஆசிரியர் மாணவர்களை மதிப்பீடு செய்திட *Discussion, Problem solving, Storytelling, Presenting, Brainstorming ,Collaborative writing, Joumailing* என்பதன் அடிப்படையில் கற்றல் முறைகளைத் திட்டமிட்டு உருவாக்குதல் இன்றியமையாதது ஆகும். *http://tsaponar.blogspot.com/2013/12/elearning-technology-compass.html?m=1*

முன்வைப்பி *(Power Point Presentation)*

முற்காலத்தில் தமிழ் ஆசிரியர்கள் மாணவர்களுக்குப் பாடம் புகட்டும் பொழுது மனனம் செய்யும் பழக்கத்தையும் நினைவாற்றலைத் தக்க வைக்கும் முறைகளையும் கற்றுக் கொடுத்தோடு தேர்ந்த பயிற்சியும் வழங்கினர். ஆதலால் தமிழ் இலக்கண நூற்பாக்கள் மற்றும் தமிழ் இலக்கியத்தில் சிறந்த பாடல்களை எக்காலத்திலும் மறவாமல் சொல்வதற்கு ஏற்ப தளம் அமைத்துக் கொடுக்கப்பட்டது. ஆனால் தற்காலத்து கொரானா பெருந்தொற்றுக் காலத்திலும் கற்றல் கற்பித்தல் தொடர் சங்கிலி இணைப்பானது அறுந்து விடக்கூடாது என்ற நிலையில் இணைய வழி வகுப்புகள் நடைபெற்று கொண்டு இருக்கின்ற பொழுது மாணவர்களின் மனம் கவர்ந்து , பாடங்களை ஆர்வத்தோடு கேட்பதற்கும் நினைவில் எளிதில் நிறுத்துவதற்கும் பல்வேறு நுணுக்கமான உத்திகளை பல்லூடகங்களை (Multimedia) உதவியோடு தயாரித்துப் பாடங்களை நடத்திட வேண்டியது காலத்தின் கட்டாயமாகின்றது. இந்தச் சூழ்நிலையில் முன்வைப்பி (PowerPoint presentation) உதவியோடு இயங்குபடம்(Animation) தயாரித்து மாணவர்களுக்கு விருப்பமான நேரத்தில் இருந்த இடத்தில் இருந்தே கற்கச் செய்வதற்கும், இணைய வகுப்புகளை உயிர்ப்புடன் வைத்துக் கொள்வதற்கும் ஆசிரியப்பெருமக்களுக்கு உதவும் தொழில்நுட்பம் எனலாம்.

வலையொளி (YouTube)

ஆசிரியர்கள் தங்கள் மாணவர்களுக்கு மட்டுமல்லாமல் தமிழ் ஆர்வம் மிக்கவர்கள் எளிதில் கற்றுப் புரிந்துகொள்வதற்கும் முன் வைப்பி (PowerPoint presentation) மற்றும் இயங்குபடம் (Animation) உதவியோடு உருவாக்கிய காணொளி காட்சிகளை(video) தங்கள் மின்னஞ்சல் முகவரி (email ID) வழி வலையொளியில் தனி வலையொளி வரிசையினை உருவாக்கி ,தமிழ் பணியாற்றிட உதவும் ஒரு புதிய மைல்கல்லாக வலையொளி (YouTube) அமைப்பினைப் பாராட்டலாம்.

குறுவட்டு (CD) & குறுஞ்செயலி(app)

இணையவழியில் தமிழ் ஆர்வம் உடையோர் கற்பதற்கு பல்லூடகங்களின் (Multimedia) உதவியோடு மென்பொருட்கள் உருவாக்கப்படுகின்றன. குழந்தைகளுக்கான எழுத்துப் பயிற்சி, கதைகள், பாடல்கள் குறுவட்டு (CD)மற்றும் குறுஞ்செயலி(app) வழியாகவும் பயிற்றுவிப்பதையும் கற்பதையும் மையமிட்ட வகையில் சில மென்பொருள் நிறுவனங்கள் உதவியோடு தயாரித்து இலவசமாகவும் மிகக் குறைந்த விலையிலும் கையடக்க கணினி (iPad, tablet PC) Smartphone போன்றவற்றில் உபயோகப்படுத்தி, பயன் பெறும் வகையில் உருவாக்கலாம்.

வலைப்பூ (Blog)

தொழில்நுட்பத்தின் வளர்ச்சியில் இணையதளத்தை (website)தனி நபர்கள் உருவாக்கி , தொடர்ந்து கையாளுதல் என்பது எளிதான செயல் அல்ல. தொழில்நுட்ப வல்லுநர்களின் உதவியானது அடித்தளமாக அமைகின்றது. மேலும் கட்டணத்திற்கு சிறிதளவு பொருட்செலவும் ஏற்படக்கூடும். தொழில்நுட்ப வல்லுநர்களின் உதவி, பொருட்செலவு ஏதுமின்றி மின்னஞ்சல் முகவரியை (e mail ID) வைத்து இட்டு நிரப்பி (upload)பயன்படுத்துவதற்கு வலைப்பூ (Blog)என்ற அமைப்பு பேருதவியாக உள்ளது. இதில் இடப்படும் தகவல்கள் படங்களாகவோ (image), காணொளிகளாகவோ (video)ஒலி கோப்புகளாகவோ (audio), செய்தி அல்லது உரையாகவோ (text)பகிர்ந்து கொள்ளலாம். பின்னர், அதற்கான பின்னூட்டங்களையும் பெற முடியும்.தமிழ்மொழி கற்றல் ஆர்வத்தைத் தூண்டுவதற்கும் புதிய படைப்பாக்கங்களுக்கு வித்திடவும் வலைப்பூ (Blog) சேவையைத் தமிழ் பணியாற்ற விரும்புவோர் பயன்படுத்திடலாம். ஆசிரியர்கள் தங்களுக்கு என வலைப்பூக்களை உருவாக்கி, சிந்தனைக்கு விருந்தளிக்கும் ஆக்கபூர்வமான கருத்துக்களைப் பதிவிடும் பொழுது புதிய கருத்துக்கள் தமிழுலகுக்கு புலப்படுதலோடு அக்கருத்துக்கள் குறித்துப் பெறப்படும் பின்னூட்டங்கள் வழி பகிர்ந்து கொண்ட கருத்துக்களை செம்மையாக்கம் செய்து பொலிவுபடுத்தி வலுப்படுத்த இயலும். மேலும் மாணவர்களையும் தமிழ் ஆர்வலர்களையும் தங்களுக்கென தனி வலைப்பூவை உருவாக்கி எழுத்தாற்றலை ஊக்குவிக்க இயலும்.

மின் நூலகம் (e library)

தமிழ் இணையக் கல்விக்கழகத்தின் மின்நூலகமானது நூல்கள், அகராதிகள்,கலைக்களஞ்சியங்கள் கலைச்சொல் தொகுப்புகள், சுவடிக் காட்சியகம், பண்பாட்டுக் காட்சியகம் என்னும் பிரிவுகளில் நூலகங்கள் சென்று சேகரிக்கும் அரிய தகவலை தமிழ் இணையக் கல்விக் கழகத்தின் இந்த மின்நூலகம் வழி தமிழ் கணினி மற்றும் தமிழ் தகவல் தொழில்நுட்பத்தின் வளர்ச்சியினால் தமிழ் மென்பொருள்கள் வடிவமைப்பின் வாயிலாக இருந்த இடத்தில் இருந்தே பெறுவதற்கு மென்பொருள் நிறுவனங்கள் சேவை புரிந்து வருவது குறிப்பிடத்தக்கது.இந்தத் தமிழ் இணையக் கல்விக் கழகத்தின் உதவியோடு தமிழ் பண்பாட்டினை அடுத்ததலைமுறைக்குக் கொண்டு செல்வதற்கும், ஓலைச்சுவடிகளை மென்பொருள் உதவியோடு படி எடுத்து ,தாள் சுவடியாக்கி அதில் இருக்கும் அரிய கருத்துக்களை இருக்குமிடத்திலேயே சுவடி வாசிப்பைக் கற்று எழுத்து வடிவத்தைப் புரிந்து அறிந்து அழிவின் விளிம்பில் இருந்து மீட்டெடுக்க இயலும்.

துணைநூல்

1. சுந்தரம். இல, 2015, கணினித்தமிழ், விகடன் பிரசுரம், சென்னை.

Impact of Blended Learning in the Teaching and Learning of English

N.Sathi, Ph.D.

Research Scholar, Department of Education & Management, Tamil University, Thanjavur
Asst. Professor, SCERT, Chennai
nsathi1608@gmail.com)

Dr.D.Meenakshi,

BT Assistant, Government High School, Thirukkandalam, Thiruvallur District

Abstract

Educational processes have seen a lot of tremendous changes after the advent of internet. The introduction of 'Technology in Education has revolutionised classroom transaction. NCF (2005) mentions that children come to school with prior knowledge and they are not the empty vessels to be filled with information. Of course, students can gather knowledge by the click of the mouse thanks to the internet and digital resources. Hence, the role of teachers has got changed from the dispensers of information to facilitators of learning. The present day teachers need to be tech savvy to tap all the print and digital resources adopting the most appropriate pedagogical processes that suit their students.

English language is regarded as a skill subject. Like any other languages, it also has importance on the expression. The students need to develop their communication skill in English both in oral and written in their school days itself. The highly performing students in Engineering subjects fail to secure jobs in multinational companies in the era of globalisation and liberalisation just because of the lack of English language communication skills. The present day engineers need to converse with the global clients and sell their products, i.e softwares through their companies.

The faculty members of Engineering Colleges struggle to develop the English language communication skills of students. 'Blended Language' or 'Blended e-learning' is a method which can be adopted to develop the communication skills of students in English. In the traditional method of teaching, students are given common instruction as a whole class activity. It does not focus on individual performance of students. The research studies show that there exists individual difference among students. So, the classroom processes should not be generalised but individualistic according to the learning pace of students.

Blended Teaching is a concept that incorporates face to face teaching with ICT support. It includes instruction, indirect instruction, collaborative teaching, individualised computer assisted learning. It is the integrated combination of traditional learning with web based online approaches, the combination of media and tools deployed in e-learning environment with the combination of number of pedagogical approaches. Hence, the investigators have selected the problem and stated it as "An Impact of Blended Learning in the Teaching and Learning of English".

Introduction

Educational processes have seen a lot of tremendous changes after the advent of internet. The introduction of 'Technology in Education has revolutionized classroom transaction. NCF (2005) mentions that children come to school with prior knowledge and they are not the empty vessels to be filled with information. Of course, students can gather knowledge by the click of the mouse thanks to the internet and digital resources. Hence, the role of teachers has got changed from the dispensers of information to facilitators of learning. The present day teachers need to be tech savvy to tap all the print and digital resources adopting the most appropriate pedagogical processes that suit their students. English language is regarded as a skill subject. Like any other languages, it also has importance on the expression. The students need to develop their communication skill in English both in oral and written in their school days itself. The highly performing students in Engineering subjects fail to secure jobs in multinational companies in the era of globalization and liberalization just because of the lack of English language communication skills. The present day engineers need to converse with the global clients and sell their products, i.e software through their companies.

The faculty members of Engineering Colleges struggle to develop the English language communication skills of students. 'Blended Language' or 'Blended e-learning' is a method which can be adopted to develop the communication skills of students in English. In the traditional method of teaching, students are given common instruction as a whole class activity. It does not focus on individual performance of students. The research studies show that there exists individual difference among students. So, the classroom processes should not be generalised but individualistic according to the learning pace of students.

Blended Teaching is a concept that incorporates face to face teaching with ICT support. It includes instruction, indirect instruction, collaborative teaching, individualized computer assisted learning. It is the integrated combination of traditional learning with web based online approaches, the combination of media and tools deployed in e-learning environment with the combination of number of pedagogical approaches.

Hence, the investigators have selected the problem and stated it as "An Impact of Blended Learning in the Teaching and Learning of English".

The following are the objectives formulated for the study.

1. To study the effectiveness of the Blended method of teaching of English for the students of Computer Science Department.

2. *To study the significance of the difference in the achievement test in English for the pre-test and post-test between the male and female and rural and urban students of the Computer Science Department in respect of the a) Control Group, b) Experimental Group.*

Hypotheses

The following hypotheses have been framed from the objectives formulated.

1. *The effectiveness of the Blended Method of teaching English for the students from the Computer Science Department is found to be at high level,*

2. *There is no significant difference in the achievement test in English for the students from the Computer Science Department for the pre-test and post-test between the male and female and rural and urban students in respect of the a) Control Group, b) Experimental Group.*

Sample and Tool

The purposive sampling technique has been used in the selection of the sample of 40 students from the Computer Science Department of the Gojan Engineering College, Chennai. The tool, Achievement Test in English (ATE), constructed and validated by the investigators was used in the present study.

Method

Experimental method was used in the present study. It consists of a) Control Group (Traditional Method of Teaching), b) Experimental Group (Teaching by ICT). Each group had 20 students.

1) Statistical Techniques Used

3. *The following statistical techniques have been employed in the present investigation.*

4. • *Percentage Analysis*

5. • *Descriptive Analysis*

6. • *Differential Analysis ('t' test)*

2) Delimitations of the Study

7. *The study is delimited only to the*

8. • *students from the Computer Science Department only,*

9. • *select demographic variables only.*

Review of Literature

The investigators referred to the educational research studies and journals available.

Chintan Kishorbhai Vaghela., (2019) conducted a studied study on the Blended Learning: A Transformative Potential for Higher Education. This paper identified three distinct approaches for designing a blended course that emerged as a result of the multitude of definitions of Blended learning. Kavitha.R.K., et al (2018) investigated a study on the Student Experiences in Blended Learning Environments. HananTawil., (2018) examined a study on the Blended Learning Approach and Its Application in Language Teaching. The general finding regarding blended learning in language teaching is that it delivers a number of advantages for language teaching. Peter mozelius et al., (2017), investigated a study on the critical factors for implementing blended learning in higher education. The findings support the factor for innovative didactics and instructional design to satisfy the needs in heterogeneous student groups. Narangerel Jachin., et al (2017) conducted a study on the Potential Impact of Blended Learning on Teacher Education in Mongolia. The results show that the goal of improving quality of the blended course and reducing the instructor workload has been achieved. This research result shows that blended learning implementation can improve quality of education, benefiting both students and instructors.

Methodology

3)   *Standardization of the Tool*

The investigators developed an achievement test consisting of 50 questions. The questions were administered to a sample of 100 studying in private Engineering colleges in Chennai. The index of difficulty and index of discrimination of each item were calculated for finalising the tool. The achievement test tool constructed by the investigators has content validity as the scale test contains items from the content areas prescribed before and the same was ratified by a panel of experts. It has construct validity as the items were selected following item analysis procedure following 'split half method'. The intrinsic validity was found to be 0.90. The reliability of the test-retest method was found to be 0.81. The researchers adopted internet based learning to teach communicative English to students with regard to the Blended Learning. A set of PowerPoint slides was prepared to ensure self learning by students.

Tool Administration

The tool was administrated to the sample before and after the treatment as pre-test and post-test. The data were analysed statistically.

Data Analysis

The results of the achievement test in the pre test and post test were presented in the following tables.

Table-1 Levels of Achievement of Computer Science Department Students in the Pre-test

Group	Sub group	Low		Average		High	
		N	%	N	%	N	%
Control Group	Entire	6	30.0	14	70.0	0	0
	Male	2	23.3	10	71.4	0	0
	Female	4	66.7	4	28.6	0	0
	Rural	3	50.0	10	71.4	0	0
	Urban	3	50.0	4	28.6	0	0
Experimental Group	Entire	0	0	20	100.0	0	0
	Male	0	0	10	50.0	0	0
	Female	0	0	10	50.0	0	0
	Rural	0	0	8	40.0	0	0
	Urban	0	0	12	60.0	0	0

Table-2 Levels of Achievement of Computer Science Department Students in the Post-test

Group	Sub group	Low		Average		High	
		N	%	N	%	N	%
Control Group	Entire	0	0	20	100.0	0	0
	Male	0	0	12	60.0	0	0
	Female	0	0	8	40.0	0	0
	Rural	0	0	13	65.0	0	0
	Urban	0	0	7	35.0	0	0
Experimental Group	Entire	0	0	7	35.0	13	65.0
	Male	0	0	3	42.9	7	53.8
	Female	0	0	4	57.1	6	46.2
	Rural	0	0	4	57.1	4	30.8
	Urban	0	0	3	42.9	4	69.2

Table-3 The Significance of Difference Between Mean Scores of Male & Female and Rural & Urban Students of the Computer Science Department in the Pre-test

	Sub Sample	N	M	SD	't' value	Significance
Control Group	Male	8	14.62	3.70	2.12	Significant
	Female	12	11.75	1.21		
	Rural	12	13.50	3.47	1.39	Not Significant
	Urban	8	12.00	1.06		
Experimental Group	Male	9	26.88	1.45	0.37	Not Significant
	Female	11	27.18	2.04		
	Rural	13	27.30	1.79	0.87	Not Significant
	Urban	7	26.57	1.71		

	Sub Sample	N	M	SD	't' value	Significance
Control Group	Male	8	24.12	1.95	0.92	Not Significant
	Female	12	23.33	1.72		
	Rural	12	23.50	1.56	0.41	Not Significant
	Urban	8	23.87	2.23		
Experimental Group	Male	9	33.66	3.74	1.07	Not Significant
	Female	11	32.09	2.58		
	Rural	13	32.00	2.85	1.51	Not Significant
	Urban	7	34.28	3.40		

Table-4 The Significance of Difference Between Mean Scores of Male & Female and Rural & Urban Students of the Computer Science Department in the Post-test

Discussion

The study indicates that Blended Learning has advantage over traditional method of teaching and learning. The results indicate that the performance of students in the post-test was better than the pre-test. The Experimental Group performed better than the Control Group. The levels of performance in the pre test and post test indicate that the Blended Learning has positive impact in the learning of communicative skills of students. The level of significance indicates that there is no significant difference in the Experimental Group. This is the impact of Blended Method of Teaching.

Conclusion

There have been a lot of changes in the pedagogy, assessment, curriculum and syllabus according to the changes in the field of education. The stakeholders of education should be willing to adapt to the changing scenario to discharge their roles for the benefit of students. The traditional methods of teaching and learning should be slowly replaced by technology based teaching and learning. The teachers and faculty members of schools and higher education institutions should be trained to adopt the changes in the process of pedagogical transaction. This will make the learning atmosphere in educational institutions holistic and beneficial to students for enhancing their learning. This will have a long term impact on the development of human capital with innovative attitude and skills capable of facing challenges of 21st century.

1. References
2. ChintanKishorbhaiVaghela., (2019), "Blended Learning: A Transformative Potential for Higher Education",Global Journal for Research Analysis,v. 8, n, 8.
3. HananTawil., (2018), "The Blended Learning Approach and Its Application in Language Teaching",International Journal of Language and Linguistics,v. 5, n, 4.
4. Kavitha.RK., and Jaisingh.W., (2018), "A Study on the Student Experiences in Blended Learning Environments" International Journal of Recent Technology and Engineering, (IJRTE), v. 7, n, 4.
5. NarangerelJachin and Tsuyoshi Usagawa., (2017), "Potential Impact of Blended Learning on Teacher Education in Mongolia", Creative Education, v. 8, n, 1.
6. National Curriculum Framework (NCF) (2005), NCERT, New Delhi
7. Peter Mozelius and Enosha Hettiarachchi., (2017), "Critical factors for implementing blended learning in higher education",v. 6, n, 2.

GAMIFICATION: A TOOL FOR ENGAGING 2Ist CENTURY LEARNERS

Dr.S.Ravivarman

Associate Professor,
Department of Education, Tamil University,
Thanjavur,
E-Mail: ravivarmansathu@gmail.com

Abstract

Today's learners are digital natives and the teachers are digital immigrant. Digital learners grew up with the knowledge of digital technologies. Teachers have to solve important issues related to the adaptation of the new learning process towards students who have different learning styles and new requirements for teaching and learning. Teacher should be updated with the digital technologies otherwise they will struggle in teaching to the digital learners. There are many digital tools and technologies are available in the society. Gasification is one of them and be an educational approach that increase motivation and engagement of the learners. The aim of this article is to display the nature and benefits of gamification and to provide some ideas how to adopt it in education.

Keywords: Gamification, Education, Learning, Classroom, Engagement, Motivation

Introduction:

Today's learners are digital natives and have new profile. They grew up with digital technologies and so they have different learning styles, new attitude to the learning process and higher requirements for teaching and learning. Teachers are facing new challenges and have to solve important issues related to the adaptation of the learning process towards students' needs, preferences and requirements. Teachers have to use different teaching methods and approaches that allow students to be active participations with strong motivation and engagement on their learning. Modern pedagogical paradigms and trends in education, reinforced by the use of ICT, create prerequisites for use of new approaches and techniques in order to implement active learning. Gamification in training is one of these trends. The aim of the article is to present the nature and benefits of gamification and to provide some ideas how to implement it in education.

Albert Einstein himself indicated they are the most elevated form of investigation. He knew games are avenues for something deeper and more meaningful than a childish waste of time. Games promote situated learning, or in other words, learning that occurs in groups of practice during immersive experiences. Oftentimes, playing games are the first method children use to explore higher-order thinking skills associated with creating, evaluating, analyzing, and applying new knowledge.

What is Gamification? – The Meaning:

Gamification is a novel approach exists in education that applies video game design in learning contexts in order to motivate and engage the students in their learning. There are many aspects of games that can be integrated in gamification, such narrative, point based reward systems, collaborative problem solving, trial and error, or opportunities for leveling up. An activity does not necessarily need to have all these features in order to be considered gamification.

Gamification in the Educational Context:

Games have many elements that make them powerful vehicles for human learning. Games are commonly structured for players to solve a problem; an essential skill needed for today and tomorrow. Many games promote communication, cooperation, and even competition amongst the players. Some of the most immersive games have a rich narrative that spawns creativity and imagination to the players who are gaming on a particular game. Finally, depending on how they are designed, games can both teach and test the players. They are incredible packages of teaching, learning, and assessment.

Game Elements:

Each game has its own elements, rules and number of players. Gamification in learning involves incorporating game elements to motivate learners. Some of these elements include the following:

- *Narrative*

- *Immediate feedback*

- *Fun*

- *"Scaffolded learning" with challenges that increase*

- *Mastery (for example, in the form of leveling up)*

- *Progress indicators (for example, through points/badges/leaderboards, also called PBLs)*

- *Social connection*

- *Player control*

A classroom that contains some or all of these elements can be considered a "gamified" classroom. The best combinations, the ones that create sustained engagement, consider the unique needs of the learners and do more than just use points and levels to motivate players. The most effective gamification systems make use of other elements such as narrative and connection with fellow players/learners to really capture the learner's interest.

Software Tools for Gamification:

There are many tools for gamification and some of them are web-based (cloud services) and do not require installation of special software and allow access at any time and from any location. Among the most

4) <u>popular gamification tool are:</u>

1. *Socrative,*
2. *Kahoot!,*
3. *FlipQuiz,*
4. *Duolingo,*
5. *Ribbon Hero,*
6. *Class Dojo*
7. *Goal book.*

Badge OS™ and its add-on Badge Stack is a free plugin to WordPress that automatically creates different achievement types and pages needed to set up badging system. Mozilla Open Badges Project is a project which goal is to enable the identification and recognition of acquired knowledge and skills of students outside the classroom – results of informal learning. Via Mozilla's Open Badges project anyone can issue wins and display badges through shared technical infrastructure (Mozilla Open Badges).

How does it help Students? – The Route:

Games are about problem solving, this alone makes them a great tool for teaching, learning and assessing one's learning. It has been shown that gamification helps student focus, retain information, and improve their overall performance. This is mostly thanks to the fact that younger generations are so used to video game dynamics that seeing them recreated at school is guaranteed to increase their engagement. Instant feedback, trial-and-error deductive learning, and a fun more active way of studying are among the aspects that make gamification so appealing. Students feel more in control of their choices, just like they feel when playing as the main character in a game.

Benefits of Gamification to Education:

Gamification is generally used for playing based problem solving and fostering the motivation towards games. By adopting gamification to education, it provides:

- *Students feel ownership over their learning*

- *More relaxed atmosphere in regard to failure, since learners can simply try again*

- *More fun in the classroom*

- *Learning becomes visible through progress indicators*

- *Students may uncover intrinsic motivation for learning*

- *Students can explore different identities through different avatars/characters*

- *Students often are more comfortable in gaming environments*

Gamification is not just for elementary school and universities are also opening up to it. Coursera, for example, is a company that has already partnered with several universities to provide free online classes. The courses include video lectures and weekly assignments, feedback is immediate and students "level up" or receive badges as a reward system.

How can we bring it into the classroom?

- *Integrating more technology into the curriculum is incredibly helpful and often cheaper than we think, but gamification can be introduced even without a budget.*

- *Grades are the easiest thing to gamify, introducing points, bonuses, achievements and even badges to reward students and assess their level of understanding of the subject.*

- *Quests, treasure hunts, and other interactive activities could help gamify homework, motivating students to maintain their engagement after school hours.*

Encouraging team work, or even stirring up competition organizing tournaments can have the same results, while also teaching students valuable skills they will need in the workplace. Using the students' own resources, like their phones and home computers, they can turn their homework into youtube videos, websites or blogs. Encouraging children to share their work on the internet will make them feel more motivated and invested than they would be if they were writing an assignment for just the teacher to read.

Gamification can completely change the way young students look at school, and really help them to feel passionate about what they are studying. This is more than just a trend, it is going to be the future of our school system.

- *Enhances the overall learning experience for all age groups:*

Regardless of whether you are designing e-Learning deliverables for adult learners or for K-12 students, gamification in eLearning can help to make the overall e-Learning experience much more effective. If learners are having fun and are getting excited about learning, then they are more likely to actually acquire information. Even a subject matter that may be dull or complicated can be absorbed more easily, because learners are actually enjoying the process and are actively participating. In fact, you can even integrate gamification into your e-Learning courses in such a way that learners won't even know they are acquiring new information. Knowledge absorption simply becomes a byproduct, as they are focused on achieving rewards and accomplishments within the eLearning course. This is often when real learning takes place, however, as the boundaries that often hinder the learning process are removed. For example, learners don't have to deal with the stress that can be associated with learning, because they are too busy having fun and enjoying the eLearning course

What does gamification for the future?

While the concept of gamification may not be new, we have already seen it employed in unique and far more prevalent ways, partially thanks to the development of technology and our immersion within it. Universities offer online terminal degrees, augmented reality and artificial intelligence are with us everywhere we go in our phone apps, and that technology has become tailored to engagement and user retention. With this immersion, learning, not just gaming, has become available to everyone, and with it the ability to shape how we interact with information in the future.

Broadening the spectrum of gamified learning is not only a powerful tool to capture the attention of students, but to help create adults who can approach large scale problems in new ways. Strong evidence suggests that playing video games can actually increase creativity in people who play them, in ways that they apply to other non-creative tasks. By melding games into educational resources for people regardless of age, the benefits of increased creative thinking and engagement are available to students and professionals alike.

Already, students who experienced the first release of the popular Mavis Beacon Teaches Typing game in 1987 are taking their places as the teachers of tomorrow, and bringing with them a technology-focused and gamified background. As these adults find their own path to becoming professors and educators, they are bringing with them a growing knowledge of teaching techniques that are changing how we learn. As they apply the concepts of gamification to education, they are helping create a future shaped by creative, nonlinear problem-solving.

Conclusion

E-learning is suitable for easy and effective integration of gamification. Game techniques and mechanisms can be implemented in the learning process as activities which purpose is to achieve certain learning objectives, increase learners' motivation to complete and engage students in a friendly competitive environment with other learners. Gamification may be an effective approach to make positive change in students' behavior and attitude towards learning, to improve their motivation and engagement. Based on the above discussion, gamification is an approach for enhancing motivation to the 21st century learners and the author of this article suggested that the teachers can adopt gamification in their classroom for developing learner friendly and motivational among the learners.

REFERENCES

1. *Malone, T. W. (1981). What makes things fun to learn? A study of intrinsically motivating computer games. Pipeline, 6(2), 50.*
2. *Yang, Y. (2014). Three Questions to Ask Before You Embark on Gamification.eLearn, 2014(11), 4.*

3. Leaning, M. (2015). A study of the use of games and gamification to enhance student engagement, experience and achievement on a theory-based course of an undergraduate media degree. *Journal of Media Practice, 16(2)*, 155-170.

4. McGonigal, J. (2011). Gaming can make a better world. | TED Talk | TED.com [Video file]. Retrieved from: ted.com/

5. Schaaf, R., & Mohan, N. (2014). Making school a game worth playing: Digital games in the classroom. *SAGE Publications.*

6. Christopher Pappas. (2014). The Science and the Benefits of Gamification in E-Learning. Retrieved from https://elearningindustry.com/science-benefits-gamification-elearning.

கற்றல் கற்பித்தலில் கட்டற்ற வளங்கள்

முனைவர் இரா.குணசீலன்

தமிழ் இணைப்பேராசிரியர்,

பி.எஸ்.ஜி கலை அறிவியல் கல்லூரி,

கோயம்புத்தூர்

gunathamizh@gmail.com,

ஆய்வுச் சுருக்கம்

மென்பொருள்களைத் தனியுரிம மென்பொருள்கள், கட்டற்ற மென்பொருள்கள் என இருவகையில் பகுக்கலாம். தனியுரிம மென்பொருள்கள் கட்டணத்துடன் கிடைக்கும், அதன் மூல நிரல்கள் கிடைக்காது, பகிரமுடியாது, குறிப்பிட்ட காலத்திற்குப் பிறகு புதுப்பித்துக்கொள்ளக் கட்டணம் கட்டவேண்டும். ஆனால் கட்டற்ற மென்பொருள்கள் இலவசமாகவே கிடைக்கின்றன. அதன் மூல நிரல்களை யாவரும் பதிவிறக்கலாம், திருத்தலாம், மேம்படுத்தலாம், பகிரலாம். கட்டற்ற மென்பொருள்கள் பல்வேறு வகையில் பல வகை உரிமங்களுடன் இலவசமாகவும் கட்டணத்துடனும் கிடைக்கின்றன. அவற்றுள் கற்றல் கற்பித்தலில் பயன்படும் கட்டற்ற வளங்களை வகைப்படுத்தி அதன் தனித்தன்மைகளையும் அவற்றைப் பயன்படுத்துவதால் தனிநபர், நிறுவனம், அரசு பெறும் நன்மைகளையும் எடுத்தியம்புவதாக இக்கட்டுரை அமைகிறது

Software can be divided into two types, Proprietary software and Open source software. Proprietary software is available for a fee, its source code is not available and cannot be shared, and you must pay a fee to renew after a certain period of time. But Open source software is available for free. Its source code can be downloaded, edited, upgraded and shared by anyone. Open source softwares is available for free and for a fee with a wide variety of licenses. This article categorizes the Open source software used in teaching and learning and highlights their uniqueness and the benefits to individuals, organizations, and governments of using them.

குறிச்சொற்கள்

கட்டற்ற வளங்கள், கட்டற்ற மென்பொருள்கள், திறந்த மூல மென்பொருள்கள், *Open source software, teaching, oss,*

முன்னுரை

இன்றைய சூழலில் கற்றல் கற்பித்தலில் கணினியின் பங்கு குறிப்பிடத்தக்கதாக உள்ளது. கணினி என்ற வன்பொருள் இயங்க மென்பொருள்கள் தேவைப்படுகின்றன. மென்பொருள்களைத் தனியுரிம மென்பொருள்கள்(*Proprietary software*), கட்டற்ற மென்பொருள்கள் என இருவகையில் பகுக்கலாம். கட்டற்ற மென்பொருள்களைத் திறந்தமூல மென்பொருள்கள் (*Open source software*) என்றும் திறவூற்று மென்பொருள்கள் என்றும் அழைக்கிறோம். தனியுரிம மென்பொருள்கள் கட்டணத்துடன் கிடைக்கும், மூல நிரல் கிடைக்காது, பகிரவோ திருத்தவோ அனுமதி கிடையாது. திறந்த மூல மென்பொருள்கள் இலவசமாகவும் மூல நிரலுடன் பகிரும் அனுமதியுடன் திருத்தும்

சுதந்திரத்துடன் கிடைக்கும். கற்றல் கற்பித்தலில் கட்டற்ற வளங்களின் பங்கை எடுத்துரைப்பதாக இக்கட்டுரை அமைகிறது.

மூடுல் - இணைய வழி கற்றல் மேலாண்மை அமைப்பு

மூடுல் ஓர் இலவச மற்றும் திறந்த மூல கற்றல் மேலாண்மை அமைப்பு (LMS - (Learning management system) பிஎச்பியில் (PHP) மொழியில் எழுதப்பட்டு குனூ (GNU) பொது உரிமத்தின் கீழ் விநியோகிக்கப்படுகிறது. பள்ளிகள், பல்கலைக்கழகங்கள், தொலைதூர கல்வியகம், இணையவழியிலான தனியார் பயிற்சி மையங்கள் எனப் பல நிலைகளில் மூடுல் பயன்படுகிறது.

மூடுல் (Modular Object-oriented Dynamic Learning Environment - Moodle) என்பது ஒரு திறந்த மூல பாட மேலாண்மை அமைப்பு. இது கல்வியாளர்களுக்கு இணைய அடிப்படையிலான படிப்புகள் மற்றும் இணையதளங்களை உருவாக்க உதவுகிறது. மூடுல் கல்வி உள்ளடக்க மேலாண்மை அமைப்பின் (Content Management System) அனைத்து அதிநவீன உயர்நிலை செயல்பாடுகளையும் வழங்குகிறது. தனிப்பயனாக்கக்கூடிய மேலாண்மை அம்சங்களுடன், கற்றல் இலக்குகளை அடைய கல்வியாளர்கள் மற்றும் பயிற்சியாளர்களுக்கு இத்தளம் பெரிதும் உதவுகிறது. இதன் குறிப்பிட்ட அடிப்படை சேவைகளை இலவசமாகவே பெறமுடியும் கூடுதல் சேவைகளைப் பெற கட்டணம் கட்டவேண்டும். இதன் இடைமுகம் 40 மொழிகளில் உள்ளது. அதில் தமிழ்ப் பதிப்பும் ஒன்று. இதில் பாடநெறி உருவாக்கம், வருகைப்பதிவு, கலந்துரையாடல், வலைப்பதிவு, தேர்வு நடத்துதல், வினா வங்கி உருவாக்கம், பல வகையான தேர்வு முறைகள் எனப் பல்வேறு வசதிகள் உள்ளன. இதைக் கணினி, மடிகணினி மட்டுமின்றி திறன்பேசிகளிலும் குறுஞ்செயலியாகவும் பயன்படுத்தமுடியும்.

ஸ்க்ராட்ச்

ஸ்க்ராட்ச் (Scratch) என்பது கட்டற்ற நிகழ்வு சார்ந்த நிரலாக்க (Event driven programming) மொழி. இம்மொழியை கொண்டு அசைவூட்டும் படங்கள் (Animation), செயல்பாடுகள், கதைகள், விளையாட்டுக்கள் போன்றவற்றை உருவாக்கி மற்றவர்களுடன் பகிர்ந்துகொள்ள முடியும். இது ஆசிரியர்கள், மாணவர்கள், பெற்றோர்கள் என அனைத்து தரப்பினரும் பயன்படுத்தும் வகையில் கட்டமைக்கப்பட்டுள்ளது. இதன் சமீபத்திய பதிப்பு 2.0. அனைத்து இயங்கு தளங்களிலும் இயங்கும் வண்ணம் குனூ பொதுமக்கள் உரிமம் (GPLv2) மற்றும் ஸ்க்ராட்ச் மூல குறியீடு உரிமத்தின் கீழ் வழங்கப்படுகிறது.

ஒபிஎஸ் ஸ்டுடியோ(OBS Studio)

காணொலிப் பதிவு மற்றும் நேரலை ஒளிபரப்புக்கான இலவச மற்றும் திறந்த மூல மென்பொருளாக ஒபிஎஸ் ஸ்டுடியோ Open Broadcast Studio (OBS) பயன்படுகிறது. இதில் ஒலி மற்றும் காட்சிப் பதிவு, கணினித் திரைப் பதிவு, யூடியூப் ஒலிபரப்பு எனப் பல செயல்களைச் செய்ய முடியும். தொழில்முறை திறந்த மூல மென்பொருளாக இம்மென்பொருள் பயன்படுத்தப்பட்டு வருகிறது.

பிக் புளூபட்டன்

பிக் புளூபட்டன் (BigBlueButton) என்பது இணையவழியான கூட்டங்கள் (Web conferencing platform) நடத்தப் பயன்படும் திறந்தமூல மென்பொருளாகும். கூகுள் மீட்(google meet), சூம் (ZOOM) போன்ற தனியுரிம மென்பொருள்களைப் போன்றே பல்வேறு வசதிகளுடன் பயன்படுகிறது. திரைப்பகிர்வு, காணொலிப் பதிவு எனப் பல நிலைகளில் ஆற்றலுடன் செயல்படுகிறது. பல இயங்குதளங்களிலும் சிறப்பாக இயங்குகிறது.

வெயோன்

வெயோன் (Veyon -Virtual Eye On Networks) என்பது பல தளங்களில் உள்ள கணினிகளைக் கண்காணிக்கவும் கட்டுப்படுத்தவும் பயன்படும் இலவச மற்றும் திறந்த மூல மென்பொருளாகும். பல இயங்குதளங்களில் இயங்கும் கணினிகளையும் இதில் எளிமையாகக் கண்காணிக்கலாம். வெயோன் பயனர்களுக்கு இணையவழிக் கற்றல் சூழல்களில் கற்பித்தல், மெய்நிகர் பயிற்சிகள் அல்லது தொலைதூர ஆதரவை வழங்குதல் ஆகியவற்றில் ஆதரவளிக்கிறது. ஒரே சுட்டுதலில் தனிப்பட்ட கணினிகளை அணுகலாம். கணினிகளின் திரைகளைப் பதிவு செய்தல், அனைத்து கணினிகளையும் பூட்டுதல் மற்றும் உள்ளீட்டு சாதனங்களைத் தடுத்தல் எனப் பல பணிகளையும் உடனடியாகச் செய்ய இயலும். திரைகளை அனைத்து மாணவர்களுடனும் பகிர்ந்து கொள்ள அனுமதிக்கிறது. வணிக வகுப்பறை மேலாண்மை தீர்வுகளுக்கு இலவச மாற்றாக இந்த திட்டம் உருவாக்கப்பட்டுள்ளது.

வேர்டுபிரசு (Wordpress)

கூகுள் நிறுவனத்தின் பிளாக்கர் சேவை போல வேர்டுபிரசு என்பது வலைப்பதிவு சேவை ஆகும். மின்னஞ்சல் முகவரியைக் கொண்டு யாவரும் தமக்கென ஒரு வலைப்பதிவை உருவாக்கிக்கொள்ளலாம். அந்த வலைப்பதிவில் தம் சிந்தனைகளைத் தமிழ் உள்ளிட்ட அவரவர் தாய்மொழியில் பகிர்ந்துகொள்ளலாம்.

வேர்ட்பிரசு (WP, WordPress.org) என்பது பிஎச்பி (PHP) இல் எழுதப்பட்ட ஓர் இலவச மற்றும் திறந்த மூல உள்ளடக்க மேலாண்மை அமைப்பு (Free and open-source content management system /CMS) ஆகும். அழகான வடிவமைப்புகள், சக்திவாய்ந்த கூறுகள் மற்றும் நீங்கள் விரும்பும் எதையும் உருவாக்க சுதந்திரம் ஆகியன வேர்டுபிரசின் சிறப்பியல்புகள் ஆகும். நிழற்படங்கள், ஒலிகள், காணொலிகளை இப்பக்கத்தில் பதிவேற்றலாம்.

விக்கிப்பீடியா

விக்கிப்பீடியா, ஜிம்மி வேல்ஸ் மற்றும் லாரி சாங்கர் ஆகியோரால் சனவரி 15, 2001-இல் தொடங்கப்பட்டது. விக்கிப்பீடியா என்பது, வணிக நோக்கற்ற விக்கிமீடியா நிறுவனத்தின் உதவியுடன் நடத்தப்படும், பன்மொழி, கட்டற்ற இணையக் கலைக்களஞ்சியமாகும். விக்கிப்பீடியாவில் யாரும் இலவசமாகக் கணக்கை உருவாக்கிக் கொள்ளலாம், திருத்தலாம், தொகுக்கலாம், புதிய கட்டுரையை உருவாக்கலாம். இணையதளத்தில் இயங்கும் பரிந்துரைக்கப்படும் பக்கங்களில் மிகவும் பெரியதும், அதிகப் புகழ்பெற்றதுமாகும்.

தமிழ் விக்சனரி

தமிழ் விளக்கங்களுடன் வளரும் பன்மொழி அகரமுதலி ஆகும். தற்பொழுது 3,60,400 சொற்கள் உள்ளன. இது சொற்களின் பொருள், மூலம், அடங்கிய, கட்டற்ற பன்மொழி அகரமுதலியொன்றை உருவாக்கும் கூட்டு முயற்சியாகும். இதில் தமிழ் சொற்களுக்கான விளக்கம் வழங்குப்பட்டு வருகிறது. ஒரு சொல்லின் பொருள், அதன் இலக்கியப் பயன்பாடு. அச்சொல்லின் படம், அந்தச் சொல்லின் ஒலி உச்சரிப்பு எனப் பல விவரங்கள் உள்ளீடு செய்யப்படுகின்றன.

விக்கிமூலம்

விக்கிமூலம் ஒரு பதிப்புரிமையில்லா விக்கிநூலகத் திட்டமாகும். இது கட்டற்ற உள்ளடக்கம் கொண்ட மூல நூல்களின் இணையத் தொகுப்பாக விளங்குகிறது. தேடுபொறிகளுக்கு ஒருங்குறி வடிவில் உள்ள தமிழ் எழுத்துருக்கள் மட்டுமே தெரியும் என்பதால் மின்வருடப்பட்ட பல நாட்டுடைமையாக்கப்பட்ட நூல்களை எழுத்துணரியாக்கம் செய்து விக்கிமூலத்தில் பதிவேற்றியுள்ளனர். இப்பக்கங்களைச் சரிபார்த்துப் பிழைகளைத் திருத்துவதால் இணையத்தில் தமிழின் வளம் மேம்படும். பிழை திருத்தங்களை யாரும் செய்ய இயலும். மாணவர்களுக்கு இப்பணியைப் பயிற்சியாக வழங்கலாம்.

விக்கிமேற்கோள்

விக்கிமேற்கோள் என்பது புகழ் பெற்ற நபர்களின் கூற்றுகளையும் படைப்புகளின் மேற்கோள்களையும் கொண்ட, யாவரும் தொகுக்கப்படக் கூடிய ஒரு நிகழ்நிலைக் களஞ்சியமாகும். இதில் தமிழ் உள்ளிட்ட மேற்கோள்களைத் தொகுக்குவம் உருவாக்கவும் மாணவர்களுக்கு பயிற்சி வழங்குவதால் மாணவர்கள் அறிவு வளர்ச்சி பெறும் மேலும் மொழியறிவையும் வளர்த்துக்கொள்ள இயலும்.

விக்கிப் பொதுவகம்

விக்கிப் பொதுவகமானது *(Wiki Commons)* கட்டற்ற ஊடகக் கிடங்காக மேம்படுத்தப்பட்டு வருகிறது. யார் வேண்டுமானாலும் பங்களிக்கக்கூடிய இலவசமாகப் பயன்படுத்தக்கூடிய ஊடகக் கோப்புகளின் தொகுப்பாக இப்பக்கம் உள்ளது. இதில் மாணவர்களைப் நிழற்படங்கள், ஒலி, ஒளிக் கோப்புகளைப் பதிவேற்றச் செய்யலாம்.

டிசி தேர்வு மென்பொருள்

டிசி தேர்வு **(TCExam)** என்பது இணையவழித் தேர்வுகளுக்கான திறந்த மூல கணினி அடிப்படையிலான மதிப்பீட்டு மென்பொருள் *(Open Source system for electronic exams)* அமைப்பாகும்.

இது கல்வியாளர்கள் மற்றும் பயிற்சியாளர்களுக்கு வினாடி வினாக்கள், சோதனைகள் மற்றும் எழுதுதல், திட்டமிடுதல், வழங்குதல் மற்றும் புகாரளிக்க உதவுகிறது. தேர்வுகள். இது பாரம்பரியக் கல்வி நிறுவனங்களில் நடத்தப்படும் எழுத்து வடிவத் தேர்வு முறைகளுக்குச் இணையாக உள்ளது. ஆசிரியர்கள் தங்கள் பணிகளை வடிவமைத்து அவற்றை ஆய்வுகள், தேர்வுகள், சோதனைகள் மற்றும் வினாடி வினாக்கள் வடிவில் வழங்க உதவுகிறது. வணிகம் அல்லாத பயன்பாட்டிற்கான மூலக் குறியீடு TCExam அதன் மூலக் குறியீட்டை (AGPLv3) பொது உரிமத்தின்கீழ் வழங்குகிறது. 24 மொழிகளில் மொழிபெயர்ப்புகள் மற்றும் மொழிபெயர்ப்பு நினைவக பரிமாற்றம் செய்வதற்கான வசதியுள்ளது.

நிறைவுரை

இன்றைய சூழலில் கற்றல் கற்பித்தலில் தனியுரிம மென்பொருள்கள் பரவலாகப் பயன்படுத்தப்படுகின்றன. தனியுரிம மென்பொருள்களுக்கு இணையாகக் கட்டற்ற மென்பொருள்கள் இருந்தாலும் அவை பற்றிய போதிய விழிப்புணர்வு இல்லை.

மூடுல் என்ற கற்றல் மேலாண்மை அமைப்பு கூகுள் கிளாஸ்ரூம் போல பல்வேறு வசதிகளைக் கொண்டுள்ளது. இலவசமாகவும் கட்டணத்துடனும் இதைப் பயன்படுத்த இயலும்.

ஸ்கிராட்ச் என்ற நிரலாகக் மொழி வழியாக அசைவூட்டும் படங்கள், செயல்பாடுகள், கதைகள், விளையாட்டுக்கள் என பலவற்றை உருவாக்கமுடியும்.

ஓபிஎஸ் ஸ்டுடியோ என்ற மென்பொருள் காணொலிகளைப் பதிவுசெய்யவும் நேரலை ஒளிபரப்புகளுக்கும் பெரிதும் பயன்படுகிறது. அதனால் ஒரு ஆசிரியர் பல மாணவர்களை எளிதில் தொடர்பு கொள்ள முடியும்.

பிக் புளூடூத் என்ற செயலி கூகுள் மீட், சூம் போல இணையவழிக் கூட்டங்கள் நிகழ்த்த உதவுகிறது.

வெயோன் என்ற மென்பொருள் பல கணிகளைக் கண்காணிக்கவும் கணினி வழியாகவும் மெய்நிகர் பயிற்சிகள் வழங்கவும் உதவுகிறது.

வேர்டு பிரசு இலவச மற்றும் திறந்த மூல உள்ளடக்க மேலாண்மை அமைப்பாகப் பயன்படுகிறது. வேர்டுபிரசு வலைப்பதிவு வழியாக கற்றல் கற்பித்தல் சார்ந்த பல பணிகளைச் செய்ய இயலும்.

விக்கிப்பீடியா, தமிழ் விக்சனரி, விக்கிமூலம், விக்கிமேற்கோள், விக்கிப் பொதுவகம் ஆகிய கட்டற்ற விக்கித் திட்டங்கள் வழியாக ஆசிரியர்கள் மாணவர்களுக்கு பல பயிற்சிகளை வழங்கமுடியும். இதன் வழியாக மாணவர்கள் கற்பதுடன் மொழியும் வளப்படுத்தப்படுகிறது.

டிசி தேர்வு மென்பொருள் இணையவழித் தேர்வுகளை நிகழ்த்தப் பயன்படுகிறது.

References

1. *மூடுல் கற்றல் மேலாண்மை அமைப்பு. (2021, December 25). Retrieved from* https://moodle.org/
2. *ஸ்கிராட்ச். (2021, December 25). Retrieved from* https://scratch.mit.edu/
3. *ஓபிஎஸ் ஸ்டுடியோ. (2021, December 25). Retrieved from* https://obsproject.com/

4. *பிக் புளுபுத்.* (2021, December 25). Retrieved from https://bigbluebutton.org/
5. *வெயோன்.* (2021, December 25). Retrieved from https://veyon.io/en/
6. *விக்கிப்பீடியா:* (2021, December 25). Retrieved from https://ta.wikipedia.org/
7. *விக்சனரி.* (2021, December 25). Retrieved from https://ta.wiktionary.org/
8. *விக்கி மூலம்:* (2021, December 25). Retrieved from https://ta.wikisource.org/
9. *விக்கி மேற்கோள்.* (2021, December 25). Retrieved from https://ta.wikiquote.org/
10. *விக்கிப் பொதுவகம்.* (2021, December 25). Retrieved from https://commons.wikimedia.org/
11. *வேர்டுபிரசு.* (2021, December 25). Retrieved from https://wordpress.org/

இணைய வழியில் தமிழ் மொழி புதிய பார்வை

ஜெ.அருள்இருதயஜெயந்தி
மேற்பார்வையாளர்
ஜெயராஜ்அன்னபாக்கியம்மகளிர், கல்லூரி(தன்னாட்சி)
அன்னை தெரசா மகளிர் பல்கலைக்கழகம் கொடைக்கானல்.

க.அமுதவள்ளி,
ஆய்வாளர்,
ஜெயராஜ்அன்னபாக்கியம்மகளிர்,
கல்லூரி(தன்னாட்சி)
அன்னை தெரசா மகளிர் பல்கலைக்கழகம்
கொடைக்கானல்.

ஆய்வுச் சுருக்கம்:

தகவல் தொழில் நுட்பத்தின் உதவியுடன் தமிழ் மொழிப் பேசக்கூடிய உலகத் தமிழர்கள் அனைவரையும் ஒருங்கிணைக்க முடிகின்றது. மேலும் இதன் மூலம் உலகந்தழுவி வாழுகின்ற தமிழ் மக்கள் மட்டுமல்லாது பிற மொழி பேசும் மக்களும் தமிழ் மொழியை கற்பதற்கும், தமிழர்களின் வரலாறு, கலை,பண்பாடு உள்ளிட்ட வாழ்வியல் கூறுகளைப் பற்றி அறிந்து கொள்வதற்கும் இன்றைய இணையம் சிறப்பான பங்கு ஆற்றி வருகின்றது. இதற்கு இணையத்தில் தமிழ் மொழியை கற்பதற்கு தேவையான சில மாற்றங்கள் மற்றும் அணுகுமுறைகள் தோன்றி வளர்ந்து வருகின்றன.குறிப்பாக பாடப்புத்தகம் வாயிலாக மாணவர்களுக்குச் செய்யுள் மற்றும் இலக்கணம் கற்பதில் உள்ள சவாலை எதிர்கொள்ள நவீன கணிப்பொறி தொழில் நுட்பம் மிக இன்றியமையாததாக உள்ளது. வகுப்பறையில் இணையதளம் மற்றும் சமூக ஊடகங்கள் மூலமாக செய்யுள் மற்றும் இலக்கணம் போன்ற தமிழ் பாடப் பகுதிகளை நேரடியாக காட்சிப்படுத்த முடிகின்றது. இதன் மூலம் தமிழ் கற்றல் மற்றும் கற்பித்தல் மிகவும் எளிதாகின்றது. அதைப் பற்றி இக்கட்டுரை விரிவாகப் பேச இருக்கின்றது.

குறியீட்டு சொற்கள்: இணைய தளம், கணிப்பொறி தொழில் நுட்பம், வாழ்வியற் கூறுகள்,தமிழ் மொழி

முன்னுரை :

> "பெற்ற தாயும் பிறந்த பொன்னாடும்
> நற்றவவானினும்நனசிறந்தனவே" –
>
> தமிழ்கற்பித்தல்பகுதி1 (2013),

என்ற புதுயுகக் கவிஞர் பாரதியார் கூறுவது போல உலக அளவில் மிக அதிகமான தொடக்கப் பள்ளிகளைக் கொண்ட நாடு நம் இந்தியா நாடு. உலக அளவில் அதிகமான இடைநிலைப் பள்ளிகளைக் கொண்ட நாடுகளில் 2-ம் இடத்தில் உள்ள நாடும் நம் இந்தியாவே. உலக அளவில் அதிக பல்லைகழுக மாணவர்களைப் பெற்றுள்ள நாடுகளில் 4-ம் இடத்தில் உள்ள நாடும் நம் இந்தியாவே. இவ்வாறு கல்வித் துறைகளில் மிகப் பெரிய வளர்ச்சி அடைந்து கொண்டிருக்கும் நாடு நம் இந்திய நாடே ஆகும்.

இந்தியக் கல்வி துறையின் கலங்கரை விளக்கமாக இன்று தமிழ்நாடு வளர்ந்துள்ளது.கல்வியின் வாயிலாக நம் நாட்டின் ஆண்களும் பெண்களும் ஒரு சேர எல்லாத் துறைகளிலும் சாதித்து வருகின்றனர். கல்வி என்பது "அள்ள அள்ளக் குறையாது வரும் அமுத சுரபி" என்பதனை உணர்ந்ததால் தான் இன்றும் நம் வாழ்க்கையோடு கல்வியும் இணைந்து செயல்பட்டுக் கொண்டிருக்கின்றது.ஏனெனில் கொரனாதொற்றின் காரணமாக வழிபாட்டு கூடங்கள் உட்பட அனைத்தும் பின்னடைவை சந்தித்த சூழ்நிலையிலும் கல்வி மட்டும் இணைய வழியில் நடைபெற்றது. இதனோடு தமிழ் மொழியும் அதனுடைய பயன்பாடும் வளர்ச்சி பெற்றது. தமிழில் புலமைப் பெற்ற கல்வியாளர்கள் தங்களுடைய தனித்திறன் மூலமாக, ஆசிரியர்கள் மற்றும் மாணவர்கள் பயன் பெறும் வகையில் தகவல் தொழில்நுட்பத்தின் மூலம் ''வினாடி வினா, கருத்தரங்கு மற்றும் செயலரங்கு" போன்றவற்றை நடத்தி உலகத்தில் உள்ள தமிழ் மொழி பற்றாளர்கள் மட்டுமல்லாது அனைவரையும் சிந்திக்க தூண்டினார்கள். உலகமே செயல்படாத நிலை இருந்தாலும் அறிவை செயல்பட வைத்தது போற்றுதற்குரியது. இவ்வாய்வு கட்டுரையில் இணைய வழியில் தமிழ் மொழியின் செயல்பாட்டையும் அதன் வளர்ச்சியையும் புதிய கண்ணோட்டோத்துடன் விரிவாக காணலாம்.

தமிழ்மொழியின் சிறப்பு:

இனிமைத் தமிழ்மொழி எமதுளமக்-
கின்பந் தரும்படி வாய்த்த நல் அமுது
தமிழ் எங்களுயிர் என்பதாலேவெல்லுந்
தரமுண்டு தமிழருக் கிப்புவிமேலே''-[2]

பாரதியார் கவிதைகள்(1990),

தமிழின் பெருமையினை எடுத்துக்காட்டுகிறது. ஏனெனில் அருந்தமிழ், நறுந்தமிழ்,பைந்தமிழ் என்பதோடு கணினித் தமிழ் என்ற சிறப்பும் தமிழுக்கு கிடைத்து உள்ளது எனலாம். அன்றிலிருந்து இன்று வரை மொழியைத் தெய்வமாக வழிபடும் மரபு தோன்றியதும்,தாய்மொழியாம் தமிழ்பால் மக்கள் கொண்டிருக்கும் அழியாக் காதலை வெளிப்படுத்துவதும் தமிழ் மொழி ஒன்றேயாகும்.எல்லோரையும் ஈர்த்த தமிழ் மொழி இலக்கியம் மட்டுமல்லாது கல்வியியலிலும் தனியிடம் பிடித்து

வளர்ச்சி பெற்றுள்ளது. நாளும் தோன்றும் கல்வியியல் மாற்றங்களை ஏற்று எழிலுற இயங்கும் மொழியாகத் தமிழ் மொழித் திகழ்கின்றது. ஆசிரியர் கல்வியியலிலும் தமிழாசிரியர் கல்வி மாறுபட்ட தன்மையுடையது. கணிதம், அறிவியல் போன்ற பாடங்களைக் கற்பிக்கும் ஆசிரியர்கள் பாடப்பொருளை மட்டும் கற்பிக்கன்றனர்.ஆனால் தமிழாசிரியரோ பாடப்பொருள் வெளிப்படும் ஊடகமான மொழியை பயன்படுத்தும் திறனையும் அதை வளர்க்கும் முறைகளையும்,அதனுடைய அருமை பெருமைகளையும் வளர்த்துக் கொண்டிருக்கின்றார்கள். அவற்றுள் தகவல் தொழில் நுட்பத்தின் மிகச் சிறந்த ஊடகமான இணையத்திலும் தமிழ் மொழியின் சிறப்பும் ஓங்கி வளர்ந்து நிற்கின்றது என்பதில் எள்ளவும் ஐயமில்லை.

பழங்காலத்தில் தமிழ் கற்றல் :

"எண்ணென்ப ஏனை எழுத்தென்ப இவ்விரண்டும்
கண்ணென்ப வாழும் உயிர்க்கு"[3] - திருவள்ளுவர் (1998)

என்ற திருக்குறளின் மூலம் கல்வியின் சிறப்பை நாம் உணர்ந்து கொள்ளலாம். இதன் அடிப்படையில் நம் முன்னோர்கள் பழங்காலத்தில் குருகுலம் மூலம் கல்வியை கற்றுக் கொடுத்தனர்.இதனை

"கோடல் மரபே கூறுங்காலைப்
பொழுதோடு சென்று வழிபடல் முனியான்
முன்னும் பின்னும் இரவினும் பகலினும்
அகலானாகி அன்போடு கெழீஇக்
குணத்தோடு பழகிக் குறிப்பின் வழி நின்று"[4] நன்னூல்(1994)

என்னும் நூற்பாவின் வழி அறியலாம்.பின்னர் திண்ணைப் பள்ளிகள் மூலம் கல்வியைப் போதித்து வ ந்தனர். அதன் பின்னர் சங்கம் மற்றும் சங்க மருவியக் காலங்களில் கல்வியை போதிப்பதில் தமிழ்ச் சங்கங்கள் பெரும்பங்கு வகித்தன . இதனை

"உற்றுளி யுதவியும் உறுபொருள் கொடுத்தும்
பிற்றை நிலை முனியாது கற்றல் நன்றே"[5]

புறநானூறு மூலமும் உரையும்(2010),

என்ற புறநானூற்று பாடல் மூலம் அறியலாகிறது. அதாவது நம் முன்னோர்கள் கல்வியை எப்படியாயினும் கற்க வேண்டும் என்ற எண்ணத்தில் ஆசிரியர் இல்லத்திற்கே சென்று குருவின் வார்த்தைக்குக் கீழ்ப்படிந்து கல்வியை கற்றனர் என்பதை உணர்ந்து கொள்ளலாம். மேலும் கல்விக்கூடங்கள் பற்றியோ,கற்பித்தல் முறைகள் பற்றியோ சங்க இலக்கியங்களில் யாதொரு குறிப்பும் இடம் பெறவில்லை எனலாம்.இந்தியாவில் ஆங்கில ஆதிக்கம் வேரூன்றத் தொடங்கியப் பின்னரே பள்ளிக்கூடங்கள் கல்வி போதிக்கும் இடங்களாக மாறின. கிறித்துவ மிஷினரிகளால் கல்வி அனைவருக்கும் பொதுவாகி, நாடு முழுவதும் பாடத் திட்டங்களுடன் ஒரு முறையானக் கல்வி போதிக்கப்பட்டது. காலத்திற்கும், தேவைக்கும் , அறிவியல் மற்றும் தொழில்நுட்ப முன்னேற்றத்திற்கும் ஏற்ப கல்வித்துறை பல மாற்றங்களைப் பெற்று வளர்ச்சி அடைந்துள்ளது.அதனை பற்றி இனி காணலாம்.

நவீன யுகமும் தமிழ் கற்றலும் :

கல்வியே ஒரு நாட்டின் வளர்ச்சிக்கு முக்கிய காரணியாக அமைகின்றது. அக்கல்வியால் மட்டுமே அறிவார்ந்த சமுதாயம் மலர்கின்றது எனலாம். கல்வி கற்கும் முறைகளில் காலந்தோறும் பல மாற்றங்கள் நிகழ்ந்த வண்ணம் உள்ளன.

நேரடி வகுப்பறை நிகழ்வில் ஆசிரியரும் மாணவரும் இணைந்து கற்றல், கற்பித்தல் செயல்களில் ஈடுபடுகின்றார்கள். இன்றைய சூழலில் கொரானாவின் காரணமாக இந்நிலை மாறி இணைய வழியில் கல்வி கற்கும் நிலை ஏற்பட்டுள்ளது. பள்ளி மற்றும் உயர்கல்வி பயிலும் மாணவர்களுக்குப் புது வரவாக இன்று இணைய வழிக் கல்வி விளங்குகின்றது. எல்லா நிலைகளிலும் தன்னைத் தகுதிப் படுத்திக் கொள்ளத் தூண்டுகோலாய் இணையம் விளங்குகின்றது.மாணவர்களுக்கு இணையவழிக் கல்வி பெரிதும் தேவையான ஒன்றாகின்றது.

அவற்றுள் திறன் பேசி (*Smart Phone*), மடிக்கணினி (*Laptop*), கணினி (*Computer*) முதலான தொழில்நுட்பக் கருவிகள் இன்றைய காலத்தில் கல்வி கற்கத் துணை செய்கின்றது. பள்ளி, கல்லூரி மற்றும் பல்கலைக்கழக மாணவர்களுக்குப் பல வசதிகளோடு இணையத்தில் கல்வி கற்பிக்கப்பட்டு வருகின்றன. அதற்கு வெப்பெயெக்ஸ் சந்திப்பு (*webex meet*) கூகுள் சந்திப்பு (*Google Meet*) ஜீம் (*Zoom*) மற்றும் குழு இணைப்பு(*Team link*) போன்ற பல இணைய வழிச் செயலிகள்

அறிமுகமாகியுள்ளது. தகவல் தொழில்நுட்பப் பெரு வளர்ச்சியால் உலகமே ஒரு சிறிய குடைக்குள் அடங்கிவிட்டது எனலாம்.

இணைய வழியில் தமிழ் மொழிப் பயன்பாடு:

தமிழ் மொழிக் கல்வியை அரிச்சுவடி முதல் ஆராய்ச்சிப் படிப்பு வரை பல்லூடகத்தின் (multimedia) மூலம் அசைவு படங்களாக ஒலி வடிவம், ஒளி வடிவம் கொண்டு அமைக்கப் படுவதால் கேட்டல், பேசுதல், படித்தல், எழுதுதல் ஆகிய அடிப்படை மொழித்திறன்களை நம் தமிழ் மாணவர்களிடமும் தமிழ் மொழி அல்லாத பிற மொழிப் பேசும் மாணவர்களிடமும் எளிதாக வளர்க்க முடிகின்றது.

அண்டை நாட்டில் வாழும் பிறமொழி பேசக்கூடிய மற்ற மாணவர்களும் தங்கள் மொழித் திறன்களை வளர்த்துக் கொள்ளும் வாய்ப்புகளை கீழ்க்காணும் வலையமைப்புகள் வழங்குகின்றன. அவையாவன

http://www.southasia.upenn.edu/tamil

http://www.tamil.net/projectmadurai

http://wwwtamil-heritage.org

http://www.tamil.net

http://www.tamil.org

முகநூல்*(face book)*, புலனம் *(WhatsApp)* படவிரி *(InStagram)* என்ற சமூக வலை ஊடகங்கள் தமிழாசிரியர் பயிற்சியில் தனக்கென ஒரிடம் பெற்று விளங்குகின்றது. ஏனெனில் தமிழ்ப் பண்பாடு, பாரம்பரியம், வாழ்வியல் போன்ற தகவல்களை மாணவர்களுக்கு எடுத்து செல்லும் மிகப்பெரிய ஊடகமாக இவையெல்லாம் விளங்குகின்றது. மேலும் மாணவர்களுக்குத் தேவையான தகவல்களைத் திரட்டவும், தம்முடைய நண்பர்களுக்கும் பொருள் பொதிந்த கருத்துக்களை அளித்து புதிய அறிவை கட்டமைக்கவும், புதிய பரிமாணத்தை உருவாக்கவும் வழிசெய்கின்றது.

இணையத்தில் போஸ்ட்ரஸ் என்ற மென்பொருள் மாணவர்கள் பேச்சுத் தமிழில் சரியாக பேசுவதற்கு உதவி செய்கின்றது. ஏனெனில் பதின்ம வயது மாணவர்கள் தகவல் தொடர்பு சாதனங்களில் நிகழ்ச்சி தொகுப்பாளராக செயல்பட்டு தம் கருத்துக்களை பலரிடம் தெரியப்படுத்துவதற்கும், மற்றவர்களிடம் நேர்காணல் மூலம் கிடைத்த கருத்துக்களை ஒருங்கிணைத்து நிகழ்ச்சிகளை முறையாக வழங்குவதற்கும் இன்றைய நவீன யுக இணையம் பெரும் பங்காற்றுகின்றது.

வாய்ஸ்த்ரெட் என்ற மென்பொருள் மூலம் இலக்கணம் மற்றும் செய்யுள் போன்ற தமிழ் பாடப்பகுதிகள் திரையில் படம் மற்றும் படக்காட்சியாக வெளிப்படுவதன் மூலம் அப்பாடக்கருத்துக்களை ஒலி மற்றும் ஒளி வழியே கற்றுக் கொள்ளவும், பகிர்ந்து கொள்ளவும் பயன்படுகின்றது.

புகைப்படக் கதை என்பதின் மூலம் படத்திரட்டல்,கருத்துத் திரட்டல்,தேவையான படங்களை தெரிவு செய்தல்,படங்களுக்கான வாசகங்களை எழுதிக் குரல் தருதல், இணைய பொருத்தமாக இணைத்தல் போன்ற பலவற்றிற்கும் பயன்படுகின்றது.

விம்பாலைவ் என்பது ஒரு மென்பொருள். இதன் மூலம் மாணவர்கள் தங்களுக்குள் தாங்கள் இருந்த இடத்திலிருந்தே தொடர்பை நிகழ்த்தவும்,குழுக் கலந்துரை யாடலிற்கும், வாய்மொழிப் படைப்பிற்கும் மிகவும் அதிகமாக பயன்படுகின்றது

முடிவுரை:

"எளிய நடையில் தமிழ் நூல்கள் எழுதிடவும் வேண்டும்

இலக்கண நூல்கள் புதிதாக இயற்றுதல் வேண்டும்

வெளியுலகில் சிந்தனையில் புதிது புதிதாக

விளைந்துள்ள எவற்றினுக்கும் பெயர்களெல்லாம் கண்டு

தெளிவுறுத்தும் படங்களோடு சுவடியெல்லாம் செய்து

செந்தமிழை செழுந்தமிழாய் செய்திடவும் வேண்டும்"6

பாரதிதாசன் கவிதைகள் (2018),

என்ற பாவேந்தர் பாரதிதாசனின் பொன்மொழிக்கேற்ப இன்றளவிலும் நம் தமிழ்மொழி எல்லாத் துறைகளிலும் செழுமை வாய்ந்த மொழியாகவே திகழ்கின்றது என்பதில் எள்ளவும் ஐயமில்லை. இவ்வாறு இணையத்தின் மூலம் தமிழ் மொழி பெரும் வளர்ச்சி கண்டுள்ளது என்பதனை நாம் அறிந்து கொள்ளலாம்.

துணை நின்ற நூல்கள்:

1. முனைவர்.பூ.தீனதயாள்-தமிழ்கற்பித்தல்பகுதி1(2013),கிருஸ்ணாபப்ளிகேஷன்ஸ், சென்னை (பக்-15)
2. சி.சுப்பிரமணிய பாரதி-பாரதியார் கவிதைகள்(1990),மணிவாசகர் பதிப்பகம் 8/7 சிங்கர் தெரு, பாரீமுனை, சென்னை
3. திருவள்ளுவர்-திருக்குறள் (1998) மீனாட்சி புத்தக நிலையம்,திருச்சி(குறள்-392)
4. பவணந்தி முனிவர்-நன்னூல்(1994) முல்லை நிலையம்,திருச்சி நூற்பா:40
5. புலியூர்க்கேசிகன்-புறநானூறு மூலமும் உரையும்(2010), சாரதா பதிப்பகம்
6. (பாடல் எண்:183)
7. புரட்சிக்கவிஞர் பாரதிதாசன் - பாரதிதாசன் கவிதைகள் (2018), கற்பக புத்தகாலயம்,சென்னை.

செயற்கை நுண்ணறிவுத் தொழில் நுட்பம் (e-Learning – Development and Uses)

முனைவர் மு.கருப்பையா,
உதவிப் பேராசிரியர்,
தமிழ்த்துறை,
ஆர்.வி.எஸ். குமரன் கலை அறிவியல் கல்லூரி,
அய்யலூர்,
திண்டுக்கல்
dr.karu1975@gmail.com

இன்றைய அறிவியல் அறிஞர்கள் நுண்ணோக்கியால் பார்க்கும் பொருளையும் கருத்தையும் ஐயாயிரம் ஆண்டுகளுக்கு முன்பே தமிழ்ப் புலவர்கள் நுண்ணோக்கி பார்த்திருக்கிறார்கள். செயற்கை நுண்ணறிவுத் தொழில் நுட்பத்தில் ஈடுபடவில்லை என்றாலும் இயற்கையை நுண்ணறிவோடு நோக்கும் தொழிலில் ஈடுபட்டிருக்கிறார்கள். மனித சமுதாயத்தின் நுண்மையான முதிர்ச்சியே அறிவியலின் முயற்சியாகும். அறிவியலின் முதிர்ச்சியே நுண்ணறிவு தொழில் நுட்பத்தின் வளர்ச்சியாகும். இயற்கையின் நுண்ணறிவோடு இயங்கிய மனிதன் தான் செயற்கை நுண்ணறிவால் செயல்பட ஆரம்பித்தான் அதன் விளைவுதான் உணவு, உடை, இருப்பிடம், பண்பாடு, மரபு, நாகரிகம், கலாச்சாரம், பழக்கவழக்கம், ஒழுக்கம், கல்வி, அறிவு, ஆட்சி ஆகிய ஆளுமைகள் ஆகும். இவைகளில் இயங்கிய மனிதன் இவைகளை இயக்கும் மனிதன் ஆனான். பிறகு இவைகளில் இயங்கும் மானிதனாக மாறினான். முற்பொழுது இவைகளை இயக்கும் இயந்திரங்களைக் கண்டுபிடுத்து தான் இயக்கினான். தான் இயக்கிய இயந்திரங்களைத் தற்பொழுது தானே அதாவது தானாகவே தன்னைப்போல் இயங்க வைக்கிறான். இதன் அறிவைத்தான் "செயற்கை நுண்ணறிவுத் தொழில் நுட்பம்" என்கிறான். இத்தொழில் நுட்பம் பல்வேறு தொழிலில் சாதித்துக்கொண்டு இருந்தாலும் கல்வியில் இணையத்தால் இணைந்து வகுப்பறைச் சூழலில் வளர்ந்து வரும் வளர்ச்சி குறித்து ஆய்வதே இக்கட்டுரையின் நோக்கமாகும்.

செயற்கை – நுண்ணறிவு – தொழில்நுட்பம் - விளக்கம்

செயல் + கை = செயற்கை ஆகும். செயல் என்பது செயல்படுதல், கை என்றால் "ஒழுக்கம்"1 என்பர். அதாவது உணர்தல் எனப் பொருள்படும். இதனை உணர்ந்து செயல்படுதல் என்பதாகும். நுண்மை + அறிவு = நுண்ணறிவு ஆகும். நுண்மை என்றால் "கூர்மை"2 எனப்படும். அறிவு என்பது அறிதல் ஆகும் அதாவது கூர்மையாக அறிதலாகும். தொழில் + நுட்பம் = தொழில்நுட்பமாகும். தொழில் என்றால் "செயல்"3 என்று பொருளாகும். நுட்பம் என்பது "காலநுட்பம்"4 ஆகும் என்பர் வீரமாமுனிவர். அதாவது காலத்தால் செயல்படும் நுட்பமாகும். செயற்கை நுண்ணறிவு தொழில்நுட்பம் என்பது தக்க கால நுட்பச் செயலால் கூர்மையான அறிவால் உணர்ந்து செயல்படுதலாகும்.

செயற்கை நுண்ணறிவின் தோற்றம்

கணினி,கணினித் தொடர்புடையச் சாதனம் எந்திரம் போன்ற இயந்தியரங்களில் காணப்படும் அறிவுக் கூர்மைதான் செயற்கை நுண்ணறிவு என்பர். இது அறிவியல்,பொறியியல் போன்ற துறைகளில் வியக்க வைக்கும்; அறிவை புகுத்தும் தொழில்நுட்பமே நுண்ணறிவு எனலாம். மனிதனைப் போலவே பகுத்தறிந்து சிந்திக்கும் இயந்திரக் கருவிகளைக் கண்டுபிடிக்க முடியும் என்று முதன்முதலில் தெரிவித்தவர் தத்துவஞானி 'ராமோன்லல் என்பவரே ஆவார். இவர் 13-ஆம் நுற்றாண்டில் வாழ்ந்தவர் என்பர். இவர்தான் செயற்கை நுண்ணறிவின் பிதாமகன் எனக் கூறுவர். ஆனால் செயற்கை நுண்ணறிவு(*Artificial Intelligence*) ஆர்டிபிசியல் இன்டலிசென்சு எனும் சொல்லை *1955-*ல் சான் மெக்கார்த்தி என்பவரே கூறினார். இவரையே செயற்கை நுண்ணறிவின் தந்தை என்பர்.

செயற்கை நுண்ணறிவு கருவிகள்

மனிதன் தன்னைப் போன்று பகுத்தறியும் கருவிகளை உருவக்கி செயல்பட வைப்பதே செயற்கை நுண்ணறிவாகும் என்பர். "மனிதரின் நுண்ணறிவுத் திறனைச் செயற்கையாக உருவாக்குவதன் வழியாக ஒர் இயந்திரத்துக்கு மனிதரைப் போலவே கற்கும் திறனும் சிந்திக்கும் திறனும் பிரச்சனைகளுக்கு முடிவு காணும் திறனும் இருந்தால் அந்த இயந்திரம் செயற்கை நுண்ணறிவு இயந்திரமாகக் கருதப்படுகிறது. அது ஒரு குறிக்கோளை வைத்துக்கொண்டு மனிதர்களால் கற்றுக் கொடுக்கும் தரவுகளின் அடிபடையில் ஆராய்ந்தும் பகுத்தறிந்தும் தமது குறிக்கோளை அடையும் ஐந்து என்பார் பொதுநல மருத்துவர் கு.கணேசன் அவர்கள்.

செயற்கை நுண்ணறிவுப் பயன்பாடுகள்

ஓட்டுநர் இல்லா கார் தொழிற்சாலை, மருத்துவத்துறை, வங்கிகள், கல்வித்துறை, மேலாண்மைத்துறை, செய்தித்துறை, நீதித்துறை, தகவல் தொழிலநுட்பத்துறை, விஞ்ஞானத்துறை, பொறியியல்துறை, சமூகவலைதளம், கூகுள், மொழியியல்துறை, வேளாண்மைத்துறை, ஆட்டோமொபைல், ஆசிரியர்பணி வீடியோ விளையாட்டுகள் போன்ற பல்வேறு துறைகளின் வளர்ச்சியில் முக்கியப் பங்காற்றி வருகிறது செயற்கை நுண்ணறிவுத் தொழில் நுட்பம்.

செயற்கை நுண்ணறிவு இயந்திரங்களின் வகைகள்

கூகுள் எனும் நிறுவனத்தில் பயன்படுத்தப்படும் டீப்மைண்ட் எனக் கூறப்படும் செயற்கை நுண்ணறிவு இயந்திரம். மைசின் என்ற செயற்கை நுண்ணறிவு இயந்திரமும் வாட்சன் சூப்பர் கம்ப்யூட்டர் எனக் கூறப்படும் செயற்கை நுண்ணறிவு இயந்திரமும் மருத்துவத்துறையில் பயன்படுத்தப்படுகின்றன. போக்குவரத்துத்துறையில் மக்களின் கூட்டங்களை மிகத் துல்லியமாகக் காட்டும் கூகிள் நேவிக்கேசன் நாம் சொல்லுகின்றதைக் காதில் கேட்டு பதில் கூறும் அலெக்சா கூகிள் வாய்சு போன்ற பல செயற்கை நுண்ணறிவு இயந்திரங்கள் இன்று பல்கிப் பெருகி வந்துகொண்டிருக்கின்றன.

கணினியும் செயற்கை நுண்ணறிவும்

செயற்கை நுண்ணறிவு என்பது கணினியை அடிப்படையாகக் கொண்டு மிக நுட்பமான இயந்திரங்களை உருவாக்கி மனிதனைப் போலவே சிந்திக்க வைக்கும் ஒரு நுண்மையான தொழில்நுட்பந்தான் செயற்கை நுண்ணறிவுத் தொழில்நுட்பம். இத்தொழில் நூட்பத்தைக் கொண்டு வகுப்பறையில் கற்றல் முறையை மேம்படுத்தி வருகிறார்கள். "கணினி வழிக்காட்டுதலாலேயே கற்கும் அளவிற்கு செயற்கை நுண்ணறிவு வலுப்பெற்று வருகிறது"6 என்பர்.

பாடத்திட்டம் தயாரித்தல் முறையில் செயற்கை நுண்ணறிவு

இன்றைக்கு தொழில்நுட்ப முறை வளர்ந்து வரும் சூழலில் மாணவர்களுக்கானப் பாடத்திட்டத்தை உருவாக்கப்பட்டு வருகிறது. "தொழில்நுட்பக் கல்வி முறையில் மட்டும் அல்லாமல் மருத்துவக் கல்வி, உயிரிக்கல்வி, மேலாண்மைக்கல்வி, கலை மற்றும் அறிவியல் கல்வி முறையிலும் இனி வரும் காலங்களில் பாடத்திட்டத்தை உருவாக்க செயற்கை நுண்ணறிவு தொழில்நுட்பத்தின் பங்கு இன்றியமையாதது."7 என்பர்.

வகுப்பறையில் செயற்கை நுண்ணறிவு

வகுப்பறையில் மாணவர்கள் பாடங்களைக் கவனிக்கிறார்களா? இல்லையா? என்பதை ஆசிரியர்களாலும் கண்டுபிடிக்க முடியவில்லை, மாணவர்கள் வகுப்பறையில் ஆசிரியரை பார்த்துக்கொண்டே இருந்தாலும் அவர்களின் மனங்கள் எங்கேயோ போய்க்கொண்டு இருக்கின்றன. இவற்றையும் கண்காணிக்க செயற்கை நுண்ணறிவு வந்துவிட்டது. "சீனா, சிங்கப்பூர் போன்ற மத்திய மற்றும் தெற்கு ஆசிய நாடுகளில் கல்வியில் செயற்கை நுண்ணறிவின் பயன்பாடு உச்சத்தைத் தொட்டுள்ளது. உதாரணமாக சீனாவில் சில பள்ளிகளில் வகுப்பறையில் கண்டறிய செயற்கை நுண்ணறிவு நுட்பம் வாய்ந்த கேமராக்கள் மற்றும் மாணவர்களின் மூளையின் செயல்பாடுகளை உடனுக்குடன் ஆசிரியரின் கணினியில் பார்த்து அறிந்துகொள்ளவும் பயன்படுகிறது. பாடத்தில் கவனம் செலுத்தாத மாணவனுக்கு சிறப்பு பயிற்சிகளைக் கொடுக்க பரிந்துரை செய்யும் அளவிற்கு செயற்கை நுண்ணறிவு தொழில் நுட்பம் வளர்ச்சியடைந்துள்ளது."8 எனப் பேரா. இரா.ராசுக்குமார் குறிப்பிடுகின்றார்.

கற்றல் முறையில் செயற்கை நுண்ணறிவு

இயல்பாக ஆசிரியரிடம் மாணவர்கள் கற்கின்ற முறை போய் தற்போது செயற்கை நுண்ணறிவால் ஆசிரியரைப் போன்ற இயந்திரங்கனைக் கண்டுபிடித்திருக்கிறார்கள். இக்கருவி மூலமே இனி மாணவர்கள் வகுப்பறையில் பாடம் கற்கப் போகிறார்கள்."மாணவர்களின் கற்றல் திறனறிந்து அதற்குத் தகுந்தவாறு ஆசிரியர்களைப் போல இயந்திரக் கருவிகளே பாடங்களைப் போதிப்பதே கல்வி சார் செயற்கை நுண்ணறிவின் அடிப்படையாகும்."9 எனக் கூறுவதால் செயற்கை நுண்ணறிவினை பற்றி அறியமுடிகின்றது

மனித ஆசிரியரும் மனிதனைப் போன்ற ஆசிரியரும்

மாணவர்களுக்கு மனித ஆசிரியரால் கற்பிக்கின்ற முறைபோய் மனிதனைப் போன்ற ஆசிரியரிடம் மாணவர்கள் கற்கப் போகிறார்கள். வகுப்பறையை நவீன அறைகளாக மாற்றிக் கொண்டிருக்கிறார்கள். ஆனால் கல்லூரிகளே மனித ஆசிரியர்கள் இல்லாது மனிதனைப் போன்ற இயந்திர ஆசிரியர்களை நியமிக்கும் நவீனக் கல்லூரிகளாக (smart colleges) மாறும். "இணையவழி கற்றல் பள்ளி,கல்லூரிகளின் ஒரு பகுதியாக மாறவிருக்கிறது. பாடத்திட்டத்தை வகுக்கும் போதே இணையவழி கற்றல் அதன் அடிப்படையாக மாறும் காலம் வெகுதொலைவில் இல்லை"10 என்றக் கூற்றால் அறியலாம்.

கற்பித்தல் முறையில் செயற்கை நுண்ணறிவு

இனிமேல் மாணவர்கள் பாடங்களை விளையாடிக் கற்கப் போகிறார்கள். உடற்கல்வி படிப்புப் போன்று விளையாட்டு மாணவர்களாக அனைத்துத்துறை மாணவர்களும் மாறப்போகிறார்கள்."கணினி அல்லது இணையவழியான விளையாட்டுக்கு மாணவர்களிடையே நல்ல வரவேற்பு காணப்படுகிறது. பாடங்களை ஈடுபடுத்துவது கற்றலை எளிமைப்படுத்தும். அறிவியல்,வரலாறு, மொழிப்பாடங்கள் உள்ளிட்ட அனைத்தையும் விளையாட்டாக மாற்றி அதன் வழி கற்றுக்கொடுக்கும் போக்கு பரவலாகும்."11 கணினிக்கும் இயந்திரமாகிய ரோபோவிற்கும் கற்பித்தல் வழியாக நுண்ணறிவை உருவாக்கின்ற முறையே செயற்கை நுண்ணறிவாகும். இக்கருவிகளே மாணவர்களுக்கு கற்பிக்கும் திறன் கொண்டதாக மாற்றுவதே செயற்கை நுண்ணறிவு தொழில் நுட்பமாகும். "அறிவு,அனுபவஅறிவு,நினைவுத்திறன் செயல்திறன் உணர்வுகளைக் கையாளும் திறன் என பல்வேறு செயல்பாடுகளை மனிதனை அடிப்படையாகக் கொண்டு கணினிக்குக் கற்பிக்கப்பட்டு வருகின்றன."12 என இரா.குணசீலன் குறிப்பிடுவதனால் அறியமுடிகின்றது.

வினாத்தாள் தயாரிப்புமுறையில் செயற்கை நுண்ணறிவு

இனிமேல் மாணவர்கள் எழுதும் தேர்விற்கு ஆசிரியர்கள் வினாத்தாள் தயாரிக்க வேண்டியதில்லை செயற்கை நுண்ணறிவு இயந்திரங்களே தயாரித்து அது சரியான முறையில் இருக்கின்றதா? தவறு இருக்கின்றனவா? என்பதை எல்லாம் ஆராய்ந்து செயல்படப்போகின்றது."செயற்கை நுண்ணறிவு அடிப்படையிலான வர்த்தகம் 45 சதவீதமாக உயரும் என்று கூறப்படுகின்றது. வினாக்களைத் தயாரிப்பது அவை சரியாக இருக்கிறதா? என்று மதிப்பிடுவது மாணவர்களின் கற்றல் திறன்களை மதிப்பிடுவது அதன் அடிப்படையில் பாடங்களைச் சொல்லித் தருவது என்று மாணவர்களை மையப்படுத்தி கற்றலில் ஏராளமான மாற்றங்களைச் செய்யவிருக்கின்றது செயற்கை நுண்ணறிவு."13 என்று குறிப்பிடுவர்.

தேர்வு முறையில் செயற்கை நுண்ணறிவு

தேர்வறையில் தேர்வுகள் எழுதும்பொழுது மற்றவரைப் பார்த்து எழுதுவது, கேட்டு எழுதுவது, துண்டுத்தாள் கொண்டுவந்து எழுதுவது, ஆள்மாறாட்டம் போன்ற பல்வேறு முறைகேடுகளில் மாணவர்கள் ஈடுபடுகின்றனர். இவற்றை மேற்பார்வையாளரால் கண்டுபிடிக்க முடியவில்லை. மாணவர்கள் இத்தவறான வழிகளைத் தடுப்பதற்கு இன்றைய நவீன கேமரா எனும் ஒளிப்படப் கருவிகள் தேர்வறைகளில் பொருத்துகிறார்கள். இக்கருவிகள் சாதாரண கேமராக்கள் அல்ல செயற்கை நுண்ணறிவுடையச் சாதனங்களாக உள்ளன."மருத்துவத் தேர்வுகளில் முறைகேடுகளைத் தடுக்க நடவடிக்கை எடுக்கப்பட்டு வருகிறது.தேர்வு மையங்களில் கேமரா பொருத்தப்படுவதுடன் செயற்கை நுண்ணறிவு தொழில் நுட்ப முறையில் தேர்வுகளைக் கண்காணிக்க திட்டமிடப்பட்டு உள்ளது. இதற்காகப் பிரத்யேக மென்பொருள் வடிவமைக்கப்பட்டு வருகிறது. இது நடைமுறைக்கு வந்த பின் எந்த தேர்வுக் கூடத்தில் முறைகேடுகள் நடந்தாலும் அது குறித்த தகவல்கள் உடனடியாக கட்டுப்பாட்டு அறைக்கு வந்துவிடும்"14 என தமிழ்நாடு எம்.ஜி.ஆர்.மருத்துவ பல்கலைக் கழகத் துணைவேந்தர் சுதா சேசய்யன் கூறியக் கூற்றின் வழி செயற்கை நுண்ணறிவு முறையால் தேர்வு முறைகேடுகளைத் தடுக்கும் முறைகளை அறிந்து கொள்ள முடிகின்றது. இது போன்ற செயற்கை நுண்ணறிவு முறையில் இணையவழித் தேர்வுகளும் இன்று நடைபெற்று வருகின்றன. விடைத்தாள் திருத்தும் பணியில் செயற்கை நுண்ணறிவு பயன்பட்டு வருகின்றது. அதற்கான மென்பொருள்களும் தயாரித்து வருகின்றனர்.

முடிவுரை

செயற்கை நுண்ணறிவு என்று கூறுவது கணினி அறிவியலோடு தொடர்புடையது. மனிதனைப் போன்று செயல்படக் கூடிய மனித இயந்திரங்களை உருவாக்கி அதற்கு உணர்திறனைக் கற்றுக் கொடுப்பதாகும். இதன் மூலம் மனதில் நினைத்ததையும் தானே மேம்படுத்திக் கொண்டு கற்கும் மாணவராக, கற்பிக்கும் ஆசிரியராக, பாடத்தைத் திட்டமிடுபவராக, வினர்த்தாள் தயாரிப்பவராக, தேர்வை நடத்துபவராக, விடைத்தாள் திருத்துபவராக தானே உருவாகிவிடும். இது நுண்மை அறிவைப் பெற்று உண்மை அறிவைத் தரும் கருவியாகும். வகுப்பறையில் நடக்கும் அனைத்து

நிகழ்வுகளையும் இயக்கும் இயந்திரமாக செயற்கை நுண்ணறிவு சாதனம் உள்ளது. இந்திரனை நம்பிய காலம் போய் இனி இயந்திரனை நம்பும் காலமாகிவிட்டது நம் காலம்.

மேற்கோள்கள்

1. 1.வீரமாமுனிவர், சதுரகராதி, ப.65.
2. 2.மேலது, ப.116.
3. 3.மேலது, ப.116.
4. 4.மேலது, ப.107.
5. 5.தி இந்து தமிழ் நாளிதழ், 14-3-2020, ப.6
6. 6.இரா.ராஜ்குமார், எதிர்கால கல்வியில் செயற்கை நுண்ணறிவின் பயன், *https://www.dailythanthi.com*
7. 7.மேலது.
8. 8.மேலது.
9. 9.புதிய அலை...கற்கும் முறையில்:- *Dinamani, https://www.dinamani.com*
10. 10.மேலது.
11. 11.மேலது.
12. 12.இரா.குணசீலன், செயற்கை நுண்ணறிவுத் திறனும்...வேர்களைத ;தேடி *https:www.gunathamizh.com*
13. 13.புதிய அலை...கற்கும் முறையில்:- *Dinamani, https://www.dinamani.com*
14. 14.சுதா சேஷய்யன், மருத்துவ தேர்வில் முறை கேடுகள் தடுக்க செயற்கை... *https://m.dinamani.com*

தமிழரின் பண்பாடும்,கணினிப் பயன்பாடும் - ஓர் ஒப்புமை

முனைவர் ப.கலைவாணி

தமிழ்த்துறை தலைவர், உதவிப்பேராசிரியர்,
பார்வதீஸ் கலை அறிவியல் கல்லூரி, திண்டுக்கல்

முன்னுரை

பண்டையத் தமிழரின் வாழ்க்கை முறையே பண்பட்ட வாழ்க்கை முறையாகும். பன்னெடுங்காலமாக சமூகத்தில் மக்கள் வாழ்ந்த வாழ்வு முறையினைக் காணப்படுவதே பண்பாடாகும். அத்தகைய தமிழரின் பண்புமிக்க மரபினை, வாழ்க்கை முறையினை இலக்கிய, இலக்கணங்களின் வாயிலாக நாம் அறி;ந்து கொள்ள முடிகிறது. தற்போது காலமாற்றங்களால் மக்களின் நாகரீக வாழ்க்கை முறையில் நம் பண்பாடானது உணவு முறை, கல்விமுறை, பழக்கவழக்கங்கள் போன்றவற்றிலிருந்து சற்று மாற்றமடைந்து வந்துள்ளதைக் காணமுடிகின்றது. பல நிலைகளில் உடல் உழைப்பை மட்டுமே கொடுத்து உயர்ந்த மனித இனம் இன்று தனது அறிவின் தொழில்நுட்பத்தால் உடல் உழைப்பின்றி இயந்திரத்தின் வாயிலாகவே தனது வேலைகளை எளிமையாக்கிக் கொண்டு வாழ பழகிவிட்டனர். அவ்வாறு மனிதர்களின் பயன்பாட்டு கருவிகளுள் ஒன்றாக இன்று அதிகளவு உலகத்தனைவரும் பயன்படுத்தும் தொழில்நுட்ப சாதனமான கணினிப் பயன்படுவது நிதர்சனமே. நாம் வாழும் வாழ்க்கை முறையோடு கணினியும் எவ்வாறு மனிதனோடு இணைந்து ஒன்றாக இயங்கி கொண்டு வருவதை இக்கட்டுரையின் வழி ஆயலாம்.

பண்பாடு

தமிழரின் கலாச்சாரமே தமிழரின் பண்பாடாகும். தமிழ் கலாச்சாரமானது உலகெங்கும் வாழும் தமிழர்களின் வாழ்க்கை வழிகளில் வேரூன்றி உள்ளது. நம் தமிழ் கலாச்சாரம் மொழி, இலக்கியம், கலைகள், விளையாட்டு, ஊடகங்கள், உணவு, உடை, கொண்டாட்டங்கள், மதங்கள், தத்துவங்கள், தொழில்நுட்பம் போன்றவற்றோடு தமிழர் பண்பாடு தமிழ்மொழியின் ஊடாகவும் இருக்கின்றன. மக்களைப் பண்படுத்துவது, பிற உயிர்களிடமிருந்து வேறுபடுத்திக் காட்டக் கூடிய பண்பாட்டில் மக்கள், இன்றைய வாழ்க்கை நிலையில் பெரும்பான்மையோர் தன்னலம் மிக்கவர்களாக வாழ்ந்து வருகின்றனர். இதனால் பண்பாட்டு முறையை மறந்து மக்கள் வாழ்ந்து கொண்டு வருகின்றன. தமிழ்நாட்டில் பழங்காலத்தொட்டே இப்பண்பாடு மக்களின் வாழ்க்கையிலும், இலக்கியங்களிலும் நிலைபெற்று இருப்பதை,

“ பண்பெனப்படுவது பாடறிந்து ஒழுகுதல்” [1] – (கலித் - 133)

என்ற கலித்தொகைப் பாடலில் பண்பாடு பற்றி எடுத்து கூறுகிறது.

தமிழரின் பண்பாட்டினை அ.தட்சிணாமூர்த்தி அவர்கள் மக்களின் வரலாற்றில் அவர்கள் படைத்துக் கொண்ட கருவிகள் சமூக பழக்கவழக்கங்கள்,நம்பிக்கைகள், ஒழுக்கங்கள், கொள்கைகள் முதலியவற்றின் சாராம்சங்களைப் பண்பாடு எனக் கூறலாம். என்று தமிழர் நாகரீகமும் பண்பாடும் என்ற நூலில் குறிப்பிட்டுள்ளார். இன்றையப் பண்பாட்டு வாழ்க்கை முறையோடு மனிதன் தனது தேவைகளுக்காக படைத்துக் கொண்ட சாதனங்களில் தலையாய ஒன்றான கணினியின் பயன்பாட்டினை கீழ்க்கண்ட வகையில் தொடர்புப்படுத்திக் காணலாம்.

கல்வி முறை

உணவு முறை

விளையாட்டு முறை

ஆடை, ஆபரணங்கள்

வாணிகம்

கல்வி முறை

மனிதனுடைய பண்பாட்டில் முதற்படி வளர்ச்சியாக கல்வி அமைகிறது. அக்கல்வியில் இலக்கியங்களின் வாயிலாக அக்காலம் முதல் இக்காலம் வரை மக்களின் வாழ்க்கையை முறைகளையும், அறவழிகளைக்களைப் பின்பற்றி வாழ்வதால் உண்டாகும் நலன்களையும் அறிந்துக்கொள்ள முடிகின்றன. அக்கால குருகுலக்கல்வி முறையானது இயற்கையோடு இயைந்த கல்வி முறையைப் பின்பற்றினர். வெட்டவெளியில் காற்றோட்டான சூழலில் அமர்ந்து படித்தனர். ஆனால் இன்றைய கல்விமுறையில் காற்றோட்டான வகுப்பறைக்குள் அமர்ந்து பயில்கின்றர். பண்டைய காலத்தில் கல்விக்கு முக்கியத்துவம் தரப்பட்டது. அனைவரும் கல்வி பயில்தல் அவசியம் என்று உணர்த்தப்பட்டது. கல்லாதவனின் மனது இருள் போன்றது என்றும் கல்வியைப் பயில்வதற்கான பருவம் இளமை பருவம் என்றும் கருதப்பட்டன. இதனைக் காணும் போது கல்வியின் வளர்ச்சிக்கு பழந்தமிழக காலத்தில் முக்கியத்துவம் அளித்ததைக் காணமுடிகின்றது. கல்வியின் சிறப்பினை நாலடியாரில் “ மிகுதியான நூல்களை ஆண்கள் சேகரித்து படிப்பது அவர்கள் வீடு முழுக்க ஒலித்தது” என்று குறிப்பிடுகின்றது. வானியல், அறிவியல், கணிதம், தர்க்கம் போன்றவற்றையும் படித்துவந்தனர்.

" உற்றுழி உதவியும் உறுபொருள் கொடுத்துப்

பிற்றை நிலைமுனியாது கற்றல் நன்றே" [2] என்ற பாடல்வரி கல்வியின் மேன்மையை உணர்த்துகிறது. காலங்கள் மாறமாற நாகரீகங்கள் மாறமாற இத்தகைய கல்வியிலும் மாற்றம் அடைந்துள்ளது. ஆண்கள் மட்டுமே அதிகம் கல்விக்கற்ற சூழல் நீங்கி ஆண் - பெண் இருவரும் கல்விப்பயிலும் நிலை இன்றைய காலச்சூழலில் நிலவியுள்ளதோடு கல்வி முறையில் மாற்றங்களும் அதிகரித்துள்ளன. ஏடுகளை வைத்து படித்துக் கொண்டிருந்த மாணவர்கள் தொழில்நுட்ப சாதனங்களின் மூலம் கல்விக்கற்கும் நிலை இன்று உருவாகியுள்ளன. புத்தகங்களைத் தேடி நூலகங்கள் சென்ற காலங்கள் போய்; இணையத்திற்குள் புத்தகங்களைத் தேடி பயிலும் நிலை உருவாகியுள்ளன. தொழில்நுட்ப சாதனமான கணினி தகவல்களைச் சேமித்து வைத்துக் கொள்வதற்கு மட்டுமல்லாமல் புதிய தொழில்நுட்பத்தினைக் கண்டுபிடிப்பதற்கும், உருவாக்குவதற்கும் பயன்படுகிறது. தற்காலத்தில் மாணவர்களுக்குக் கல்வித்தொடர்பான புத்தகங்களை எடுத்து பயில்வதற்கு இணையத்தளங்களில் ஏராளமான நூலகங்கள் உள்ளன. Manybooks.net, openlibrary.org, Children's Digital Library, LibriVox, National digital library இதுபோன்ற இணையதள நூலகங்கள் அதிகம் உள்ளன. தமிழ் இலக்கியம் தொடர்பான நூல்கள், ஆய்வுக்கட்டுரைகள், கதைகள் போன்றவற்றை www.wikipedia.com, Tamil digital library.in, tamilsurangam.in, www.tamilvu.org.in, tamilkalvi.in இதுபோன்ற பல இணையதளங்களில் அறிந்துக்கொள்ள முடிகின்றது. இவையெல்லாம் இக்காலச்சூழலில் கொரோனா காலக்கட்டத்தில் இணையவழியாக வீடுகளிலிருந்து கல்விக்கற்கும் நிலை உருவாகியுள்ளதால் மாணவர்களின் அறிவுதிறனையும், கற்றல் ஆற்றலை மேம்படுத்துவதற்காகவும் zoom , google meet செயலிகளைக் கொண்டு இணையவழி வகுப்புகள் நடைபெறுகின்றன. புத்தகங்களை பதிவிறக்கம் செய்வதற்கும், உலக நிகழ்வுகளை இணையத்தின் வழியாக நாம் அறிந்துகொள்வதற்கு கணினித் தொழில்நுட்பம் முக்கியப் பங்குவகிக்கின்றது.

உணவுமுறை

சங்கால மக்களின் உயிர்நாடியாக விவசாயம் இருந்ததை அவர்களின் உணவுபழக்கவழக்கங்கள் மூலம் அறிந்துகொள்ள முடிகின்றது. பண்டையதமிழர்கள் நிலப்பாகுப்பாட்டின் அடிப்படையில் வாழ்வினை மேற்கொண்டு அத்திணைகளுக்கு ஏற்ப வேளாண்மை உற்பத்தி செய்து இயற்கையோடு இயைந்த வாழ்வினை வாழ்ந்து வந்துள்ளன. குறிஞ்சிநில மக்கள் தினை,தேன், கிழங்கு வகைகளைப் பயிரிட்டும், முல்லை நிலமக்கள் ஆடு மாடுகளை மேய்த்தும், மருதத்திணை மக்கள் உழவுத்தொழில் செய்தும், நெய்தல் திணை மக்கள்

மீன்பிடித்தல் தொழில் செய்தும். பாலை நில மக்கள் வழிப்பறிசெய்தும் வாழ்ந்து வந்துள்ளனர். ஆனால் காலங்கள் மாறினாலும் நவ நாகரீகம் பெருகினாலும் உயிர்வாழ்வதற்கு முக்கியதேவையாக உள்ள உழவுமுறையை நம் மக்கள் இன்றளவும் மேற்கொண்டு வருகின்றனர். ஆனால் இயற்கையாக விளைவிக்கக் கூடிய முறைகளை மாற்றி செயற்கையாக அரிசி, காய் கனிகளை விளைவிக்கும் முறை அதிகரித்துள்ளது. இதனால் மனிதர்களின் ஆரோக்கியமான வாழ்வானது குறைவதோடு பல நோய்களும், உடல் உபாதைகளும் ஏற்படுகின்றன.

தமிழர் பண்பாட்டில் தலையாய கூறுகளுள் ஒன்று உணவு முறை ஆகும். உணவினை சுவையுற சமைத்து உண்பதில் தமிழர்கள் சிறந்து விளங்குகின்றனர். சிறுபாணாறறுப்படை, பெரும்பாணாற்றுப்படை, புறநானூறு போன்ற சங்க இலக்கிய பாடல்களில் இறைச்சியோடு உணவினை உண்டு வாழ்ந்து வந்துள்ளதை காணமுடிகின்றது. சங்ககால மகளிர் தன் வீட்டில் உள்ளவர்களுக்கு விரும்பி அறுசுவை உணவுகளை சமைத்து மகிழ்வோடு இல்லறத்தை நடத்தினர். ஆனால் இன்றைய காலக்கட்டத்தில் தன் குடும்ப பொருளாதாரத்தை பெருக்கிக்கொள்வதற்கு கணவன் - மனைவி இருவரும் வேலைக்கு செல்லும் சூழல் உருவாகியுள்ளது. இதனால் உண்ணும் உணவிலும் கூட அதிக அக்கறை எடுத்துக்கொள்வதில்லை. ஆரோக்கியமான உணவுகளை தவிர்த்து வடநாட்டு மேலைநாட்டு உணவுமுறைகள் கலந்துவிட்டதால் பீட்சா,பர்க்கர், நூல்டுஸ், ப்ரைடுரைஸ், பிரென்ஞ்பிரை, சான்ட்விச் போன்ற உணவுகளை இளைஞர்கள் அதிகம் விரும்புகின்றனர். இத்தகைய உணவுகளை வீட்டில் அனுதினமும் செய்யமுடிவதில்லை. இதனால் தொழில்நுட்பவளர்ச்சி அதிகரித்துள்ள இக்காலக்கட்டத்தில் உணவகங்களுக்குச் சென்று உணவினை உண்பதற்குக் கூட விரும்பாமல் 'uber Eats, zomzto, foodpanda, faases, Swiggy' போன்ற செயலிகள் இணையவழிகளில் உணவகங்களாக செயல்பட்டுவருகின்றன. இந்த செயலிகளில் அலைப்பேசி மூலமாகவோ அல்லது கணினி வழியாகவோ ஆடர் செய்து வீட்டிற்கே வரவழைத்து உணவினை வாங்கி உண்ணும் முறை பெருகியுள்ளது. இவ்வாறு மனிதர்களின வாழ்வில் உணவுமுறைகளில் கூட கணினிபயன்பாடு இருப்பதை அறியமுடிகிறது.

விளையாட்டு முறை

தமிழரின் வாழ்வுமுறையில் விளையாட்டு முக்கிய ஒன்றாக இருந்துள்ளது. சிறியவர் முதல் பெரியவர் வரை அனைவராலும் விரும்பக்கூடிய ஒன்றாகவும் பொழுபோக்கிற்குரியவாகவும்

விளையாட்டு இருந்துள்ளது. விளையாட்டில் பெண்கள் விளையாடும் விளையாட்டு ஆண்கள் விளையாடும் விளையாட்டு இருவரும் விளையாடும் விளையாட்டு என்று பல விளையாட்டுகள் விளையாடியுள்ளதை சங்க இலக்கிய பாடல்கள் வழி அறியமுடிகின்றது. ஆடவரும், மகளிரும், ஆறுகளிலும், குளங்களிலும் நீராடி மகிழ்ந்து விளையாடும் விளையாட்டு புனலாடுதல் அகும். கிணற்றுக்குள் குதித்து மணல் எடுத்து மேலே வந்து அனைவரையும் வியப்பில் ஆழ்த்தும் விளையாட்டு மணல் எடுத்தல் விளையாட்டு இதனை நற்றிணையில்,

> **"இனி நினைத்திரக்க மாகின்ற திணிமணல்**
>
> **செய்வுறு பாலவைக்குக் கொய்யூத் தைஇத்"** [3] என்ற பாடலின் மூலம் அறிந்து கொள்ள

முடிகிறது. பண்டையகாலத்தில் வேப்பம்பழங்களின் காய்கள், நெல்லிகனியின் காய்கள் போன்ற மரங்களின் காய்களைக்கொண்டு மரத்திற்கடியில் அமர்ந்து விளையாடும் விளையாட்டு வட்டாடல். மகளிர் விளையாடும் விளையாட்டுகளில் கழங்கும் ஒன்றாகும். திண்ணைகளில் அமர்ந்து தோழிகளோடு பொன்னாலான கழங்கினை வைத்து விளையாடுவதாகும். இதனை

> **" செறியரிச் சிலம்பின் குறுந்தொடி மகளிர்**
>
> **பொலஞ்செய் கழங்கிற் றெற்றி யாடும்"** [4] புறநானூற்றில் கூறப்படுகின்றது.

இதனைப்போன்று நண்டினை வைத்தும் பெண்கள் விளையாடியுள்ளதை குறுந்தொகையில்,

> **" ஒரை ஆயும் கூறக் கேட்கும்"** [5] – (குறுந்தொகை 48)

என்றபாடல் வரிகளில் காணமுடிகின்றது. இவ்வாறு இயற்கையோடு ஒன்றி விளையாட்டினை விளையாடி மகிழ்ந்தனர் அக்கால மக்கள். நாகரீகம் சற்று மாறிய காலத்தில் குழந்தைகளின் விளையாட்டு முறையும் மாறியது. கிராமபுறங்களில் சிறுவர் சிறுமியர்கள் விளையாடும் விளையாட்டுகள் ' சடுகுடு' , 'ஐயன் கொம்பு' , 'ஆடும் ஓநாயும்' இதுபோன்ற விளையாட்டுகள் குழந்தைகளுக்குப் பேச்சுக் கற்றுக்கொடுப்பதற்கும், சொற்பயிற்சி அளிப்பதற்கும் இவ்விளையாட்டுகள் இருந்தனர். உடற்பயிற்சிக்கும், சுவாசப்பயிற்சிக்கும் மிகச்சிறந்ததாக இருந்த விளையாட்டு சடுகுடு. " உச்சரிப்புத் திருந்துவதற்காகச் சில வாக்கியங்களை விரைவாகச் சொல்லிப் பழகவேண்டும். அவற்றுள் 'ர' ' ,'ற' கரங்களும், ன,ண கரங்களும், ல,ள,ழ கரங்களும் விரவி வரும். விரைவாகவும் சரியாகவும் அவ்வாக்கியங்களைச் சொன்னால் உச்சரிப்பு சரியாக குழந்தைகளுக்குத் திருந்தும்

> **"ஓடுகிற நரியிலே ஒரு நரி சிறுநரி, சிறுநரி முதுகிலே**
>
> **ஒரு பிடி நரை மயிர்"** [6] என்ற பாடல் குழந்தைகளுக்கு விளையாட்டோடு கற்றல் ஆற்றல்

மிகுந்ததாக இருந்தது. ஆனால் இன்றைய காலக்கட்டத்தில் தொழில்நுட்ப வளர்ச்சியில் முன்னிலையில் உள்ளது கணினி. அக்கணினியில் மூலம் இன்று இணையவழி விளையாட்டுகள் ஏராளமாக உள்ளன. இதனால் குழந்தைகள் ஓடிவிளையாடும் நிலையே இல்லாமல் போய்விட்டன. "kogama,bubble hit, nuova balla, pirale bubbles, Tiger ball, bubble rain, Block cratt 3D விளையாட்டுகளான building game, my talking Tom, Candy crush, carom pool, Sudoku, Solitaire, இதுபோன்ற ஏராளமான விளையாட்டுகள் சிறுவர்கள் விளையாடக் கூடியவையாக உள்ளன. இதில் அதிகமாக பாதிப்புகளைத் தரக்கூடிய விளையாட்டுகள் தான் அதிகரித்துள்ளன என்று கூறலாம். Freefire, pubg போன்ற விளையாட்டுகள் சிறுவர்கள் முதல் இளைஞர்கள் வரை ஏராளமான பேர் விளையாடிக்கொண்டு வருகின்றனர். இவ்விளையாட்டால் மனபதற்றம், நினைவாற்றல் குறைவு, கோபம், வன்முறை தூண்டுதல் போன்ற பாதிப்புகள் உருவாகுகின்றனர். அக்கால விளையாட்டுகள் சிறுவர்கள் முதல் இளையோர்கள் வரை அனைவருக்கும் உடல் ஆரோக்கியத்திற்கும், மன ஆரோக்கியத்திற்கும் உகந்ததாக இருந்தனர். ஆனால் இந்த நவீன காலத்தில் விளையாடக்கூடிய இணைய விளையாட்டுகள் அனைத்தும் உடல் ஆரோக்கியத்திற்கு ஏற்றதத்ததாக இல்லையென்றே கூறலாம்.

ஆடை அணிகலன்கள்

சங்ககால பண்பாட்டின் மரபு நிலைகளன்களாக முதன்மையாக சிறந்து விளங்கியது ஆடையாகும். ஒரு மனிதனை முழு மனிதனாக மதிக்கதத்க்கதாக ஆடைகள் பயனபடுத்தப்படுகின்றன. உணவைவிடவும் இன்றியமையாத ஒன்றாக ஆடை விளங்குகிறது. பண்டைய காலத்தில் குறிஞ்சி, முல்லை நிலை மக்கள் இலைகளையும், பூக்களையும் பறித்து அதனைக் கோர்த்து ஆடையாக அணிந்திருந்தனர் என்பதை சங்க பாடல்களின் வழி அறியமுடிகின்றது.

"தழை அணிந்து அலமரும் அல்குல் தெருவின்" [7] நற்றிணை (320)

"உடுக்கும் தழை தந்தனனேயாம் அஃது

உடுப்பின், யாய் அஞ்சுதுமே கொடுப்பின்" [8] நற்றிணை (359)

என்ற நற்றிணைப் பாடலின் வழி காணமுடிகின்றன. அக்காலத்தில் ஆண்களும் பெண்களும் ஆடைகள் அணிந்து வந்துள்ளதையும், ஆடைகளைப் போலவே அணிகலன்களையும் ஆண்களும் பெண்களும் அணிந்து வந்துள்ளனர். அணிகலன்களை அதிகமாக அணிவது பண்பாடு சார்ந்த ஒரு மரபாகவும் கருத்தினர். முத்துமாலை, கைவளையல்கள் ஆகிய அணிகலன்களை அணிந்திருந்ததை கலித்தொகையில்,

"பல் காழ்முத்து அணி ஆரம் பற்றினள் பரிவானால்" [9] (79 : 12)

" தம்தம் கலங்களுள் கையுஉற என்று இவற்கு" [10] (84: 16) என்ற பாடல் வரிகள் மூலம் காணலாம். ஆடை, அணிகலன்கள் என்பது நமது பாரம்பரிய மரபுகளில் ஒன்றாகவே திகழ்ந்து வந்துள்ளது என்றாலும் இக்கால நடைமுறைகளில் சற்று மாற்றம் அடைந்துள்ளதோடு அதன் மீது இருக்கும் ஆர்வமும், விருப்பமும் ஈர்ப்பும் கூடுதலாகவே இருக்கின்றது என்றே தான் நாம் கூறவேண்டும். இக்கால ஆண், பெண் இருவரும் நவநாகரீக முறைகளில் ஆடை ஆபரணங்களை அணிய விருப்புகின்றனர். காலத்திற்கேற்றபடி கணினித் தொழில்நுட்ப வளர்ச்சியால் பல வடிவங்களில் ஆடை ஆபரணங்கள் வடிவமைத்து வெளிவருவதால் மக்களும் அதை ஏற்று விரும்பி அணிந்து மகிழ்கின்றனர். அதுமட்டுமின்றி ஆடை ஆபரணங்கள் சார்ந்த பட்டயப்படிப்புகள் பல்கலைகளிலும், கல்லூரிகளிலும் கொண்டுவரப்பட்டு மாணவர்கள் அதிகம் பயிற்று வருவதையும், இதில் மாணவர்கள் மத்தியில் ஆர்வத்தினை அதிகரித்துள்ளதையும் காணமுடிகின்றது. இப்படிப்புகள் ஒருவருட படிப்பாகவோ, இரண்டுவருட படிப்பாகவோ, அல்லது இரண்டு, மூன்று மாதப்படிப்பாகவோ இருக்கின்றன. உதாரணமாக 'Diploma in graphic Desingning, Diploma in jewellery Desingning, Diploma in gemology, Diploma Desingning in jewellery, B.Sc in in jewellery Desingning, Certificate Course in jewellery Desingning, 2D Desingning of jewellery on system, 3D Modeling of jewellery' போன்ற படிப்புகள் இன்று மாணவர்கள் மத்தியில் அதிகமாக பயின்று வரப்படுகின்றன. மேலும் கடைகளுக்குச் சென்று ஆடை, ஆபரணப் பொருள்களை வாங்கக்கூடிய நிலைமாறி இணையவழியாக தங்களுக்குத்; தேவையான உபகரணங்களை வாங்கி மகிழும் தொழில்முறை இன்று அதிகரித்துள்ளன. இதனால் காலநேரங்கள் குறைவதோடு விரும்பியப் பொருட்களை வாங்குவதற்கு அதிக சிரமங்களும் ஏற்படுவதில்லை என்பதை அறிந்துகொள்ள முடிகின்றது.

வாணிகம்

பண்டையக் காலத்தில் வாழ்ந்த மக்கள் தங்களுக்குத் தேவையான உணவுகளைத் தாங்களாகவே உற்பத்தி செய்து வாழ்வந்தனர். தினை, உப்பு, பால், தயிர், மீன் போன்ற பொருட்களை அக்காலத்தில் காசுக்கொடுத்து வாங்கும் முறையி;ல்லை. இப்பொருட்களை பண்டமாற்று முறையில் செய்து கொண்டனர். பண்டமாற்று முறை என்பது ஒரு பொருளைக் கொடுத்து மற்றொரு பொருளைப் பெறுவதாகும். விலைமதிப்புள்ள பொருள்களை மட்டும் காசு கொடுத்து பெற்றுகொண்ட வழக்கம் இருந்தன. சங்க காலத்தில் கப்பல் வழியாகவும், தரைவழியாகவும் வாணிகத்தை மேற்கொண்டு வந்துள்ளனர். தரைவழி வாணிகமானது உந்துவண்டிகள், இரயில்வண்டிகள், விரைவு வாகனங்கள் இல்லாத காலத்தில் குதிரை, காளை, கழுதை கொண்டு வண்டிகள் பூட்டி வாணிகம் மேற்கொண்டு வந்தனர். "இடைச்சியர் நெய்யைப் பண்டமாற்று செய்யாமல் காசுக்கு விற்று அக்காசுகளைச் சேமித்து

வைத்தார்கள். குறிப்பிட்ட தொகை காசு சேர்ந்தபோது அக்காசைக் கொடுத்துப் பசுவையும் எருமையையும் விலைக்கு வாங்கினார்கள் என்பதை உருத்திரங்கண்ணனார் கூறுகிறார்.

" நெய்விலைக் கட்டிப் பசும்பொன் கொள்ளாள்

எருமை நல்லான் கருநாகு பெறூஉம்

மடிவாய்க் கோவலர் "[11] (பெரும்பாண் - 164-166)

இத்தகைய வாணிகமானது நவீனகாலமாக்கிய இக்காலகட்டத்தில் கணினித் தொழில் நுட்பத்தின் மூலம் இணையம் வழியாக பல பொருட்களை ஏற்றுமதி இறகுமதி செய்யக்கூடிய அளவிற்கு வளர்ச்சிபெற்றுள்ளது. உள்நாட்டு, வெளிநாட்டு பங்குச்சந்தை நிலவரங்கள், அயல்நாட்டுப் பொருட்களை இணையத்தின் வழியாக பெறுதல் போன்ற வசதிகள் இன்று உருவாகியுள்ளனர். அக்காலம் முதல் இக்காலம் வரை வாணிகமானது தொழில்நுட்ப வசதிகள் பெருக பெருக பல மாற்றங்கள் அடைந்து வளர்ச்சியடைந்துக் கொண்டே செல்கின்றனர் என்பதை இதன் வழி அறியமுடிகின்றது.

முடிவரை

தமிழரின் பாரம்பரிய பழக்கவழக்கங்கள் அவர்களின் வாழ்க்கை முறையில் உணவு, கல்வி, விளையாட்டு, ஆடை, ஆபரணங்கள், வாணிகம், வானிலை என்ற அனைத்திலும் மாற்றங்கள் கண்டதோடு, கணினி தொழில்நுட்பமானது மேற்கண்ட அனைத்திலும் மக்களின் வாழ்வில் ஒன்றாக இணைந்து பயன்பாட்டிற்குரியதாக விளங்குவதையும் காணமுடிகின்றது. இந்த நவீன காலத்தில் இதன் பயன்பாடாது குறையாமல் பெருகிக் கொண்டே செல்கிறது என்பதுவே மறுக்க முடியாத உண்மையாகும். ஆனால் கணினியின் பயன்பாடு நமக்கு தேவையானதாக இருந்தாலும் அதனால் வரக்கூடிய சில தீமைகளையும் எண்ணி உணர்ந்து நமது பண்பாடும் சீர்க்குலையாமல் அதை பயன்படுத்தி செல்வதுவதே சிறந்தாகும்.

அடிக்குறிப்பு:

1. முனைவர் அ.விசுவநாதன் (உரையாசிரியர்) – சங்க இலக்கியம் கலித்தொகை   மூலமும் உரையும். நியூ செஞ்சரி புக் ஹவுஸ் (பி) லிட்சென்னை – 600098முதல் பதிப்பு – 2004
2. புலியூர்கேசிகன் சங்க இலக்கியம் புறநானூறு சாரதா பதிப்பகம்சென்னை – 147ம் பதிப்பு – 2019
3. முனைவர் கு.வெ.பாலசுப்பிரமணியன் சங்க இலக்கியம் நற்றிணை மூலமும் (உரையாசிரியர்) உரையும். நியூ செஞ்சரி புக் ஹவுஸ் (பி) லிட் சென்னை – 600098 6ம் பதிப்பு – 2017

4. முனைவர் வி.நாகராஜன் சங்க இலக்கியம் குறுந்தொகை மூலமும்(உரையாசிரியர்) உரையும்.யூ செஞ்சரி புக் ஹவுஸ் (பி) லிட் சென்னை – 600098 முதல் பதிப்பு – 2004

5. நா.வானமாமலை தமிழர் நாட்டுப் பாடல்கள்நியூ செஞ்சரி புக் ஹவுஸ் (பி) லிட்சென்னை – 600098 நான்காம் பதிப்பு – 2000

6. முனைவர் கு.வெ.பாலசுப்பிரமணியன் சங்க இலக்கியம் நற்றிணை மூலமும் (உரையாசிரியர்) உரையும்.நியூ செஞ்சரி புக் ஹவுஸ் (பி) லிட்சென்னை – 600098

7. புலியூர்கேசிகன் சங்க இலக்கியம் கலித்தொகைசாரதா பதிப்பகம்சென்னை 147ம் பதிப்பு – 2019

8. முனைவர் இரா. மோகன் பத்துப்பாட்டு பெரும்பாணாற்றுப்படை(உரையாசிரியர்) நியூ செஞ்சரி புக் ஹவுஸ் (பி) லிட்சென்னை – 600098 6ம் பதிப்பு – 2017

தமிழ் இலக்கியங்களுக்கான கணினி வளங்கள்:தமிழ் நூலகம்

முனைவர் வி.வசுமதி

தமிழ்த்துறைத்   தலைவர்& இணைப் பேராசிரியர்
ஸ்ரீ ஜிவிஜி விசாலாட்சி மகளிர் கல்லூரி
உடுமலைப்பேட்டை.

ஆய்வுச்சுருக்கம்

வளர்ந்து வரும் காலச்சூழலில் கல்விக்கு மிகவும் முக்கியத்துவம் பெறுவகையில் ஒன்றாக அமைவது கணினியும், அதனூடே செயாற்றும் மென்பொருள்களும். இணையத்தின் பயன்பாட்டில் வாசிப்பு எனும் பழக்கம் பல மாற்றங்களைக் கொண்டு அழிவின் பாதைக்குள் அடியெடுத்து வைக்கிறது. இந்நிலை மாறிட வளர்ந்துவரும் மென்பொருள் நிறுவனங்கள் செயலிகளை அறிமுகப்படுத்தியுள்ளன. அதில் ஒரு செயலியை பற்றி மட்டும் காண்பது இக்கட்டுரையின் நோக்கம்.

ஆய்வுப் பொருள்

வாசிப்பு என்பது ஒரு கலை. இது இன்று அழியும் தருவாயில் இன்றைய இளைய தலைமுறையினரிடம் உள்ளது. இதற்குக் காரணம் திறன்பேசியாக மாறிய கைப்பேசியே ஆகும். இதன் வழியே நாம் வாசிப்புக் கலையை மீட்டெடுக்க தமிழ் நூலகம் என்ற செயலி வழி காணலாகும் செய்திகளை ஆய்வது இக்கட்டுரையின் ஆய்வுப்பொருளாகும்

ஆய்வின் கருதுகோள்

வாசிப்பினை மீட்டெடுக்க பயன்படும் செயலிகளில் நன்மை தீமைகளை ஆய்ந்து ஒரு செயலியின் தன்மையை மட்டும் கூறி அதன்வழி வாசிப்புக் கலைக்கு முக்கியத்துவம் காணுவதை இக்கட்டுரை கருதுகோளாகக் கொண்டுள்ளது.

5) **உட்தலைப்புகள்**

செயலிகள் உருவாக்கம் - புதினச் செயலிகள் - தமிழ் நூலகம் - செயலி - விளைவுகள் – நன்மைகள் – தீமைகள் - முடிப்பு என்ற தலைப்புகளில் இக்கட்டுரை அமையவுள்ளது.

| உலகத்தோடு | ஒட்ட | ஒழுகல் | பலகற்றுங் |
| கல்லார் | | அறிவிலா | தார் |

குறள் எண் – 140

என்பது வள்ளுவம். உலகத்தின் ஊடே செல்லும் வாழ்வில் கல்வி கட்டாயமாகி விட்டது. நேர்முக வகுப்போ இணைய வழி வகுப்போ ஏதாயினும் மாணவர்கள் எதிர்கொள்ளும் சூழலில் உள்ளனர். நேர்முக வகுப்பில் அவர்களது படிப்பார்வம் மிகினும் இணையத்தின் பயன்பாடு கட்டாயம் தேவைப்படுகிறது

தமிழ்ப் பயிலும் மாணவன் தனது இலக்கிய தேடலில் தன்னை மறக்கிறான். நூலகம் சென்று பார்த்த காலம் மாறி நூலகச் செயலியில் வாழ்கிறான். அவ்வகையில் செயலிகள் கல்வியியலில் தனி இடம் பெற்றுத் திகழ்கின்றன. செயலிகளின் செயல்பாடுகள் அளப்பரிய தன்மை பெறுகிறது.

செயலிகள் உருவாக்கம்

கணினி தொழில்நுட்பவியல் செயலிகளின் வரப்பிசாதம் ஆகும் கணினியுடன் இணைந்த இன்றைய கல்விமுறை மாணவர்களின் கற்றல் திறனை மேம்படுத்துகிறது. அவ்வகையில் மழலையர் பருவம் முதல் அனைத்து பருவம் வரை எல்லா வயதினருக்கும் செயலிகள் உள்ளன. படிக்கவும், கேட்கவும், சமையல் செய்யவும், பாடம் படிக்கவும் கேட்கவும், எழுதும் முறை (மொழிகளுக்கு ஏற்ப) இசைவடிவில் இது போன்ற அனைத்து கணினி வளங்களும் வலைத்தளத்தில் வலம் வருகின்றன என்றால் மிகையாகாது. இதுபோன்ற செயலிகளை மென்பொருள் நிறுவனங்கள் நிறுவுகின்றன இவற்றுள் கல்வியியல் நோக்கில் இடம்பெறும் சில செயல்கள் வடிவமைப்பு அதன் பயன்பாடு அதனால் ஏற்படும் விளைவுகள் இதனை ஆய்வதாக இக்கட்டுரை அமைகிறது

புதினச் செயலிகள் வகுப்பு கல்வி முதல் கற்பிக்கப்படுவது தமிழில் வாசிப்பு என்னும் கலை. வாசித்தல் என்பது பல்வேறு வகைகளில் காணமுடியும்

நாளிதழ் வாசித்தல், மனப்பாடச் செய்யுள்களை வாசித்தல், நூல்கள் வாசித்தல், சிறுகதை மற்றும் புதினங்கள் வாசித்தல். இவையனைத்தும் குறைவதற்குக் காரணமாக நம்மிடமுள்ள திறன்பேசிகளே என்பதும் மறுக்க முடியாத உண்மை.

புதின வாசிப்பு என்பது நீண்டு செல்லும் ஒரு பயணம். அன்றைய காலங்களில் தொடர்கதைகளாக வலம் வந்த கதைகள் பின்னாளில் தொகுக்கப்பட்டு புதினங்கள் ஆயின. இதற்கு உதாரணம் பொன்னியின் செல்வன், பார்த்திபன் கனவு. இன்று அனைத்து இணைய வழியிலும் தொடர்களே வலம் வருகின்றன என்பது சிக்கலான செய்தி.

புதின வாசிப்பு என்பதன் வழி புதின ஆசிரியர் தமது உலகத்திற்கே வாசிப்பாளரை இழுத்துச் செல்கிறார். வாசகனும் எழுத்தாளனோடு இணைந்து பயணிக்கும் இந்தப் புதிய பயணத்தில் தமிழ் நூலகம் என்று ஒரு செயலியின் பங்களிப்பினைப் பற்றி இக்கட்டுரையில் காண்போம்.

தமிழ் நூலகம் - செயலி

''உங்கள் கைபேசியில் ஒரு நூலகம் மேற்பட்ட புத்தகங்கள் ஒரே தளத்தில்'' - என்ற வாசகத்துடன் உள்ளே செல்கிறது இந்தச் செயலி. அதனுள் புத்தகங்கள், வரலாறு, தமிழ் இலக்கியம், உலக இலக்கியங்கள், ஆன்மீகம், கட்டுரை நூல்கள், பிற நூல்கள், பல்சுவை புத்தகங்கள், தத்துவங்கள், புதுமைப்பித்தன், கல்கி, அ. ச ஞானசம்பந்தன், அண்ணாதுரை, வாணிதாசன், நா பார்த்தசாரதி, லா ச ராமாமிர்தம், சாவி, ஜெயகாந்தன், வடுவூர் துரைசாமி, டாக்டர் இராசமாணிக்கனார், சு சமுத்திரம், எஸ்.எம். கமால், வானமாமலை, கி. வா ஜெகந்நாதன்,, மயிலை சிவமுத்து, பேராசிரியர் நா.சஞ்சீவி, அ.கா. பெருமாள், ஜெயமோகன், கோவை இளஞ்சேரன், சிபி சிற்றரசு, கவிஞர் மீரா, டாக்டர் ரா.சீனிவாசன், புலவர் கா.கோவிந்தன் மற்றும் இளம் எழுத்தாளர்கள் வரை இடம் பெற்றுள்ளனர்.

இவர்களின் படைப்புகள் அனைத்தும் மின் நூலகத்தில் இணைக்கப்பட்டுள்ளது. இன்று அச்சில் இல்லாத நூல்களும் இச்செயலில் இடம்பெறுவது சிறப்பு. நூலக நூலகமாய்ச் சென்று சுற்றித் திரிந்து அதில் உறுப்பினராகி, நூலகக் கணக்கிற்கு ஒப்பிட்டு நூல் எடுத்துவிட்டு உரிய நாளில் ஒப்படைக்காவிடின் அதற்கு அபராதம் விதித்து அப்பப்பா.... என்று இத்தனை வழிவகைகளைக் கடந்து இன்று மின்னிதழில் நூலகள் வலம் வருவது வாசிப்பாளர்களுக்கு வரப்பிரசாதமாகும்.

விளைவுகள்

6) **நன்மைகள்**

எல்லா வளங்களும் நிறைந்த நம் நாட்டில் கணினி மென்பொருள் தொழில் நுட்பவியல் மிக அருமையாக உள்ளது இதனை முன்னெடுத்து மக்களாகிய நாம் கடைபிடித்தால் தேவையற்ற அலைபேசி தொல்லைகளில் இருந்து சற்றேனும் ஆறுதல் அடையலாம்.

வாசிப்பில் மனம் இணையும் போது மன அழுத்தம் குறையும். செயல்திறன் மேம்படும். சிக்கலான சூழலை எதிர்கொள்ளும் மன வலிமை பெறும். கற்பனைத் திறன் கூடும். மனித வாழ்வின் பல்வேறு கோணங்களில் எதிர்கொள்ளும் சிக்கல்களுக்கு ஒரு முடிவு கிடைக்கும். மன போராட்ட தருணங்களில் மனம் அமைதி ஏற்படும். கைப்பேசி இப்போது திறன்பேசி ஆக மாறியுள்ளது. அத்தனை கொண்டு நம் திறமையை வளர்ப்பது புத்திசாலித்தனம். என் வாயிலாக நாம் ஒரு இலக்கியத்தை வாசித்தல் என்பது நல்ல தன்மையை நமக்கு ஏற்படுத்தும் என்பதில் எந்த விதிவிலக்கும் இல்லை.

7) **தீமைகள்**

வாசித்தல் பழக்கத்திற்கு புத்தகத்தைக் கையில் எடுக்கும் போது மட்டுமல்ல செயலிகளின் வழியே படிக்கும்போதும் பல்வேறு இடையூறுகள் வருவது இயல்பு. வேற்றுச் செயலிகளை

தரவிறக்கம் செய்ய திரை முன் தோன்றும் திரை தொடுதல்கள். தொடுதிரை என்பதால் ஏதேனும் ஒன்றை தொட்டாலே அடுத்தடுத்து வரும் இடையூறுகள். தவிர்க்க இயலாத புலனச் செய்திகள் மின்னஞ்சல் மற்றும் வலையொளி வாயிலாகப் பெறப்படும் வருகைகள்இ. இவையனைத்தும் வாசிப்புப் பழக்கத்தை தொடர முடியாத சூழ்நிலை காரணிகளாகும். இவைகளை தக்க முறையில் மீண்டும் வராதபடிக்கு நமது திறன்பேசியின் அமைப்புமுறைகளை மாற்றிவிட்டால் படிக்கத் தொடங்கலாம் எனினும் இது 100% சாத்தியமற்றதாகவே தெளிய முடியும்

முடிவு

வாழ நினைத்தால் பூமியில் வழி இல்லாமல் இல்லை. ஒரு பானை சோற்றுக்கு ஒரு சோறு பதம் என்ற பழமொழிக்கு ஏற்ப இன்றைய தொழில்நுட்பவியல் உலகில் ஒரு செயலை பற்றிய அறிமுகம் மட்டும் ஈண்டு கொடுக்கப்பட்டுள்ளது. தமிழ் நூலகம் என்ற செயலின் வழி தலைப்புகளில் இனம் பிரித்து காட்டப்பட்ட ஆசிரியர்கள், அறிஞர்கள் என்றால் அனைத்து தரப்பு நூல்களும் இடம் பெறுகின்றன. இத்தகு சிறப்பான செயலிகள் 'தமிழ் இலக்கிய இலக்கியங்களுக்கான கணினி வளங்கள்' - என்று கூறுவது மிகச் சரியாக பொருந்தும். இதுபோன்ற கணினி உலகில் இடம்பெறும் பல்வேறு செயல்களை நாம் இனம் கண்டு பயன் பெறுவோமாக.

Comparison of machine learning algorithms in domain specific information extraction in Tamil

M. Rajasekar
Angelina Geetha

Hindustan Institute of Technology and Science, Chennai, India
**sekarca07@gmail.com*

Abstract:

Information Extraction is an essential task in Natural Language Processing. It is the process of extracting useful information from unstructured text. Information extraction helps in most of the NLP applications like sentiment analysis, named entity recognition, medical data extraction, features extraction from research articles, feature extraction from agriculture, etc. Most of the applications in information extraction are performed by machine learning models. Many research work shave been carried out on machine learning based information extraction from various domain texts in English such as Bio medical, Share market, Weather, Business, Social media, Agriculture, Engineering, and Tourism. However domain specific information extraction for a particular regional language is still a challenge. There are different types of classification algorithms. However, for a selected domain to select the appropriate classification algorithm is very difficult. In this paper three famous classification algorithms are selected to do information extraction by classifying the Gynaecological domain data in Tamil Language. There are 1635 documents being involved in classification task to extract the features by these selected three algorithms. By evaluating the classification task of each model it has been found that the Naive Bayes classification model provides highest accuracy value (82%) for the gynaecological domain data.

Keywords: Machine Learning, Information Extraction, Gynecology, Naive Bayes classifier, Support Vector Machines, K-nearest neibhour classifier

Introduction

Since the recent decade the text information in the form of digital way has been booming in our Technological world. As it is significant, it is needed to bring together and classify this text data for further development. The text information is to be extracted, classified, and clustered according to the categories. Mostly information is available in the global language, English. Information is available in unstructured or semi structured format. The information is to be processed to get in structured format. Several approaches have been done in information extraction from English text. But in India, a multi lingual country, information is scattered in many languages. It is a big challenge to extract the needed information in the regional languages. But there are a number of research contributions by various researchers in information extraction from a specific domain text in various regional languages. To classify the unstructured *information is one of the tasks in information extraction. Based on the categories of a particular domain, information is to be classified. There are many machine learning based classification models that are available. To select the appropriate classification model for the selected domain is a challenging job. This paper deals with the machine learning models for Gynecological domain text in Tamil language and compares the performance of those classification models.*

Background study

Information classification task is the major task in extracting useful information from unstructured data. The text classification will be performed by most of the classification models. There are various types of machine learning classification models that are available for text classification. These classification algorithms classify the input data into a specific category. The classification algorithms are classified as Binary classification, multi-class classification, and multi-label classification. Binary classification means that the classification task gives two possible outcomes. More than two possible outcomes are referred to as multi-class classification. In multi-label classification each sample is mapped to a set of target labels.

8) *The following is a list of machine learning classification algorithms:*

1. Linear Regression

2. Naive Bayes classification

3. Stochastic Gradien Descent

4. K-Nearest Neighbours

5. Decision Tree

6. Random Forest

7. Support Vector Machine

The performances of the above machine learning classification models are verified to choose the best model to extract the information by classification task.

2.1. Gynecological domain data in Tamil

All the above machine learning algorithms have been implemented in information classification task in English. In this research work, the gynecological domain data in Tamil language is chosen to process the extraction of useful information. 1635 documents in gynecological domain data in Tamil language have been collected from various internet sources web sites, blogs, News. These documents are categorized as women physical problems. The content of the document is available based on the category of the document.

Related works

An efficient English text classification using selected machine learning technique has been approached by Xiaou [1]. In this research work, the support vector machine model is used to classify English text and documents. Two analytic experiments have been done to check the selected classifiers to classify the English text. The Rocchio classifier provides the best performance results in 1033 English text documents compared with SVM classifier. The Rocchio classifier provides a good accuracy of 90% in English documents classification.

An Automatic text classification using machine learning and optimization algorithms has been proposed by R. Janani &S. Vijayarani [2]. The text classification task is done in two phases. The first one is to select important features for classification and the second one is to classify the text documents. An optimization technique for feature selection algorithm is used to implement the classification of text documents. To evaluate the proposed method the performance of selected algorithm is compared with other classification techniques SVM classifier, K-nearest neighour, Naive Bayes algorithm, and probabilistic neural networks. The proposed method has yielded very high accuracy compared with the other classification models.

A comparative study of five text classification algorithms with their improvements has been done by Ahmed et al.,[3]. This research work has been done on the comparative study of all the amendments done on five essential text classification algorithms, namely Decision Tree, Support Vector Machine, K-Nearest Neighbors, Naive Bayes, and Hidden Markov Model. The comparative study has been done on Learner modification, main algorithm modifications and addition in feature extraction and reduction.

A Performance comparison of different classification algorithms for household poverty classification has been done by Janelyn et al.,[4]. To identify the poor households of poverty alleviation programs they have used machine learning algorithms to analyze the poverty data from Community based monitoring system database of Langangilang, Abra, Philippines. Major classification algorithms like Naive Bayes, ID3, Decision Tree, Logistic Regression and K-Nearest Neighbour have been compared. The algorithmshave been evaluated based on the performance metrics-- accuracy, precision, recall, F1 score, error date, and AUC. This study concludes that the Naive Bayes algorithm is the most efficient algorithm for the prediction of households that are poor or non-poor. The error rate of the Naive Bayes algorithm is 0.014 only.

The Automated Named Entity Recognition model has been proposed by R. Srinivasan et al.,[5]. By using supervised learning method, the system automatically assigns the NER tags to the tokens in Tamil documents. The Naïve Bayes algorithm is used to design the feature extraction from Tamil documents. The corpus has 1028 documents in Tamil language. They have used three feature extraction models such as Regex Feature extraction, Morphological Feature extraction, and Context Feature extraction. The model has been evaluated by Precision and Recall method. The final F-measure has achieved 83.54%.

A framework for Named Entity Recognition for Malayalam has been proposed by R. Rajimol et al.,[6]. It is deep learning approach in NER system for Malayalam. A comparison has been done across the different deep learning methods, recurrent neural networks, gated recurrent unit, long short-term memory, and bi-directional long short-term memory. For NER, it has been discovered that DL-based approaches outperform traditional shallow-learning-based approaches significantly. It has been found that deep learning approach for NER system in Malayalam has outperformed in terms of precision, recall, and F-measure and it has yielded an F-score of8.92%.

A Rule based Kannada named entity recognition has been approached by M. Pushpalatha et al.,[7]. There are two stages--pre-processing and entity recognition. In the pre-processing stage the sentences are collected from different sources and are divided into words. For the named entity recognition of Kannada words, the Support Vector Machine model is used. The rule is formed to identify the names of the person, place, and designation of the person. This approach has yielded a good result of 89.32% in accuracy.

From the above review, it has been noted that there is an essential gap in the comparison of machine learning algorithms in Tamil language domain datasets in performance metrics like accuracy, precision, recall, F1-score, error rate and time duration. In this research work the above said performance metrics are compared with the essential classification algorithms, namely Naive Bayes classification algorithm, support vector machines, and K-nearest neighbour algorithm.

3.1. Objectives

The main objective of this research work is to compare the performance of machine learning classification algorithms using gynaecological domain text in Tamil Language. The comparison of machine learning algorithms is done based on performance metrics, accuracy, precision, recall, F1-score, error rate, and time duration for classification.

4. Materials and methods

The classification task is done by using gynaecological domain datasets in Tamil Language. The corpus is developed using blogs, news websites. Collected data is so noisy. So it is pre-processed using cleansing and cleaning techniques. The data is cleaned by removing punctuation marks, extra spaces, English words, and hyperlinks. The cleaned datasets are stored with their appropriate keywords to access easily. There are 9 types of categories of 1635 documents that have been collected for classification.

The list of documents is shown in Table.1.

Topic	No. of Doc
ஆரோக்கியபாடம்(*Women Health Education*)	*211*
வெள்ளைப்படுதல்(*White discharge*)	*167*
சினைப்பைபுற்றுநோய்(*Ovarian Cancer*)	*127*
கருப்பைநீர்க்கட்டிகள்(*PCOS/PCOD*)	*231*
பிறப்புறுப்புபுற்றுநோய்(*Vaginal Cancer*)	*195*
கருப்பைவாய்புற்றுநோய்(*Cervical Cancer*)	*168*
மார்பகப்புற்றுநோய்(*Breast Cancer*)	*206*
தைராய்டு(*Thyroid*)	*153*
மாதவிடாய்பிரச்சினை(*Menstrual Problems*)	*177*
Total number of documents	***1635***

Table.1. List of documents

This collection of documents is used to check the accuracy of the classification done manually. By using machine learning classification techniques the classification is checked for the accuracy of the classified documents.

4.1. Machine learning based classification models

There are many text classification algorithms being available a few of which are most essential and famous[8]. They are Logistic Regression, Naive Bayes classifier, Stochastic Gradient Descent, K-Nearest Neighbor, Decision Tree, Random Forest, and Support Vector algorithm. These algorithms are briefly explained here:

4.1.1. Logistic Regression

In this classification algorithm, the probabilities of classified data describing the possible outcomes of a single modeled probability logistic function. It is mostly used for several independent variables and single outcome variable. The limitation of this model is [that it can] only predict the binary variable.

4.1.2. Naive Bayes classification

Naive Bayes classification algorithm is based on Naive Bayes theorem, the probabilistic assumption of individuality of every data instance. The Naive Bayes model performs well in document classification. To find the most probable classification tag of the given entity,

$$P(A|B) = \frac{P(B|A)P(A)}{P(B)}$$ *is used.*

Finding the probability of A, when probability of B is true, P(A|B) is Priori probability. P(B|A) is posterior probability.

4.1.3. Stochastic Gradient Descent

The gradient descent optimization algorithm will do iteration over a function and adjust the parameters of the function until it finds the minimum combinations. This SGD model is very easy to implement and a very efficient method to fit in linear models. It supports different loss functions and penalties for classification. This model requires a number of hyper-parameters and it is very sensitive to feature scaling.

4.1.4. K-Nearest Neighbour algorithm

The K-NN algorithm is comparability based learning algorithm and it has been a very effective model for text categorization. Given a text document, the K-NN algorithm finds the K nearest neighbour element among the whole training documents. It uses the categories of K-NN to calculate the weight of neighbour candidate. The similarity score of each document with the selected word is to be calculated and the minimum value of neighbour weight is to be found. The resulting weighted sum is used as neighbour score. It is to be obtained for the test document. Based on the weighted value the word is to be categorized.

4.1.5. Decision Tree

Given data is classified by applying sequence of rules that can be implemented till the model produces optimum results. The decision tree classification uses sequence of conditions with two possible outcomes. Each outcome may have another condition to classify the data. It is simple to understand and easy to visualize.

4.1.6. Random Forest

Random Forest model is a moderate predictor, established that to fits a number of decision trees on various datasets. It uses the average value of prediction to improve the accuracy of the model. It also controls the over-fitting data to improve the accuracy. The sub-datasets are also the same as actual input datasets. It is more accurate than decision trees in the classification task. It is difficult to implement because it has complex algorithm process.

4.1.7. Support Vector Machine

Support Vector Machine or SVM is, perhaps, the most famous Supervised Learning model, which is utilized for Classification and Regression issues. Essentially, it is used for Classification issues in Machine Learning. The objective of the SVM algorithm is to make the best line or decision limit that can isolate n-dimensional space into classes so we can easily put the new data in the right classification later on. This best choice limit is known as a hyper plane. SVM model is used for text classification, image classification, face detection, and identifying objects. There are two types of SVM classifier-- Linear and Non-Linear model. If data is to be classified as two separate classes by single linear plots, it is called linear. If it is not possible to separate data as two classes, it is non-linear model. In SVM model the data to be considered as word vectorization, it is to convert text documents into numerical feature vectors.

4.2. TF-IDF weighting method

To classify a document in a particular category the TF-IDF method is used tofind the frequency of the word in the document. Based on the weight value of TF-IDF, the document is classified as the particular category. The most popular method to convert word to vector is TF-IDF (term frequency-inverse document frequency). TF refers to the frequency of occurrence of a selected word in the document. IDF refers to down scales words appear in a lot of documents.

$$tf - idf(t,d) = tf(t,d) * id(t) \qquad \ldots\ldots\ldots\ldots 1$$
$$idf(t) = log\left\{\frac{n}{df(t)}\right\} + 1, (if\ smooth\_idf = false)\ldots\ldots\ldots\ldots\ldots 2$$

5. Implementation and evaluation

The corpus data is implemented in the classification task in three main classification algorithms -- Naive Bayes classification, Support vector machine, and K-nearest neighbour classification. The classification algorithms are compared by the performance metrics, namely accuracy, precision, recall, F1-Score, error-rate, and time duration.

To check the accuracy of the classification model the following formula is used:

$$Accuracy = \frac{n}{N}$$

where, n – number of correctly predicted documents

N – number of documents in the corpus

To find out the precision, recall, and F1-Score values the following formula is used. The precision and recall evaluation method is based on the following confusion matrix:

	Negative (Predicted)	Positive (Predicted)
Negative (Actual)	True negative	False positive
Positive (Actual)	False negative	True positive

Table.2Confusion Matrix

Based on the confusion matrix the precision and recall values are calculated by the formula

$$Precision = \frac{truepositives}{truepositives + falsepositives}$$
$$Recall = \frac{truepositives}{truepositives + falsenegatives}$$

And, finally the F-Score is calculated as follows

$$F1 = 2 \times \frac{precision \times recall}{precision + recall}$$

Error rate is equal to false negative value in the confusion matrix.

And finally, run time duration of the classification task is calculated by using the following code:

$$execution\_time = timeit.timeit(code, number = 1)$$

The evaluation values are calculated as follows:

5.1 Accuracy

Accuracy values of the three classification algorithms are shown in Table.3.

Topic	Accuracy		
	Naïve Bayes	*KNN*	*SVM*
ஆரோக்கியபாடம்*(Women Health Education)*	86.25592417	81.04265403	84.83412
வெள்ளைப்படுதல் *(White discharge)*	84.43113772	83.83233533	82.63473
சினைப்பைபுற்றுநோய்*(Ovarian Cancer)*	72.44094488	79.52755906	74.80315
கருப்பைநீர்க்கட்டிகள்*(PCOS/PCOD)*	84.84848485	83.11688312	81.81818
பிறப்புறுப்புபுற்றுநோய் *(Vaginal Cancer)*	78.97435897	73.33333333	73.84615
கருப்பைவாய்புற்றுநோய்*(Cervical Cancer)*	82.73809524	84.52380952	88.09524
மார்பகப்புற்றுநோய்*(Breast Cancer)*	81.55339806	73.30097087	77.6699
தைராய்டு*(Thyroid)*	79.73856209	84.31372549	79.08497
மாதவிடாய்பிரச்சினை*(Menstrual Problems)*	89.26553672	74.57627119	82.48588
Overall Accuracy	**82.6911315**	**79.57186544**	**80.73394**

Table.3. Accuracy of classification algorithms

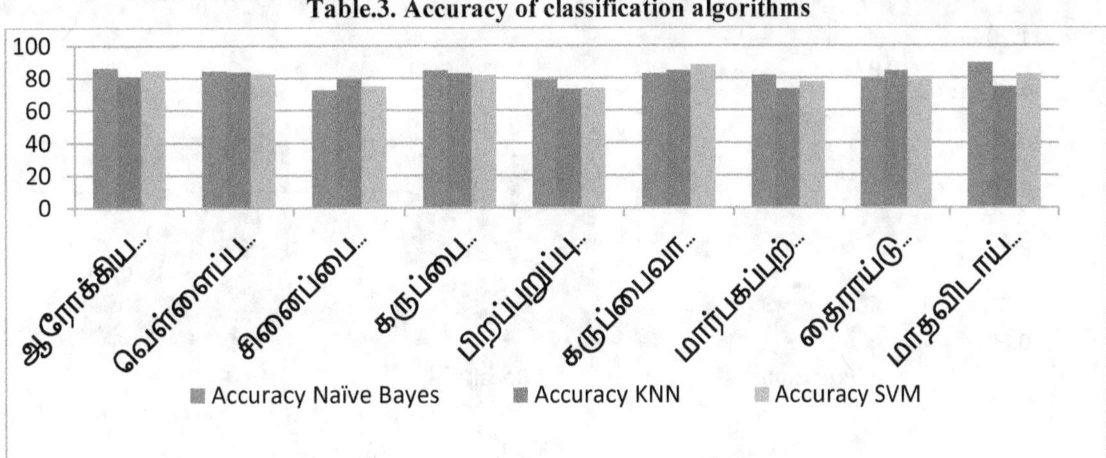

Figure.1. Accuracy comparison chart of classification algorithms

5.2. Precision, Recall, F1-Score

The precision, recall, and f1-score comparison of classification algorithms is shown in Table.4.

text_cat_id	No_docs	Naïve Bayes			KNN			SVM		
		Precision	Recall	F1-Score	Precision	Recall	F1-Score	Precision	Recall	F1-Score

		Naïve Bayes			KNN			SVM		
ஆரோக்கியபாடம் (Women Health Education)	211	0.93296	0.81068	0.86753	0.87296	0.75068	0.80753	0.89896	0.77668	0.83353
வெள்ளைப்படுதல் (White discharge)	167	0.96183	0.77301	0.85714	0.90183	0.71301	0.79714	0.92783	0.73901	0.82314
சினைப்பைபுற்றுநோய் (Ovarian Cancer)	127	0.93902	0.78765	0.80208	0.87902	0.72765	0.74208	0.90502	0.75365	0.76808
கருப்பைநீர்க்கட்டிகள் (PCOS/PCOD)	231	0.99451	0.86603	0.92583	0.93451	0.80603	0.86583	0.96051	0.83203	0.89183
பிறப்புறுப்புபுற்றுநோய் (Vaginal Cancer)	195	0.97203	0.83735	0.89968	0.91203	0.77735	0.83968	0.93803	0.80335	0.86568
கருப்பைவாய்ப்புற்றுநோய் (Cervical Cancer)	168	0.96875	0.81579	0.88571	0.90875	0.75579	0.82571	0.93475	0.78179	0.85171
மார்பகப்புற்றுநோய் (Breast Cancer)	206	0.99351	0.82703	0.90265	0.93351	0.76703	0.84265	0.95951	0.79303	0.86865
தைராய்டு (Thyroid)	153	0.98165	0.75887	0.85600	0.92165	0.69887	0.79600	0.94765	0.72487	0.82200
மாதவிடாய்பிரச்சினை (Menstrual Problems)	177	0.98621	0.84118	0.90794	0.92621	0.78118	0.84794	0.95221	0.80718	0.87394
Overall Values	**1635**	**0.97127**	**0.81025**	**0.88348**	**0.91127**	**0.75025**	**0.82348**	**0.93727**	**0.77625**	**0.84948**

Table.4. Precision, Recall, and F1-Score of Classification algorithms

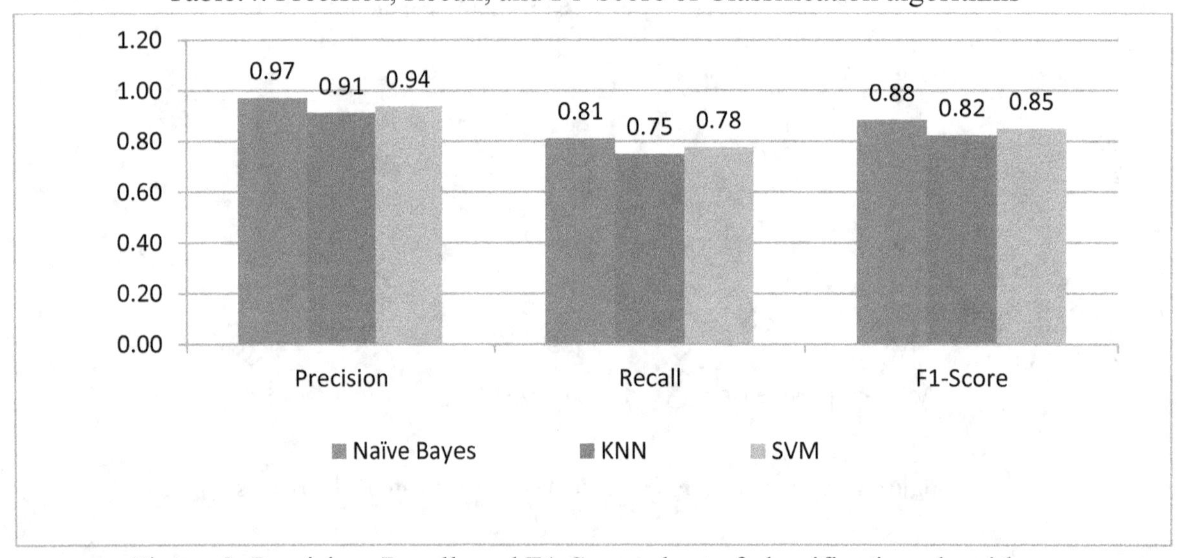

Figure.2. Precision, Recall, and F1-Score chart of classification algorithms

5.3. Error rate

The error rate of each classification model is evaluated by its confusion matrix value, false negative. Error rates of all the three models are shown in Table 5.

Model	no.docs	FN	Error_rate
Naïve Bayes	1635	21	1.28440
KNN	1635	63	3.85321
SVM	1635	47	2.87462

Table.5. Error rate

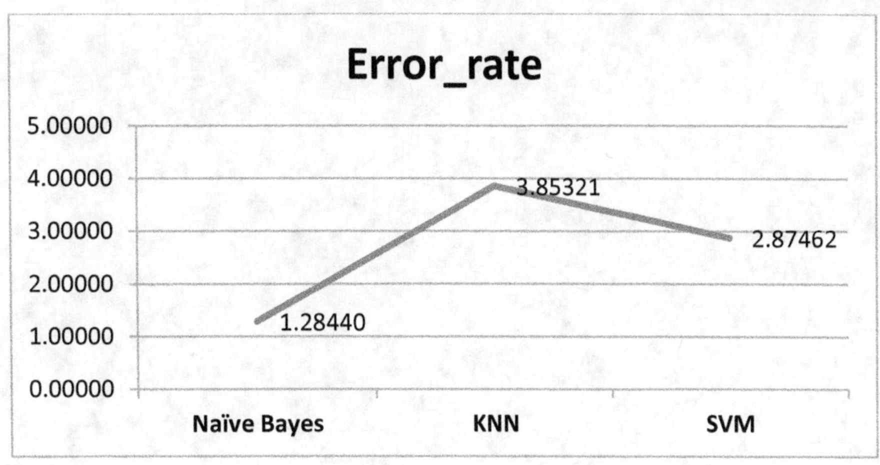

Figure.3. Error rate chart

5.4. Time duration

The time duration to classify the given dataset by classification algorithm is evaluated in the beginning stage. With 10 documents each algorithm is tested for time duration to execute the code block. The time duration taken in Naive Bayes model is 0:00:00:0014350. For KNN model it is 0:00:00:0018945 and for SVM model it is 0:00:00:0017453. Only the Naive Bayes model has taken the lowest time when compared with the other two classification models.

5.5 Overall performance comparison

The performances of all the three classification algorithms are compared with metrics, accuracy, precision, recall, f1-score, error rate, and time duration. By comparing the performances of all the metrics, the Naive Bayes model has been proved to be the most suitable model to perform the cl

References

1. *Xiaoyu Luo, "Efficient English text classification using selected machine learning techniques", Alexandria Engineering Journal, Volume 60, Issue 3, , Pages 3401-3409, 2021*
2. *R. Janani & S. Vijayarani, "Automatic text classification using machine learning and optimization algorithms", Soft Computing volume 25, pages1129–1145, 2021*
3. *Ahmed H. Aliwy, Esraa H. Abdul Ameer, "Comparative Study of Five Text Classification Algorithms with their Improvements", International Journal of Applied Engineering Research ISSN 0973-4562 Volume 12, Number 14, pp. 4309-4319, 2017*
4. *Janelyn A and Talingdan, "Performance comparison of different classification algorithms for household poverty classification", The proceedings of 2019 4th International Conference on Information Systems Engineering, IEEE Xplore, pp.11-15, doi:10.1109/ICISE, 2019*
5. *R. Srinivasan and C.N. Subalalitha, "Automated Named Entity Recognition from Tamil Documents", IEEE Proceedings of 1st International Conference on Energy, Systems and Information Processing (ICESIP), pp.1-5, 2019*
6. *. Rajimol and V.S. Anoop, "A Framework for Named Entity Recognition for Malayalam- A Comparison of different deep learning architectures", Natural Language Processing Research, Vol.1(1-2) pp.14-22, 2020*
7. *Pushpalatha and Dr. Anton Selvadoss Thanamani, "Rule Based Kannada Named Entity Recognition", Journal of Critical Reviews, Vol. 7, Issue 4. 2020*
8. *Ahmed H. Aliwy and Esraa H. Abdul Ameer, "Comparative Study of Five Text classification algorithms with their improvements", International Journal of Applied Engineering Research ISSN 0973-4562, Vol.12, No.14, pp.4309-4319, 2017*

கற்றல் கற்பித்தலில் கணினியின் பயன்பாடுகள்

திருமதி கு.வளர்மதி,
உதவிப்பேராசிரியர், தமிழ்த்துறை,
தி ஸ்டாண்டர்டு ஃபயர்ஒர்க்ஸ் இராஜரத்தினம் மகளிர் கல்லூரி,
சிவகாசி.

ஆய்வுச்சுருக்கம்

குருகுலக் கல்வியில் இருந்து கணினிக் கல்வி என்ற வளர்ச்சி நிலையில் காலம் விரைந்து கொண்டிருக்கின்றது. கொரோனா காலகட்டத்தில் கற்றல், கற்பித்தலில் கணினியின் பயன்பாடு அளப்பாயது. காலப்போக்கில் கணினி இல்லாமல் கல்வியே இல்லை எனும் சூழ்நிலை தற்போது உருவாகியுள்ளது. கற்றல் என்பது அறிவை, பழக்கங்களை, செயற்திறனைப் புதிதாகப் பெற்றுக் கொள்ளல் ஆகும். கற்பித்தல் என்பது, மாணாக்கர் கற்றலைச் செயல்படுத்த ஆசிரியர்கள் பயன்படுத்தும் கொள்கைகள் மற்றும் வழிமுறைகளை உள்ளடக்கியது ஆகும்.

கணினி அடிப்படையிலான கற்றலில் மாணாக்கர் தங்கள் வேகத்தில் கற்றுக் கொள்ளுதல், ஒரு ஆசிரியர் உடல்ரீதியாக இருக்க வேண்டிய அவசியம் இல்லாமல் கற்றல் ஆகிய நன்மைகளைப் பெற முடிகிறது. எளிமை, விரைவு, விரிவு, விளைபயன், ஈர்ப்பு, மனமகிழ்வு பல்லூடகம் முதலான தன்மைகளைக் கொண்டிருப்பதால், இணையம் வழியான கல்விமுறை இன்றைய காலத்திற்கு ஏற்றதாகவும் தவிர்க்க முடியாததாகவும் உள்ளது. இணையத்தின் கல்விப்பரிமாணங்கள், தொலைதூரக் கல்வி, ICT வகுப்பறை, காணொளி உரையாடல் (Video Conferencing), மின்-கற்றல் (E-Learning), விளையாட்டு மூலம் கற்றல் போன்ற கற்றல் – கற்பித்தல் முறைகள் விளக்கப்பட்டுள்ளன.

அரசாங்கமும் மாணாக்காின் கணினி வழிக் கல்விக்குப் பேருதவி புாியும்வண்ணம் மடிக்கணினியை இலவசமாக வழங்கியுள்ளது. ஆசிரியர்– மாணாக்கர் இருவருமே கணினியைப் பயன்படுத்தும் நுட்பங்களை அறிந்து பயன்படுத்தினால் பலன் அளவிடற்காியது. கற்றல், கற்பித்தலில் கணினியின் பயன்பாடுகள் இக்கட்டுரையில் ஆராயப்பட்டுள்ளன.

அன்றாட வாழ்க்கையில் மக்கள் ஒவ்வொருவரும் புதிதாகக் கற்றுக்கொண்டே இருக்கின்றோம். தேடல் நிறைந்த மனித வாழ்க்கையில் கணினி பெரும்பங்கு வகிக்கின்றது. குருகுலக் கல்வியில் இருந்து கணினிக் கல்வி என்ற வளர்ச்சி நிலையில் காலம் விரைந்து கொண்டிருக்கின்றது. கொரோனா காலகட்டத்தில் கற்றல், கற்பித்தலில் கணினியின் பயன்பாடு அளப்பாயது. கரும்பலகையின் துணையோடு பாடம் நடத்தி வந்த ஆசிரியர்கள், தற்போது கணினித் தொழில் நுட்பங்களைப் பயன்படுத்திப் பாடங்களைப் போதிக்கின்றனர். இணைய வழி வகுப்புகளால் மாணாக்கரும் கணினியைப் பயன்படுத்தக் கற்றுக் கொண்டனர். காலப்போக்கில் கணினி இல்லாமல் கல்வியே இல்லை எனும் சூழ்நிலை தற்போது உருவாகியுள்ளது. கற்றல், கற்பித்தலில் கணினியின் பயன்பாடுகளை ஆராய்வதாக இக்கட்டுரை அமைகின்றது.

கற்றல் - குறிப்பு

கற்றல் என்பது நம்மைச் சுற்றி ஏதேனும் ஒரு காரணி மூலம் நிகழும் நிகழ்வுகளை மனதில் – சிந்தையில் ஏற்றுக் கொள்ளல் ஆகும். கற்றல் என்பது அறிவை, பழக்கங்களை, செயற்திறனைப் புதிதாகப் பெற்றுக் கொள்ளல் எனலாம். "கற்போர் தமக்கு உகந்த நேரத்தில் கற்றுக் கொள்ளுவதற்கு ஏற்றவாறு குறுந்தகடு, பதிவு நாடாவில் பதிக்கப்பட்டுள்ள கற்றல் பொருளைக் கொண்டு கணினி வழியாகக் கண்டு கற்பதே கணினி வழி கற்றலாகும்." (இரேணுபத்மா, இர., & வசந்தா கிருஷ்ணமூர்த்தி, 2010) இம்முறையே இன்று பெரும்பாலும் வழக்கில் உள்ளது. ஏற்கெனவே பெற்றவற்றை மெருகூட்டல் அல்லது வலுவூட்டல் என்றும் கற்றலுக்கு விளக்கம் தர இயலும்.

கற்றல் – கற்பித்தலில் மாணாக்கரின் கற்றல் போக்கினையும் சிந்தனைகளையும் ஒரு ஆசிரியர், பலவிதமான கோணங்களிலிருந்து ஆய்ந்து கற்றல் முறைகளை உருவாக்குவதற்கு *modularity* என்று பெயர். *Modularity* என்பது ஒரு செயலைச் செய்வதற்கு மூளையின் ஒவ்வொரு சிறு சிறு தனிப்பகுதியும் ஒன்றோடொன்று இணைந்து செயல்படுவதாகும். இங்குக் கூறப்படுவது போன்று மாணாக்காின் கற்றல் போக்கினைப் பலவித கோணங்களிலும் ஆராய்ந்து அதற்கேற்பச் செயல்படுபவர்களாகவே இன்று ஆசிரியர்கள் உள்ளனர்.

கற்பித்தல் – விளக்கம்

கற்பித்தல் என்பது கற்றலில் தாகத்தைத் தந்து கற்போர் மனதில் தாக்கத்தை ஏற்படுத்த வேண்டும். அதற்கு ஆணிவேராக அமைவது காட்சிப்படுத்துதல் மற்றும் படைத்தல் ஆகும். இதற்குத் தேவையானது தொழில்நுட்ப அறிவு மற்றும் கணினி செயல்பாட்டுத் திறனாகும். கணினி தொழில்நுட்பம் மாணவர்களின் கற்றலை எளிதாக்கி கற்பித்தலை ஏற்றமுறச் செய்கின்றது.

கற்பித்தல் என்பது, மாணாக்கர் கற்றலைச் செயல்படுத்த ஆசிாியர்கள் பயன்படுத்தும் கொள்கைகள் மற்றும் வழிமுறைகளை உள்ளடக்கியது எனலாம். "கற்பவாின் இயல்பிற்கும் பாடப்பொருளின் தன்மைக்கும் ஏற்ப கற்பித்தல் முறைகள் வடிவமைக்கப்படவும் மற்றும் தேர்ந்தெடுக்கப்படவும் வேண்டும்." **(Westwood, P., 2008)** அதாவது, கற்பவர் இயல்பின் அடிப்படையிலும் கற்பிக்கப்படும் பாடப்பொருளின் அடிப்படையிலும் கற்பித்தல் அமைந்திருக்கும்.

ஆசிாியர் விாிவுரை மூலம் கற்பித்தலில் ஈடுபடாமல் கணினியைப் பயன்படுத்தி மாணவர்களையே கற்றுக்கொள்ள வைப்பது "கணினி வழிக் கற்பித்தல்" எனப்படும் என்ற லீஃப் என்பவாின் கருத்தும் இங்கு எண்ணிப் பார்க்கத்தக்கது.

கணினிக் கல்வியின் நன்மைகள்

கணினியைப் பயன்படுத்திக் கற்கும் கல்வியே "கணினிவழிக் கல்வி" ஆகும். கணினி அடிப்படையிலான கற்றல் "கணினி உதவி அறிவுறுத்தல்" என்றும் அழைக்கப்படுகிறது. ஆசிரியர், மாணாக்கர் மற்றும் கணினி ஆகிய மூன்றும் இணைந்து செயல்படும்போதே கணினி வழிக் கல்வி சிறப்பாக அமையும்.

கணினி அடிப்படையிலான கற்றல் (சிபிஎல்) என்பது கணினிகளின் உதவியுடன் எந்தவொரு கற்றலுக்கும் பயன்படுத்தப்படுகிறது. கணினி அடிப்படையிலான கற்றலில் மாணாக்கர் தங்கள் வேகத்தில் கற்றுக் கொள்ளுதல், ஒரு ஆசிரியர் உடல்ரீதியாக இருக்க வேண்டிய அவசியம் இல்லாமல் கற்றல் ஆகிய நன்மைகளைப் பெற முடிகிறது.

கணினி அடிப்படையிலான கற்றல் பல வழிகளில் செலவு குறைந்ததாகும். ஏனெனில், இது பயண நேரத்தைக் குறைக்கிறது. கணினி, கல்வியில் பல புதுமைகளைப் புகுத்தியுள்ளது. பள்ளிக்கூடங்களில், மாணாக்காின் திறமையை அறிய தேர்வு நடத்தி, முடிவுகளுக்கு ஏற்றவாறு அவர்களை வகைப்படுத்தி, அவர்களுக்கு ஏற்ற கால அட்டவணைகளைத் தயாாிக்கப் பயன்படுகிறது.

இணைய வழிக் கல்வி

இணையம் எனும் வடிவத்திற்கு வித்திட்டவர் "ஜான் பாஸ்டல்" என்ற அமொிக்கராவார். உலகெங்கும் உள்ள கணினிச் செய்திகளை இணைக்க இணையம் பயன்படுகின்றது. இன்றைய காலகட்டத்தில் இணைய வழிக் கல்வியானது பெரும் வரப்பிரசாதமாக உள்ளது. தேடித்தேடி ஓடிச்சென்று கற்ற-கற்பித்த கல்வியை இருக்கும் இடத்திலிருந்தே எளிதில் கற்கலாம்.

எளிமை, விரைவு, விாிவு, விளைபயன், ஈர்ப்பு, மனமகிழ்வு பல்லூடகம் முதலான தன்மைகளைக் கொண்டிருப்பதால், இணையம் வழியான கல்விமுறை இன்றைய காலத்திற்கு ஏற்றதாகவும் தவிர்க்க முடியாததாகவும் உள்ளது.

இணையத்தின் கல்விப்பரிமாணங்கள்

பள்ளி, கல்லூாிகளில் ஸ்மார்ட் கிளாஸ் வழி பாடங்கள் கற்பிக்கப்படுகின்றன. இணையத்தின் பல்வேறு கல்விப் பாிமாணங்களான யூ-டியுப், கூகுள் மீட், சூம் மீட், வீடியோ கால், ஸ்கைப் போன்றவற்றின் வாயிலாக விரைவாகத் தெளிவாக விளக்கப்படங்களின் மூலமாக நேரே வகுப்பறையில் அமர்ந்து கற்பது போன்று கற்க இயலுகிறது. உடாசிட்டி, கோர்ஸெரா, ஸ்டாண்ட்போர்ட் போன்ற சில தனியார் அமைப்புகள் நடத்தும் இணைய வழி கல்வி மூலமாகவும் கற்க முடியும். மொாிட்நேஷன், பைஜ்ஸ் ஆகிய இணையதளம் மூலம் வழங்கப்படும் கல்வியும் பயனுள்ளதாக உள்ளது.

தொலைதூரக் கல்வி

வீட்டில் இருந்தபடியே தமிழ், ஆங்கிலம், கணிதம், அறிவியல், வரலாறு, புவியியல், வானியல், பொது அறிவு, நடனம், கை வேலைப்பாடு என எந்த ஒன்றையும் கற்றுக் கொள்ள இயலும். தொலைதூரக் கல்வியை இணையத்தின் உதவியால் கணினி வழியாகப் பலரும் கற்று வருகின்றனர்.

மாணாக்கர் படிக்க வேண்டிய படிப்பு பற்றிய முழுவிபரம் (Course Information), மாணாக்கர் தங்களுக்குள் பாிமாறிக் கொள்ள வேண்டிய பாடங்கள் குறித்த விவரம் (Class Communication), பயிற்சி ஒப்படைப்புகள் மற்றும் மதிப்பீடு பற்றிய விவரம் (Assignment and Assessment), பயில்வதற்கான நூல்கள் விவரம் (Reference Materials) போன்ற அனைத்தும் இணையத்தில் உள்ளன. பாடம் தொடர்பாக ஏற்படும் ஐயங்களைத் தீர்ப்பதற்கு ஆசிரியர்களை மட்டுமே சார்ந்திருக்க வேண்டும் என்ற நிலை தற்போது மாறியுள்ளது. இணையத்தின் உதவியால் இன்று கற்றல் – கற்பித்தல் எளிமையாகி உள்ளது.

ICT வகுப்பறை

பாடப்பொருளைக் காட்சிப்பொருளாக மாற்றி அமைத்து மனதில் பதியுமாறு செயலிகள் *(APP)* மற்றும் கணினி தொழில்நுட்பத்தின் வாயிலாகத் தெளிவாகக் கற்றுத் தந்து மாணாக்கரே சுயமாக உருவாக்கிட ஆயத்தமாக்கும் வகுப்பறை *"ICT வகுப்பறை"* ஆகும். *21*-ஆம் நூற்றாண்டின் சவால்களை எதிர்கொண்டு சமுதாயத்தில் வெற்றி கொள்வதற்கு *ICT* வழி கற்பித்தல் அவசியம் என்பதை ஆசிரியர்கள் இன்று உணர்ந்து செயலாற்றுகின்றனர். பல செயலிகளின் பயன்பாட்டை ஆசிரியர்கள் இணையம் வழி அறிந்து கற்பிக்கின்றனர்.

காணொலி உரையாடல் *(Video Conferencing)*

வீட்டிலிருந்தபடியே ஆசிரியர்களோடு மாணாக்கர் தொழில்நுட்பத்தின் மூலம் கல்வி கற்கலாம். உள்நாட்டிலும் வெளிநாட்டிலும் நடைபெறும் விாிவுரையினைக் கேட்டுப் பயன் பெறலாம். இன்று இத்தகைய பயன்பாடு மிகுந்துள்ளது. இந்தியாவில் பல்கலைக்கழக அளவில் நடைபெறும் ஆராய்ச்சிப் பட்டத்திற்கான வாய்மொழித்தேர்வு இதன் வாயிலாக நடத்தப்படுகிறது. (கங்காதரன். சி., *2017*) அந்த வகையில் பார்க்கும் போது, கொரோனா காலகட்டமான இன்றைய சூழலில் எண்ணற்ற ஆராய்ச்சி வாய்மொழித்தேர்வுகள் காணொளி உரையாடல் வாயிலாகவும், கூகுள் மீட்டிலும் நடைபெற்றமை நம் அனைவருக்கும் தொிந்த ஒரு செய்தியாகும். நாம் பங்கேற்ற அனுபவமும் உண்டு.

மின்-கற்றல் (E-Learning)

கணினியின் உதவியுடன் கல்வியைக் கற்பதே மின்-கற்றல் (E-Learning) எனப்படும். கற்றலின் அடிப்படை நோக்கமாகப் பாட வடிவமைப்பு, பாடத் தேர்வு, கற்றல் நிர்வகிப்பு ஆகிய நடவடிக்கைகள் அமைகின்றன. இ-கற்றலை மூன்றாக வகைப்படுத்தலாம். அவை முறையே குறுந்தகடுகளைக் கொண்டு கற்றல் (CD/DVD based Education), வகுப்பறைகளில் கற்றல் (Classroom based Education), இணைய வழியில் கற்றல் (Web based Education) ஆகியனவாகும். இக்கற்றல் முறைகள் அனைத்தும் இன்று சாத்தியமாகியுள்ளன.

விளையாட்டு மூலம் கற்றல்

இணையத்தில் விளையாட்டு வழி கற்றலுக்கென்று பல செயலிகள் உள்ளன. *Phoyomath, Aurasma, Bookwidgets, Poll Everywhere, Quizlet, Nearpod* போன்ற பல செயலிகள் கணினியில் உள்ளன. இணைய வழிக் கல்வியில் விளையாட்டு அடிப்படையில் கற்றலுக்கு, இன்று பெரும்பாலும் பயன்பாட்டில் உள்ள மென்பொருள் 'Kahoot' ஆகும். ஆசிரியர்கள், அனைத்துப் பாடங்களுக்கும் வினாக்கள் தயாரித்து மாணாக்கரைப் பங்கேற்கச் செய்ய இது பயன்படுகிறது. இதனால், விளையாட்டுப் போக்கிலேயே பாடங்கள் கற்கப்படுகின்றன. எனவே, கற்றல் மிகவும் எளிமையாகிறது.

தொகுப்புரை

கல்வெட்டில் எழுதிக் கொண்டிருந்த தமிழர்கள் இன்று கணினியில் எழுதத் தொடங்கியுள்ளோம். கொரோனா காலகட்டமான இன்றைய சூழலில் மழலையர் பள்ளி முதல் கல்லூரி வரை அனைத்து இடங்களிலும் கற்றல், கற்பித்தலில் கணினிப் பயன்பாடு மிகுந்துள்ளது. ஆசிரியர் இல்லாமல் கூட கற்றுக் கொள்ளலாம். ஆனால், கணினி இல்லாமல் முக்கியமாக இணையம் இன்றி எதுவும் இயங்காது என்ற நிலையே இன்று உருவாகியுள்ளது. அரசாங்கமும் மாணாக்கரின் கணினி வழிக் கல்விக்குப் பேருதவி புரியும்வண்ணம் மடிக்கணினியை இலவசமாக வழங்கியுள்ளது. தொழில்நுட்ப உலகத்தால் இருக்கும் இடத்திலிருந்தே பல்வேறு செய்திகளைக் கற்றுணர்ந்தோராகச் செயல்பட முடிகிறது. ஆசிரியர் – மாணாக்கர் இருவருமே கணினியைப் பயன்படுத்தும் நுட்பங்களை அறிந்து பயன்படுத்தினால் பலன் அளவிடற்கரியது.

துணைநூல் பட்டியல்

1. இரேணுபத்மா, இர., & வசந்தா கிருஷ்ணமூர்த்தி, 2010, கல்வியில் புதுமைகளும் மேலாண்மையும், சாந்தா பப்ளிஷர்ஸ், சென்னை.
2.
3. கங்காதரன், சி., 2017, தமிழில் புதுத்தடங்கள், உலகத் தமிழாராய்ச்சி நிறுவனம், சென்னை.
4.
5. Mangal, S.K., 2017, *Educational Technology*, University Science Press, New Delhi.
6.
7. மணிகண்டன், துரை., 2008, இணையமும் தமிழும், ஸ்கைடெக் பப்ளிகேஷன்ஸ், சென்னை.

The Importance Of Educational Technology In Teaching

Mrs. M.UMA,
Assistant professor in BCA Department,
S.B.K.College, Aruppukottai,
umajancymca77@gmail.com

Today, more than ever, the role of educational technology in teaching is of great importance because of the use of information and communication technologies. Educational Technology is a systematic and organized process of applying modern technology to improve the quality of education (efficiency, optimal, true, etc.). It is a systematic way of conceptualizing the execution and evaluation of the educational process,i. e. learning and teaching and help with the application of modern educational teaching techniques (Pedagošk leksikon 1996). It includes instructional materials,methods and organization of work and relationships, i.e. the behavior of all participants in the educational process

The Uses of Educational technology

- Technology as a tutor (computer gives instructions and guides the user),
- Technology as a teaching tool and
- Technology as a learning tool.

When using educational technology we should be primarily focused on the educational value of the tools and applications we use, how adequate they are in the acquisition of knowledge, whether there is an interaction between users and tools, and if we have positive effects in using them(Clements and Sarama, 2003; Glaubke 2007;Dynarski et al. 2007) . A number of authors suggest that we should focus on five areas of software programs that have the potential to strongly influence children's learning experience:

1. The educational value of the program,
2. Its ability to engage children in learning,
3. Ease of use,
4. Interactivity between the child and programs,
5. The possibility that a software program monitors the progress of the child.

With the development of information and communication technology, especially computers, a number of researchers were trying to see the benefits and the effect of their use compared to older traditional learning(Morrison et al 2010). For many years, we tried to give answers to the question of advantages and disadvantages between traditional and modern teaching where the prevailing educational technology. The period from 1967 To 1972 is considered to be a period of consolidation of educational technology, which has become the most commonly used term in the science of pedagogy and the educational process.

With the application of educational technology, students can independently progress in mastering teaching materials, to choose the pace of work, to repeat the material that is not sufficiently clear, that after tests performed immediately get results and track their progress. Interactive, multimedia content provides a great advantage of modern learning over traditional learning(Clark R 1983). With the application of educational technology we get feedback between the teacher and the student. Among the first studies on the comparison of the traditional and modern ways with the help of educational technologies research was Clark Richard. He tried to compare research between lectures and computer guidance and instruction to determine which the better way of learning is. He came to the conclusion that they are both effective depending on the ways they are used.

The same conclusion came by other authors and that is that there are some major differences in the use of educational technology and traditional teaching(Dynarski et al. 2007; Kulik, 2003). *On the other hand, research at the Center for Educational Research in Pittsburgh within Individually Prescribed Instruction showed that computers are better tailored to the individual abilities of students, rather than teachers themselves. Educational technology must inevitably be integrated into classrooms and curriculum. With the advent of educational technology in the classroom teacher, education is faced with the challenge that teachers integrate educational technology in their daily work. Numerous studies have shown that a small number of teachers is willing to integrate educational technology in their teaching activities. The reason is that there are two categories of teachers in the understanding of educational technology. Some of them have thorough understanding of modern technical appliances.*

Conclusion

The presence of educational technology is growing in the classroom. The new generation of kids come ready to work with these new technologies, which play an important role in children's learning and acquiring various cognitive knowledge so that educational technology must be incorporated into future curricula. The application of educational technology enhances skills and cognitive characteristics. With the help of new technology comes an explosion of learning and receiving new information, especially on mobile devices.

Teachers have been using new technologies in the classroom. However, the development and application of new technologies grows as a measure that is the question of whether teachers are trained to keep up with them. Here we have two problems. Are the teachers have the ability to use educational technology and whether the school is sufficiently equipped with all modern technical means? Numerous studies were carried out, some are still ongoing, but we have to find the right strategies to apply educational technology in teaching.

கணினி வளங்களும் தமிழிலக்கியப் பகுப்பாய்வு முறைகளும்

Computer resources and Tamil language analysis Methods

செ.ஸ்டாலின்,

உதவிப்பேராசிரியர், தமிழ்த்துறை, சென்னைக் கிறித்தவக் கல்லூரி (தன்னாட்சி) தாம்பரம், சென்னை-600 059,

stalin.s@mcc.edu.in

ஆய்வுச்சுருக்கம்

மொழி, மொழியியல் ஆய்வுகளின் நவீனப்போக்கு என்பது கணினி பயன்பாட்டில் செயலாற்றுவது என்று உறுதிப்படலாம். ஓலைச்சுவடிகளில் இருந்த தமிழ் இலக்கியங்களை தாள்களின் வழியே பதிப்பித்தது ஒரு மைல்கல் என்றால் பதிப்பிக்கப்பட்ட அவற்றைக் கணினியில் பதிவேற்றம் செய்து அனைவருக்குமானதாகவும் எளிமைப்படுத்தப்பட்டிருப்பதும் மற்றொரு மைல்கல். இவ்வாறு தமிழ் மொழியும் தமிழ் இலக்கியங்களும் காலத்துக்கு ஏற்ப தம்மைத் தகவமைத்துக் கொண்டே வருகின்றன. அதன் தொடர்ச்சியாகத் தமிழிலக்கியங்களை வளப்படுத்த சில பல்கலைக்கழகங்கள், ஆராய்ச்சி நிறுவனங்கள் ஆகியன தமிழ் இலக்கியத்தினை ஆய்வு நோக்கில் இட்டுச்செல்ல கணினி வளங்களைப் பயன்படுத்துகின்றன. அகராதி, செவ்வியல் இலக்கியங்களைப் பதிவேற்றல் உள்ளிட்ட மின்னூலக அமைப்பை உருவாக்கியுள்ளன. மேலும் சொற்களின் வகைகள், பொருண்மை ஆகியவற்றையும் கணினி வளங்கள் வாயிலாகப் பதிவேற்றம் செய்ப்பட்டுள்ளன. அவ்வாறு இடப்பட்டுள்ளனவற்றுள் சொல்களின் வகைகளை இனம் காண்பதற்கும் பொருண்மை உறவுகளை இனம் காண்பதற்கும் தொடரமைப்பினை இனம் காண்பதற்கும் பகுப்பாய்வு முறைகள் எவ்வாறு இயங்குகின்றன என்றும் இன்னும் மேற்கொள்ள வேண்டியவற்றைப் பற்றியும் முன்னிறுத்துகிறது இக்கட்டுரை.

திறவுச்சொற்கள்: கணினி வளங்கள், பகுப்பாய்வு முறைகள், மொழியியல், பொருண்மையியல், தொடரியல்

Keywords: computer resource, analysis methods, linguistics, semantic, syntax

முன்னுரை:

அறிவியல் துறையின் வளர்ச்சிக்கு முதன்மை அடையாளமாக இருப்பது கணினி. பொதுவாக அறிவியல் துறையின் கீழ் இயங்குவன காலந்தோறும் வளர்ந்து மாற்றமடைபவை. அவற்றின் அடிப்படையிலே ஆய்வுகளும் நிகழ்த்தப்படுகின்றன. குச்சிகள், கற்கள், மணிச்சட்டம், நேப்பியர் சட்டங்கள், மடங்கை சட்டங்கள், கணக்கு எந்திரங்கள் கணக்கீட்டுக் கருவிகள் போன்றனவும் இதன் தொடர்ச்சியாக 1944-ல் கண்டறியப்பட்ட கணினி, முதல் தலைமுறை (first generation), இரண்டாம் தலைமுறை (second generation) என வளர்ந்து பதினோராம் தலைமுறை (eleventh generation) கணினி வரை தேவைக்கேற்ப புதிய உள்ளீடுகள், மென்பொருள்கள், எழுத்துருக்கள் வைத்து வளர்ந்து கொண்டே இருக்கின்றன.

இணையப் பதிப்பில் இலக்கியங்கள், மின் அகராதிகள், இணைய இதழ்கள், வலைப்பூக்கள் என அதன் பரப்பு நீள்கிறது. இவைகள் இணையத்தில் வருவதற்கு முன்பு தமிழ் மொழியை, கணினி மொழியாக இடம்பெற செய்தது அளப்பரிய பணி. அதற்கான மொழி தொழில்நுட்பம் *(language technology)* எனப்படும். மின்னணு மொழிக் கருவிகளை உருவாக்கல் தொடங்கி மென்பொருள் உருவாக்கம், எழுத்துணரி *(OCR)* மற்றும் விசைப்பலகை உருவாக்கம் போன்றன நிகழ்ந்தன என்பது தமிழ் கணினி உருவாக்கத்தின் சுருக்கமான முன்னுரை. *1990-ஆம்* ஆண்டுக்கு பின்னர் இதன் சிந்தனை வலுப்பெற்று உருப்பெறத் தொடங்கியது அதன் பின்னர் படிப்படியாக இணையத்தில் தமிழ் மொழியின் தமிழ் இலக்கியத்தின் ஆளுமை அதிகரித்து வருகிறது.

பகுப்பாய்வு:

பகுப்பாய்வு என்பது சிக்கலான ஒரு பொருளையோ சொல்லையோ சிறு அலகாகப் பிரித்து ஆராய்வதாகும். ஆங்கிலத்தில் *(analysis)* என்பர். இது மொழி ஆய்வுக்கும் அறிவியல் ஆய்வுக்கும் ஏற்ற ஆய்வு முறையாக உள்ளது. ஒரு பொருளின் தன்மை அதன் பண்புகள் அதன் நிலை என அனைத்து காரணிகளையும் சிறுசிறு அழகின் வழி விரிவானதொரு புரிதலுக்கு உதவுகிறது. குறிப்பாக கணினி மொழி ஆய்வுக்கு ஒரு மொழியிலுள்ள இலக்கியங்களின் ஆய்வுக்குப் பயன்படுத்தப்படும் அணுகுமுறையாகவும் தற்போது பயன்படுத்தப்படுகிறது. சொல் பகுப்பு, உருபன் பகுப்பு, ஒலியமைப்பு பகுப்பாய்வு, தொடரியல் பகுப்பாய்வு, பொருண்மை பகுப்பாய்வு எனப் பகுப்பாய்வு முறை மொழியின் இலக்கியத்தின் தொடர்கிறது. கணினி வளங்களின்வழி தமிழ் இலக்கியங்கள் உள்ளீடு செய்யப்பட்டு உள்ளன. அவற்றினை எளிதில் அணுக, இப்பகுப்பாய்வு பயன்படுகிறது.

இணையத்தில் தமிழிலக்கியங்கள்

சங்க இலக்கியங்கள் தமிழ் இலக்கியங்களின் முதல் நிலை. ஓலைச்சுவடிகளில் இருந்த இவை, அச்சு இயந்திரத்தின் வரவால் தொகுக்கப்பட்டு அச்சேறின. அதன்பின் தொழில்நுட்ப வளர்ச்சிக் காலத்திற்கு ஏற்ப இணையத்தில் ஏறி இன்று எளிமையாகப் கிடைக்கப்பெறுகின்றன. சங்க இலக்கியங்கள் மட்டுமின்றி இலக்கணங்கள், அகராதிகள், நவீன இலக்கியங்கள் என அனைத்தும் இணையத்தில் கிடைக்கின்றன, ஆய்வுக்கட்டுரைகளுடன் தனித்த நிலையில் வலைப்பூக்கள் வழியேயும் புதிய தமிழ் இலக்கியங்கள், கட்டுரைகள், விமரிசனங்கள், ஆய்வுகள் மின் இதழ்கள் என வந்துகொண்டே இருக்கின்றன. இப்பணிகள் அரசு மற்றும் தனியார் நிறுவனங்கள் பலவும் செய்து வருகின்றன. தமிழ் தட்டச்சுப் பலகை, எழுத்துருக்கள் உருவாக்கம் மற்றும் உள்ளீடு, மென்பொருள் உருவாக்கம் போன்றவற்றுடன் கலைச்சொற்களும் உருவாக்கப்பட்டுள்ளன.

உத்தமம், கணினித் தமிழ்ச்சங்கம், மதுரைத் திட்டம் உட்பட பல அமைப்புகள் வழி தமிழ் நூல்கள், அகராதிகள் ஆகியன இலவசமாகப் பயனாளிகளுக்குக் கிடைக்கப்பெறுகின்றன. தமிழ் இணையக் கல்விக் கழகம், உலகத் தமிழ் ஆராய்ச்சி நிறுவனம், செம்மொழி மத்திய ஆய்வு நிறுவனம் உள்ளிட்ட அரசு நிறுவனங்களும் இதில் தீவிரமாக பணியாற்றுகின்றன. இவற்றின் சிறப்பு என்னவென்றால் ஓலைச்சுவடிகள், கல்வெட்டுகள், செப்பேடுகள் போன்றவற்றையும் பதிவேற்றி உள்ளன. இவற்றில் உள்ள தகவல்களைத் தேடுபொறி வாயிலாக நம் மொழியின் மூலமே உள்ளீடு செய்யப்பட்ட அவற்றிலிருந்து பெறமுடியும்.

இணையத்தின் வழியே தமிழிலக்கியங்கள் உள்ளீடு செய்யப்பட்டிருப்பதன் நோக்கம் தமிழகத்திற்கு வெளியே அதாவது உலகின் எந்த நிலப்பரப்பிலிருந்தும் தமிழைக் கற்கவும் ஆராயவும் வழிவகை செய்வதே ஆகும். இணையத்தில் தமிழ் மொழியின் வியத்தகு வளர்ச்சியாக எண்ணற்ற கலை, இலக்கிய மின் இதழ்களும் ஆய்வுகளும் வலைப்பூக்களும் உருவாகிக் கொண்டே இருப்பதை கூறலாம். குறிப்பாக, தமிழுக்காக மூன்றாயிரத்திற்கும் அதிகமான இணைய அமைப்புகளும் சுமார் பத்து லட்சம் இணையப் பக்கங்களும் இன்று இணையத்தில் காண முடிகிறது. *(26.12.2021)*

தமிழ் இலக்கிய பகுப்பாய்வு முறைகள்

இணையத்தில் எண்ணற்ற/கட்டற்ற நிலையில் தமிழ் இலக்கியங்களும் ஆய்வுகளும் இருக்கும் நிலையில், அமைப்பு சார்ந்து முறையான தொகுப்புகளை வழங்கும் பணியை அரசு நிறுவனங்களும் அரசு சாரா நிறுவனங்களும் செய்து வருகின்றன.

தமிழிலக்கியங்கள் உள்ளீட்டு

| பல்கலைக் கழகங்கள் |
| அரசு சாரா நிறுவனம் |

இணையத்தில் தமிழ்ப்பணி (தமிழிலக்கியங்கள்)

தமிழ்ப்பல்கலைக் கழகம்	தமிழ்க் கணிமை அமைப்பு
உலகத்தமிழ் ஆராய்ச்சி நிறுவனம்	மதுரைத் திட்டம்
செம்மொழித் தமிழாய்வு மத்திய நிறுவனம்	உத்தமம்

இந்த அமைப்புகள், உலக நாடுகளில் வாழும் தமிழர் மற்றும் தமிழரல்லாத தமிழ் மொழி ஆர்வலர் அல்லது ஆய்வாளர்களுக்கு உதவுகின்றன. தேமதுர தமிழோசையைத் திக்கெட்டும் பரவச் செய்கின்றன. இவ்வமைப்புகள் சில பகுப்பாய்வு முறைகளையும் மக்கள் வழங்குகின்றன. இதனால் எது தேவையோ அதனை மட்டும் எளிமையாக பெற முடியும் எனும் சூழலும் உள்ளது. எனவே கணினிவழி கற்றல், கற்பித்தல் போன்றனவும் எளிமையாக நடைபெறுகின்றன. இவை தவிர கலைச்சொல் பேரகராதி, (technical glosury) வாணி (தமிழ் எழுத்துப்பிழை திருத்தி) யாப்பு (அவலோதிகம்) மென்பொருள் ஆகியனவும் குறிப்பிடத்தக்கவை.

தமிழிலக்கியத்தை வழங்கும் இவற்றினை பகுப்பாய்வு முறைகளாக எங்கனம் நிகழ்த்துகின்றன என்றால், உள்ளீடு செய்யப்பட்டுள்ள தமிழ் இலக்கியங்களின்

1. சொல்வகை பகுப்பாய்வு

2. சொல்லடைவுகள்

3. பொருண்மைப் பகுப்பாய்வு

4. உரைப் பகுப்பாய்வு

5. சொல் அகரவரிசை

6. இலக்கணக்குறிப்பு

7. தொடரியல் விரிதரவு

உள்ளிட்ட பல்வேறு பகுப்புகளைச் செய்துள்ளன.

<u>*சான்று 1:*</u>

இணைய வழித் தமிழ் தரவகம் என்னும் வலைப் பகுதியை செம்மொழித் தமிழாய்வு மத்திய நிறுவனம் (CICT), மொழி தொழில்நுட்பத்துறையின்கீழ் உருவாக்கியுள்ளது. உ.வே.சா செம்மொழித்தமிழ் தரவகம் எனும் பகுதியில் "சொல்லடைவி" என்பது ஒரு நூலின் சொல்லடைவை உருவாக்கித் தரக்கூடிய 'கணினி நிரல்'. இதனுள் பதிவிறக்கம் செய்து கொள்ளலாம்.

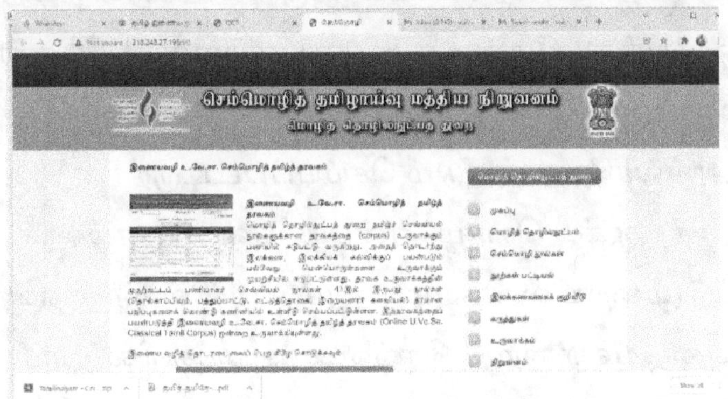

இணையவழிச் செவ்வியல் தமிழ்த் தொடரடைவு எனும் பகுதியில் சொல், நூல்கள், தேடு ஆகியன அமைந்துள்ளது. உதாரணம் கோடு எனும் சொல்லைச் செவ்வியல் இலக்கியங்களில் தேடினால் 152 இடங்களில் இருப்பதை கொண்டு வந்து காட்டிவிடுகிறது. 'இமய' எனும் சொல்லைத்

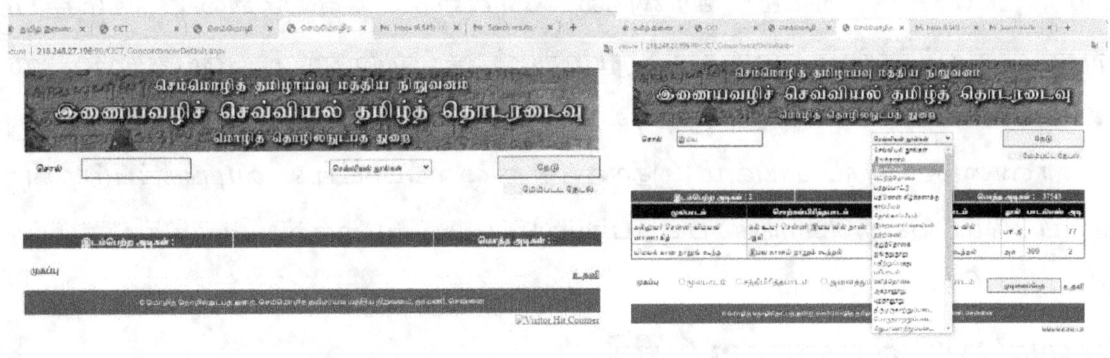

தேடினால்,

எந்தெந்த இலக்கியங்களில் இருக்கின்றது என்பதைக் காட்டுவதுடன் மூலப்பாடம், சொற்கள் பிரித்த பாடல், சந்திபிரித்த பாடல், பாடல் இடம் பெற்ற நூல் ஆகியன காட்டும் வசதிகளுடன் உள்ளது.

மேற்கூறிய சான்றின்வழி, சொல் வகைகளை இனம் காண்பதற்கும் பொருண்மை உறவுகளை இனம் காண்பதற்கும் எளிதாகிறது. கணினி/இணையம் என்பதன் அடுத்தடுத்த வளர்ச்சி என்பது எளிமைப்படுத்துவதே. இதன் அடிப்படையில் தமிழ் இலக்கியங்களை, குறிப்பாக சங்க

இலக்கியங்களை வகைதொகை செய்யவும் மொழியின் அடிப்படையில் தொடரியல், உருபனியல் உள்ளிட்டவற்றை எடுத்துக்காட்டவும் வடிவமைக்கப்பட்டுள்ளது.

சொல் பகுப்பாய்வைப் பொருத்தமட்டில் தொடக்க நிலையில் இருந்து போன்று தற்போது இல்லை. ஒரு உருபனாகவோ அல்லது ஒன்றுக்கு மேற்பட்ட உருபன்களைக் கொண்டதோ ஆக்கப்படுகின்ற சொற்கள், வேர்ச் சொல்லாக அடுத்தடுத்து வரும் இடைநிலை, சந்தி, விகுதி போன்றவற்றை உள்ளடக்கியதாக இருந்தன. அவ்வாறே உள்ளீடும் செய்யப்பட்டிருந்தன.

எடுத்துக்காட்டு: தொழுதான்= தொழு+த்+ஆன். தொழு என்பது வேர்ச்சொல்லாக வரும் போது ஏவலாக ஆகிறது. முன்பிருந்த உள்ளீட்டுமுறையில் தொழு எனும் ஏவலில் இருந்தவற்றைக் கொண்டுவரும். தற்போது அது தொடர்புடையவற்றை, செவ்விலக்கியங்களில் எங்கெங்கு உள்ளவோ அனைத்தையும் கொண்டு வந்து விடுகிறது. இதனை,

"சொல் பகுப்பாய்வு, அட்டவணை, சொல்லடைவு, இணைப்பாக்கம், புணர்ச்சி விதிகள், சொற்களில் உள்ள ஒட்டுகளை நீக்கி, அகராதித் தொகுக்க உதவும். தலைப்புச் சொற்களான *அகராதியை (LEXEME)* இனம் காணுதல் போன்ற நிலைகளில் நிகழ்த்தப்படுகின்றன. இந்நிகழ்வுகளை நிகழ்த்தத் தேவையான உருபனியல் ஆய்வினை வடிவமைக்க வேண்டும்" (பக்.23) என்ற சுப்பையா பிள்ளையின் கூற்றுக்கு, தற்காலத்தில் தீர்வு காணப்பட்டுள்ளது.

"பொருண்மைப் பகுப்பாய்வும் இத்தகைய நிலைப்பாட்டில் வழங்கப்படுகின்றன. *Semantic Analysis* எனப்படும் சொற்பொருள் பகுப்பாய்விற்கு உட்பொருள் பொதித்த கருத்து அவசியம் என்கிறார்"(பக்.3) செ.சண்முகம்.

விரிதரவு அல்லது பெருந்தரவு (CORPUS)

<u>சான்று 2:</u>

இலக்கண குறிப்பு விரிதரவு என்பது 2011-2012 ஆம் ஆண்டு திட்டத்தின் கீழ் "தமிழ் இலக்கியங்களுக்கு மொழியியல் அடிப்படையிலான இலக்கணக் குறிப்புடன் கூடிய விரிதரவு (Linguistically Annotated corpus for tamil literature)" என்ற திட்டம் நடைபெற்றது.

இதனுள் இலக்கண குறிப்புடன் கூடிய தேடுதல்

தொடரியல் மற்றும் பொருண்மையியல் விளக்கத்துடன் கூடிய தமிழ் விரிதரவு

சொல், இலக்கணம், பொருளுடன் தமிழ் இலக்கியங்கள்

ஆகிய பிரிவுகள் உள்ளன.

இதன்வழி மேலும் பல உள்ளீடுகளை பணியில் தொடர்ந்து ஈடுபட்டு வருகின்றது.

பெருந்தரவு ஆய்வுகளை மென்பொருள்களாக, அகரவரிசை ஆய்வி (sorting tool), புள்ளியியல் ஆய்வி(statistics tool), சொல்லடைவு ஆய்வி(word index tool), தொடரடைவு ஆய்வி(concordance tool), முக்கியச்சொல் காணும் ஆய்வி(key word index tool), அகராதிச் சொல்லாய்வி(lexigraphy tool), உருபனியல் ஆய்வி(morphological analysis), சொல் வகைப்பாடு அடையாளப்படுத்தும் ஆய்வி(word annotation tool), இலக்கண அடையாளப்படுத்தல்(grammatical tagger tool), தலைச்சொல் ஆக்கம்(head word identifier tool), குறிப்புரை செய்தல்(text annotation tool), பகுத்துக் குறித்தல்(word Libranation tool) ஆகியவற்றை வரிசைப்படுத்தலாம்.

<u>**சான்று 3:**</u> இணையவழித் தமிழ்ப்பணியில் ஈடுபடும் இணையத் தளங்கள்

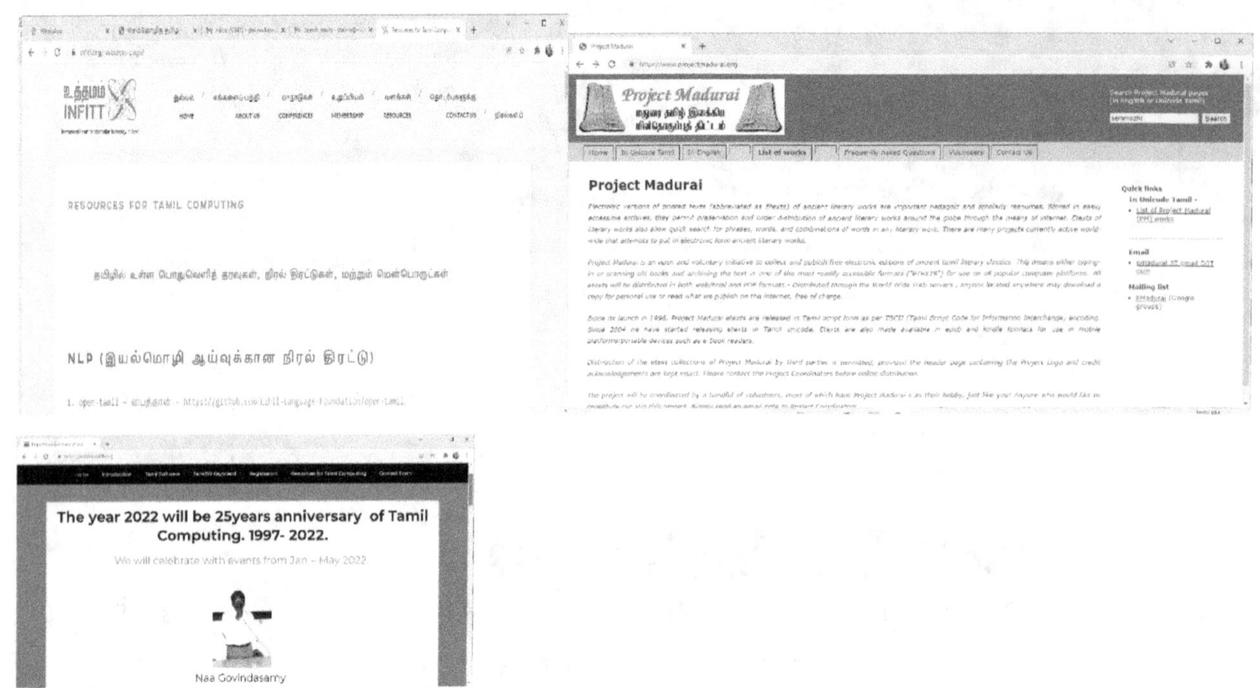

எதிர்நோக்கும் தேவைகள்: (முடிவுரை)

இலக்கணத்தில் தொல்காப்பியம் மற்றும் நன்னூல், இலக்கியங்கள், காப்பியங்கள், சமய இலக்கியங்கள் பலவும் சிற்றிலக்கியத்தில் மூவருலாவும் தமிழ் இணையக் கல்விக்கழகத்தால் உள்ளீடு செய்யப்பட்டு உள்ளன. மேலும் பல இலக்கியங்களையும் உள்ளீடு செய்யும் பணி நடைபெற்று வருகின்றது.

இவை போன்றே வட்டார வழக்குகளில் எழுதப்பட்ட சிறுகதைகள், புதினங்கள் ஆகியவற்றை உள்ளீடு செய்யப்படுவதுடன் செவ்விலக்கியங்களுக்கான ஆய்வு முறையின்படியே விரிதரவுகளைச் செய்தல் வேண்டும். செவ்விலக்கியங்களில் முன்னோடியான முன்னோடியாக கருதப்படும் வாய்மொழி இலக்கியங்களுக்கும் இத்தகைய ஆய்வுமுறையை எதிர்காலத்தில் செய்யப்படுதல் வேண்டும். காலம்தோறும் தோன்றும் புதிய இலக்கிய வகைகளுக்கும் அவ்வாறு செய்யப்படுதல் வேண்டும். சொற்கள் பகுப்பாய்வு, பொருண்மைப் பகுப்பாய்வு ஆகியவற்றுடன் பெருந் தரவுகளும் உள்ளீடு செய்யப்படும் போது, தமிழ்மொழியின் வளங்கள் ஓர்மைப்பட்டதன்று எனவும் பல்வேறு நிலைகளில் வளமைப் பெற்றது எனவும் பிற மொழிகளை விடவும் சிறப்புப்பெற்றது எனவும் நிறுவ முடியும். அதற்கு இத்தகைய தமிழிலக்கியப் பகுப்பாய்வு முறைகளைக் கணினி வளங்களின் துணைக் கொள்ளல் வேண்டும். அவ்வாறு செய்யும் போது அயலகத்தார் இங்குள்ள வட்டாரவழக்குகளை அறிய வாய்ப்பளிக்கும்.

Reference

1. தமிழ் வளர்ச்சியில் இணையத்தின் பயன்பாடு கட்டுரை,

2. *https://www.happidaisy.com/2021/07/blog-post_28.html (26.12.2021)*

3. *http://218.248.27.196:90/CICT_Concordance/Default.aspx (26.12.2021)*

4. சுப்பையாபிள்ளை, கு.(2003). இயற்கை மொழியாய்வு-தமிழ், உலகத்தமிழாய்வு நிறுவனம், தரமணி, சென்னை. (பக்.23)

5. சண்முகன், செ.(1989)பொருண்மையியல், அனைத்திந்தியத் தமிழ் மொழியியல் கழகம், அண்ணாமலை நகர், சிதம்பரம். (பக்.3)

6. *http://www.tamilvu.org/ta/%E0%AE%86%E0%AE%AF%E0%AF%8D%E0%AE%B5%E0%AF%81%E0%AE%AE%E0%AE%B1%E0%AF%8D%E0%AE%B1%E0%AF%81%E0%AE%AE%E0%AF%8D%E0%AE%89%E0%AE%B0%E0%AF%81%E0%AE%B5%E0%AE%BE%E0%AE%95%E0%AF%8D%E0%AE%95%E0%AE%AE%E0%AF%8D (26.12.2021)*

7. *https://www.infitt.org/category/press/ (26.12.2021)*

8. *https://www.projectmadurai.org/pmworks.html (26.12.2021)*

9. *https://kanithamizh.org/ (26.12.2021)*

Computer Aided Cultural Education

Mrs.I.SHEELADEVI,

Assistant Professor in BCA Department,
S.B.K.College, Aruppukottai,
i.sheeladevi@gmail.com

Abstract

Culture is an important concept, upon which the lives of the individuals are based upon. In educational institutions as well as within employment settings, individuals do have to work with individuals, belonging to different cultures. It is important for them to form constructive viewpoints and possess an adjustable nature. When understanding cultural education, the individuals need to understand, how cultural education should prove to be beneficial to them in enriching their lives and achieving professional and personal goals (Basis for Cultural Education, 2017). Cultural education facilitates in the development of skills and abilities, as these are necessary for the individuals to carry out various tasks and activities. Cultural education promotes historical awareness, contributes to the formation of the individual's identity and encourages creative and inquisitive attitudes that benefits the individuals throughout their lives.

Keywords: *Cultural Education, Collectivist Perspective, Individuals, Individualist Perspective,* Knowledge

1. **Benefits and Advantages of Technologies are the following:**
2. Reaching learners outside of classrooms.
3. .Using learning time efficiently.
4. Sustaining motivation.
5. .Individualizing instruction.
6. .Providing access to information tools.

Cultures and Computers

Research into social aspects has shown (HCI [54]) that even computer-literate users tend to use social rules and display social behavior in routine interactions with computers. Social interaction is strongly grounded in culture as every person carries within himself/herself patterns of thinking, feeling, behaving and potential interacting. Much of this is learned during development processes in the childhood. As soon as certain patterns of thinking, feeling and acting have established themselves within a person's mind they reside there awaiting activation or inhibition in appropriate situations. To learn new patterns of thinking, feeling and acting one has to unlearn the old patterns, which is more difficult than learning them in the first place for the first time (Hofstede's [27].)

[27] Hofstede, G. Cultures and Organizations: Software of the Mind, Intercultural Cooperation and its Importance for Survival. McGraw-Hill, 1997

[54] Reeves, B. and Nass, C. The media equation: how people treat computers, television, and new media like real people and places. Cambridge University Press New York, NY, USA, 1996

World Wide Web

To identify how cultural characteristics influence people's interaction with products and to evaluate using the WWW as tool for multicultural study (K-P. Lee [38]). The difference in the cultural characteristics of users accounted for the differences in their interaction styles. The international differences and effect of high-end graphical enhancements on the perceived usability of World Wide Web. Preliminary findings from the exploratory study (Sears et al [57]) confirm that contextual clues and cultural markers in website design influence usability and there is a need for integrated localization.

[38] Lee, K.-P. A Study on the Cultural Effects on User Interface Design, 2004.

[57] Sears, A., Jacko, J.A. and Dubach, E.M. International Aspects of World Wide Web Usability and the Role of High-End Graphical Enhancements. International Journal of Human-Computer Interaction, 12 (2).241-261

Computer Supported Cooperative Work

The experimental groups homogenous and heterogeneous cultural backgrounds had different perceptions of the study task (Olson [53]). They also report that even though cultural differences were reduced in the computer-mediated communication condition of instant messaging (IM) they were not eliminated. The heterogeneous experimental groups achieved greater consensus using asynchronous group support systems (GSS).

[53] Olson, J.S. and Olson, G.M. Culture Surprises in Remote Software Development Teams. Queue,, 1 (9). 52 - 59.

Modern technology in education

According to the latest insights as to how exactly modern students of today prefer to use technology and how does their learning get an impact if they use technology, it was revealed that the use of modern equipment technology and tools, the learning and interactivity of students increases. They also find it much more interactive, as well as full of interesting areas, when aided by technology. The transfer of knowledge becomes very easy and convenient, as well as effective. What this means is, that our minds now tend to work faster when assisted with the use of modern technology, be it any part of life, here we talk about education. The reliance and dependence of such an innovation, that simply makes life an easy, smooth journey is completely unavoidable these days even in schools, universities and colleges.

Students today can make use of technology in the following ways:

Internet connection and round the clock connectivity

The internet has grown in importance by many folds, over the process of decade. Its importance in the education world can now never be undermined. Despite the chances of fraud and drawbacks, the use of the internet is like a blessing for students. Today, the internet is something that is present in almost everything we use. From television to gaming consoles, and our phones, the internet is literally everywhere. The use of the internet allows students to find amazing convenience, they can find various kinds of help, tutorials and other kinds of assisting material which could be used to academically improve and enhance their learning (Beringer, V. (2009, October 20)).

Using projectors and visuals

Visual images always have a strong appeal compared to words. Using projectors an visuals to aid in learning is another form of great technological use. Top institutions around the world, now rely on the use of amazing PowerPoint presentations and projections in order to keep the learning interactive and interesting. Technological use such as projectors within the schools and colleges can take the interaction and interest levels right up and also improve motivation. Students like to see appealing visuals and something that entices them to think rather than just reading words. The learning part also becomes pretty efficient when it comes to technology (Bounds, G. (2010, October 5)).

Digital footprint in the education sector

If we talk about digital and education, then the penetration of digital media within the education sector has now grown. This penetration has resulted in round the clock connectivity with students and different forums that are available for different kinds of assignments or help. As the power of digital increases, there are and there will be more applications that will assist students in development and learning (Brill, J. M., & Galloway, C. (2007)).

Online degrees with the use of technology

Online degrees now have become a very common phenomenon_(Grégoire et al., 1996).. People wish to take up online courses for their learning and certifications. Top institutions offer amazing online programs with the use of various applications and the internet. This is a concept that will continue to rise as it gets more support and awareness. The online degree scenario around the world is more famous among students who work and look for flexible studying programs (Panitz, 1996)..

Conclusion

Technology has a positive impact on education and at the same time may also pose negative effects. Teachers and students should take advantage of this in the good light and eliminate the drawbacks which are pulling back many of students as well as schools from achieving excellence. It is thus time for every country to introduce a more technologically equipped education sector in the future.

நெசவும் தொழில்நுட்பமும்

திருமதி. பெ.காளியானந்தம்,
உதவிப் பேராசிரியர்,
சைவ பானு சத்திரிய கல்லூரி,
அருப்புக்கோட்டை.
kaliyanantham@gmail.com

தொழில் தான் ஒரு நாட்டின் உயிர்த் துடிப்பாகும். எந்த நாடு தொழிலில் சிறந்து விளங்குகிறதோ அந்த நாடுதான் பொருளாதாரத்திலும் பண்பாட்டிலும் சிறந்து விளங்குகிறது இந்த அடிப்படையில் பழங்காலம் தொட்டே தமிழர்கள் தாம் வாழ்ந்த திணைகளுக்கு ஏற்ப மேன்மைமிகு தொழில்களை செய்து சிறப்புற்று இருந்தனர் இப்பொழுதும் இருக்கின்றனர் இதற்கு காரணம் அன்று முதல் இன்றுவரை தமிழர்கள் பயன்படுத்திய தொழில்நுட்பமே என்று கூறலாம் அந்த அடிப்படையில் தமிழ்நாட்டில் விவசாயம் நெசவு சிற்பம் ஓவியம் கட்டிடம் இதுபோன்று பல கலைகள் நம்நாட்டில் சிறப்புற்று இருந்தன இவற்றுள் நெசவும் தொழில்நுட்பமும் என்னும் கட்டுரையில் தமிழர்கள் இந்தியாவில் மட்டுமல்ல உலக நாடுகள் முழுவதும் சிறப்புற்று விளங்கினர் என்பதை இலக்கியம் வரலாற்றுச் சான்றுகள் காட்டி பாவு ஓடுதல் தொழில்நுட்பத்தை பதிவு செய்வதே இக்கட்டுரையின் நோக்கமாகும்.

நெசவுத் தொழிலில் ஆடையின் சிறப்பு

நெசவுத்தொழில் என்பது பலரது கூட்டு முயற்சியால் நடைபெறும் தொழிலாகும்.

இந்தியாவில் நெசவுத் தொழில் தாயிடமிருந்து மகளுக்குக் கற்றுக் கொடுக்கப்படும் ஒரு பரம்பரைக் கலையாகவே கருதப்படுகிறது வீடுகளில் குடிசைத் தொழிலாகவும் சிறு சிறு தொழிற்சாலைகள் பெரிய தொழிற்சாலைகள் வரை அனைத்தும் அரசின் உதவியுடன் கூட்டுறவு சங்கங்களில் துணையுடன் இத்தொழிலை இன்றுவரை உயிர்ப்புடன் வைத்துள்ளது

பருத்தியும், ப ட்டும் தான் நெசவு ஆடைகளின் அடிப்படை

மூலப்பொருட்கள் ஆகும். பழங்காலத்திலிருந்தே தமிழர்கள் பருத்தி,பட்டு ஆடைகளை நெய்வதுடன் கிரேக்கம், ரோமானிய உள்ளிட்ட பல நாடுகளுக்கு ஏற்றுமதி செய்து வந்துள்ளனர் என்பதற்கு ஆவணங்கள் உள்ளன. நம் நாட்டில் நெய்யப்படும் ஆடைகளுக்கு எப்பொழுதுமே புதுவரவு ஏற்படுவதற்குக் காரணம் தமிழர்கள் நெசவு இயந்திரங்களின் தொழில்நுட்ப வளர்ச்சி,

துணிகளுக்குப் போடப்படும் பொன்னூக்கலவை செய்வதில் வேதியியல், பொறியியல், தொழில்நுட்பம் முதலியவற்றால் இணைந்த செயல்பாடுகள் போன்றவையேஆகும்

ஆடை, அறுவை, உடுக்கை, உடை, கிளி, துணி, துண்டு, வேட்டி, சிதார், பறை, போர்வை, துகில், படம், சிலை, புடவை, காகம் எனப் பல சொற்கள் ஆடையை குறிப்பனவாகும்.

பாம்பு உரித்த தோலைப் போன்று இழையோட்டம் அறிய இயலாத நுண்ணிய வேலைப்பாடுகள் கொண்ட துணிகள் இருந்ததை

"நோக்குழை கல்லா நுண்மைப் பூக்கனிந்து

அர உரி அன்ன அறுவை" (பொருநர்— 82- 83}

"இழை மருங்கு அறியா நுழை நூல் கலிங்கம்" (மலைபடு 561}

என்னும் பாடல் வரிகள் உணர்த்துகின்றன.மேலும் தூய மூங்கில் சவ்வு போன்ற ஆடை இருந்ததை

"------------மாசில்

காம்பு சொலித் தன்ன அறுவை" (சிறுபாண் 235– 236) என்னும் வரிகள் உணர்த்துகின்றன

"ஆவி அன்ன அவி நூல் கலிங்கம் "(பெரும்பாண் - 460)

பாலாடை போன்ற மெல்லியதான நூல் ஆடையென்பது இதன் பொருளாகும்

இதுபோன்று நுட்பமான ஆடைகளைத் தமிழர்கள் நெய்து அணிந்து வந்துள்ளனர் என்பதை இதன் வழி அறிகிறோம்

"கொடுப்பது அழுக்கறுப்பான் சுற்றம் உடுப்பதூஉம்

உண்பதூஉம் இன்றிக் கெடும்"

உணவிற்கு அடுத்து ஆடை இன்றியமையாதது என்பதை வள்ளுவர் இங்கு கூறுகிறார் ஒருவர் மற்றவருக்கு செய்யும் உதவியை கண்டு பொறாமைப் படுபவன் சொந்தபந்தங்கள் இல்லாமல் உண்பதற்கு உணவும் உடுப்பதற்கு ஆடையும் இல்லாமல் கெட்டு அழிவான் என்பதைக் காணும்போது வள்ளுவர் உணவுக்கும் உடைக்கும் தந்த சிறப்பினை அறிய முடிகிறது.

"உண்பது நாழி உடுப்பவை இரண்டே " (புறம் 189)

என்பதும் உணவையும் உடையையும் சிறப்பிக்கும் பாடலாகும்

ஆடை மானம் காப்பதுடன் தட்பவெட்ப நிலைகள் தாக்காத வண்ணம் மனிதனைப் பாதுகாத்து வருகிறது.பிறப்பு முதல் இறப்பு வரை பல்வேறு கால நிலைகளில் பல்வேறு வகைகளில் ஆடைகள் செய்யப்பட்டு வருகின்றன

இந்த நிலையில் தமிழக கிராமங்களில் குடிசைத் தொழிலாக ஆண்களோடு பெண்களும் ஈடுபட்டு வருகின்றனர். சில இடங்களில் சில நிலைகளில் ஆண்களை விட பெண்களே பொறுமையாகவும் சிறப்பாகவும் மென்மையாகவும் தொழில் நுட்பங்களைக் கற்று வருகின்றனர் என்பதை அறியமுடிகிறது

இந்த நெசவுக்கலை 5000 ஆண்டுகள் பழமை வாய்ந்தது என்பதைச் சிந்து சமவெளி நாகரீகச் சின்னங்களின் காணப்படும் உடைகள் உணர்த்துகின்றன ஆதிச்ச நல்லூரில் கிடைத்த தாழிகளில் மண்வெட்டி, கொழு, நெல் ,உமி, பழைய இற்றுப்போன பஞ்சாடை போன்றவை கிடைத்துள்ளன என்பது குறிப்பிடத்தக்கது ஆதிச்சநல்லூரில் புதைக்கப்பட்டவர்கள் தாமிரபரணி ஆற்றங்கரையில் நெல் பருத்தி போன்றவற்றை விவசாயம் செய்தது மட்டுமல்ல நெசவுத் தொழிலும் செய்து வந்துள்ளனர் என்பதை அறிய முடிகிறது {சண்முகநாதன் தமிழனின் வரலாறு}

ஆடை குறித்த பழமொழிகளும் இலக்கியச் சான்றுகளும்

"ஆடை உடையான் அவைக்குஅஞ்சான்"

"ஆடையில்லா மனிதன் அரை மனிதன்"

"உடை பெயர்த்து எடுத்தல்" என்பது தொல்காப்பியம்

பண்டைக் காலத்தில் பெண்கள் சிறப்பாக நூல் நூற்று வந்ததை நக்கீரரும் கபிலரும் பவணந்தி முனிவரும் கூறியுள்ளனர்

" பருத்திப்பட்டு" என்று புறநானூறு (125 326) குறிப்பிடுகிறது

"நூலிலும் மயிரினும் நூல் பட்டேனும்

பால்வகை தெரியாப் அடுக்கத்து நறுமண சரிந்த அறுவை வீதியும்" (சிலப்பதிகாரம்)

என்று இளங்கோ அடிகள் கூறுவதால் பண்டைத் தமிழர்கள் நெசவின் பெருமை விளங்கும். மயிரினும் என்பதற்கு " எலி மயிரினாலும்" என்று பொருள் கூறுகிறார் அடியார்க்கு நல்லார் மயிர் நிறைந்த ஒருவகை மலை எலி பண்டைக்காலத்தில் தமிழ்நாட்டில் இருந்தது என்பதும் அதன் மயிரால் சிறந்த கம்பளம் செய்யப்பட்டது என்பதும்

" புகழ் வரை சென்னிமேல் பூசையில் தெரியல

            பவளமே அனையன பன்மயிர்ப் பேரெலி _ (சீவக சிந்தாமணி)

            செந்நெருப்புணும் செவ்வெ லிம் மயிர்

            அந்நெருப்பள வாய் பொன் கம்பள - சீவக சிந்தாமணி

என்று சிந்தாமணி கூறுவதாலும் அறியலாம்

"ஆளில் பெண்டிர் தாளின் செய்த நுணங்கு நுண்பனுவல் போலக் கணங்கொள

            "பருத்திப் பெண்டின் சிறு தீ விளக்கத்து

            இழை மருங்கு அறியா நுழைநூல் கலிங்கம்" புறம். 326)

பாம்பு விரித்தன்ன வான் பூங் கலிங்க மொடி" (புறம் 397 15)

            "பட்டினும் மயிரினும் பருத்தி நூலினும்

            கட்டுநுண் வினைஞர் காருகர் இருக்கையும்"(சிலம்பு 5:16-1

அக்கால ஆடை வகைகள்

தமிழர்கள் ஆடைகளில் பல்வேறு வண்ணங்கள் பயன்படுத்தி வந்தனர். 2000 ஆண்டுகளுக்கு முன்பே பெண்கள் பட்டியலும் பஞ்சு நெய்த பூந்துகில் அணிந்து வந்துள்ளனர். தமிழர்கள் 40க்கும் மேற்பட்ட வண்ணங்களை அறிந்திருந்தனர் சித்தன்னவாசல், தஞ்சை பெரிய கோவில் ஆகியவற்றில் சுமார் ஆயிரம் ஆண்டுகளுக்கு முன் தீட்டப்பட்ட ஓவியங்கள் பல்வேறு தாக்குதல்களுக்கு உட்பட்டும் அதன் நிறம் மாறாது இன்றும் பொலிவு குன்றாது புத்தம்புதிய வண்ணம் போல் காட்சியளிப்பது இதற்குத் தக்க எடுத்துக்காட்டாகும்.

முற்காலத்தில் தமிழ்நாட்டில் ஆடைகளின் வண்ணங்கள் மட்டுமல்ல அதன் உடலும் விரும்பும் முந்தானையும் பல்வேறு கொடிகளாலும் பூக்களாலும் இன்னும் பலவற்றாலும் செய்யப்பட்டு அவைகளுக்குப் பெயர்கள் வழங்கப்பட்டன துகில் பூந்துகில் புத்தகம் உடுக்கை என்று பல்வேறு பெயர்கள் உள்ள ஆடைகளும் எண்ணிலடங்கா துகில் வெண்மை நிறம் உடையது சிவப்பு நிறம் உடையதாயும் உடையது பூந்துகில் தாமரை மல்லிகை போன்ற மலர்களின் வடிவம் கொண்டதாய் உள்ளது அவைகளில் சிலவற்றின் பெயர்கள் தமிழ் இலக்கியங்களில் காணப்படுகின்றன

"துகில் மலர்போல் மணிநீர் நிறைந்த என்று" (பரிபாடல்)

"புட்டகம் பொருந்துவ துணைக்கு வரும் போரும்" (பரிபாடல்)

"நீலக் கச்சை பூராணை ஆடை" (புறநானூறு)

"மிப்பால் வெண்துகில் போர்க்குநர்

பூப்பால் வெண்துகில் குழல் முறுக்குநர்" (பரிபாடல்)

"பாம்பு பயந்தன்ன வடிவின் காம்பின் கழைபடு சொலியின்

இழைமணி வாரா ஒண் பூங் கலிங்கம்"(புறநானூறு)

"நோக்கு நுழை கல்லா நுண்மை அறிந்து கனிந்து கனிந்து

அரவுரி அன்ன அறுவை" (பெரும்பாணாற்றுப்படை)

"புகை விரித்தன்ன பொங்குறுகி துடி இ " (புறநானூறு)

மேற்கூறிய சங்க இலக்கிய பாடல்களிலிருந்து முற்காலத்தில் தமிழ்நாட்டில் பல்வேறு அழகிய ஆடைகள் இருந்தன என்பதை அறிய முடிகிறது . மேலும் முந்தானை ஆடை உடல் ஆடைகள் அழகாக விளங்க தாமரை, அல்லி, மல்லிகை அரும்பு போன்ற உருவங்கள் கவினுற செய்யப்பெற்றன .இம் மலர்களும் அரும்பும் ,பிஞ்சும், சிகப்பு, வெள்ளை, நீலம், மஞ்சள், ஊதா, பச்சை போன்ற பல நிறங்களில் மட்டுமன்றி வெள்ளி சரிகை பொன் ஜரிகை போன்றவர்களை இணைத்து பட்டு நூலிலும் பஞ்சு நூலிலும் ஒளிவீசும் ஆடைகள் நெய்யப்பட்டன

பாம்பின் சட்டை போலவும் மூங்கிலில் குறித்த மெல்லிய தோல் போலவும் பால் காய்ச்சும் பொழுது எழும் ஆவி போலவும் பால் நுரை போலவும் வெண்ணிற அருவிநீர் வீழ்ச்சியின் தோற்றம் போலவும் தமிழர்கள் நுணுக்கமான ஆடைகளை செய்தனர் மேலும் மசூலிப்பட்டினம்

கலியுகத்திலும் நெய்யப்பட்ட ஆடைகள் விட மெல்லிய ஆடைகள் மதுரை காஞ்சி முதலிய இடங்களில் செய்யப்பெற்று வெளிநாட்டிற்கு ஏற்றுமதி செய்யப்பட்டன.எகிப்து நாட்டில் ஆயிரக்கணக்கான ஆண்டுகளுக்கு முன்னால் இறந்த அரசர்களின் உடல்கள் பல்வேறு பொருட்களால் பதம் இடப்பட்டு அழியாமல் கல்லறைகளில் வைத்துப் பாதுகாக்கப் பெற்றுள்ளது .அந்த உடல்கள் இந்திய மசுலின் துணிகளால் பொதியப் பெற்றுள்ளன என்று கண்டு பிடிக்கப்பட்டுள்ளது.

ஒரு காலத்தில் பாண்டியநாட்டில் நெய்யப் பெற்ற தாமரை மலர்கள் பொறித்த பட்டு துணிகள் ரோம். கிரேக்கம். எகிப்து. அரேபியா. இலங்கை. கடாரம், சாவகம், போதகம் முதலிய பல்வேறு நாட்டு மன்னர்களின் அரண்மனைகள் அனைத்தையும் அலங்கரித்து 19ஆம் நூற்றாண்டில் எங்கிலாந்து அரண்மனையிலும் இடம் பெற்றுள்ளது

ஆடை குறித்த பழந் தமிழ் சொல் வழக்குகள்

பரிபாடல், புறநானூறு பெரும்பாணாற்றுப்படை போன்ற பழந்தமிழ் நூல்களில் ஆடை குறித்த வழக்காறுகள் காணப்படுகின்றன." ஆவியன்ன அவிநூல், கலிங்கம், நீலக் கச்சைப் பூராடை, வெண்துகில் ,இழைமணி வாரா ஒண்பூக் கலிங்கம் "என்பன. அவற்றுள் சில பாண்டிய நாட்டில் நெய்யப்பட்ட பட்டாடைகள் ஆகும். ஆடைகளைக் குறிக்கும் சொற்கள் :

1. கோசிகம் 2.பீதகம் 3. பச்சிலை 4. அரத்தம் 5/ துண்டுகில் 6. சுண்ணம் 7. வடகம் 8. பஞ்சு 9.இரட்ட 10 பாடகம் 11. கோங்கலர் 12. கோபம் 13. சித்திரக் கம்மி 14, குருதி 15. பரியல் 16. பேடகம் 17.பரியட்டக் காசு 18. வேதங்கம் 19 புங்கர்காழகம் 20. சில்லிகை 21. தூரியம் 22 பங்கம் 23 தத்தியம் 24. வண்ணடை 25. க வற்றுமடி 26. நூல் யாப்பு 27. திருக்கு 28. தேவாங்கு 29. பொன்னெழுத்து 30. குச்சரி 31. தேவகிரி 32. காத்தூலம் 33. இறஞ்சி 34.வெண்பொத்தி 35. செம்பொத்தி 36. பணிப் பொத்தி என்று முப்பத்தியாறு வகைகளை சிலப்பதிகாரத்தில் உரையாசிரியர் அடியார்க்கு நல்லார் கூறுகிறார் அக்காலத்தில் பால் ஆடை க்கும் பஞ்சு ஆடைக்கும் ஆடை என்னும் பொதுப்பெயர் வழங்கி வந்துள்ளது மேலும் இக்காலத்தில் தொழில்நுட்ப இயந்திரங்களால் நெய்யும் சிறந்த ஆடை வகைகளைப் போலவே பழங்காலத்தில் கைத்தறிகளில் தமிழர்கள் செய்து வந்துள்ளனர் என்பதை அறிகிறோம்

தொழில்நுட்பம்

மனிதன் முதலில் காடுகளில் வாழ்ந்து , வேட்டையாடினான்.பின் உணவும் உடையும் உற்பத்தி செய்த காலத்தை தொழில்நுட்ப காலம் என்று கூறலாம் தொழில்நுட்பம் என்பது ஒரு செயலை எழிலாக முறையாக மனிதனால் மேற்கொள்ளப்படும் சிறந்த முயற்சிகள் எனலாம்

மனித படைப்பாற்றல் தொழில்நுட்பமும் செயற்கை நுண்ணறிவும் இணைந்து புதுமைக்கு வழிவகுக்கும் கலையாக விளங்கி வருகிறது நெசவுக்கலை.

பல தலைமுறைகளைக் கடந்தும் என்றும் தனக்கென ஒரு தனி இடத்தை தமிழர்கள் பெற்றிருக்கிறார்கள் என்றால் அதற்கு காரணம் தமிழர்கள் பேசும் கலையில் காலந்தோறும் பல நுட்பங்களை கையாண்டு வருவதே ஆகும்

மக்கள் பயன்படுத்தும் ஆடை வேட்டி புடவை படுக்கை கம்பலம் பாய் மற்றும் சாக்கு போன்ற பொருட்களை உற்பத்தி செய்வதற்குப் பயன்படும் நுட்பமே நெசவுத் தொழில்நுட்பம் ஆகும் ஒவ்வொரு தொழிலிலும் அதன் மூலப் பொருட்கள் அதிகமாக கிடைக்கும் பகுதிகளில் புகழ் பெற்றிருக்கும் பஞ்சு உற்பத்தி பயன்பாடு வண்ணக்கலவை எடுத்தல் போன்ற செயல்பாட்டு நுட்பங்கள் நெசவு தொழிநுட்பத்தில் அடங்கும்

அன்றும் இன்றும் தமிழர்கள் நெசவுத் தொழிலை தொழில்நுட்பத்தை ஒரு கலையாகவே போற்றி வந்துள்ளனர் பருத்தியிலிருந்து நூல் நூல்களையும் கை தெரியும் செயலையும் நுட்பமாக கையாண்டு உள்ளனர் என்பதை அறிகிறோம்

நெசவுத் தொழில் நுட்பம் –பாவு ஓடுதல்

நெசவு தொழிலில் இன்று பல்வேறு தொழில்நுட்பங்கள் பயன்படுத்தப் படுகின்றன. பருத்தி இழை நெசவுத் தொழில்நுட்பம் பல படிநிலைகளை உள்ளடக்கியது. நூல் தயாரிப்பு நூலைப்பதப்படுத்துதல், வண்ணம் ஏற்றுதல், கஞ்சி போடுதல், சாயம் அல்லது வண்ணம் ஏற்றல், பாவு ஓட்டுதல் நெசவிற்கு ஆயத்தப்படுத்துதல் பூ வேலைப்பாடுகள் செயற்கை நுண்ணறிவு இப்படி இருக்கும் பல தொழில்நுட்பங்களுள் பாவு ஓட்டுதல் என்னும் தொழில்நுட்பத்தை மட்டும் இங்கு காண்போம்.

பாவு ஓடுதல்

பாவு ஓடுதல் என்னும் நுட்பம் பின்வரும் தலைப்புகளில் ஆய்வு செய்யப்படுகிறது பாவு என்பதன் விளக்கம் ,பாவு ஓடுவதில் கணித மேலாண்மை,பாவு , ஓடுவதற்கு முன் செய்யவேண்டிய பணிகள் .பாவு ஓடுவதற்குரிய கருவிகள், பாவோடும் தொழில்நுட்பம், புணியின் அமைப்பும் சிறப்பும், பாவோடும்போது ஏற்படும்குறைகள், பாவு சுற்றுதல் ,பல் சக்கரத்தின் பணி, ரீம் எனப்படும் பாவு உருளை போன்றவை ஆகும்

பாவு என்பதன் விளக்கம்

துணி நெய்வதற்குத் தகுந்தார்போல் மேல் வச நீளமான நூல்களைப் பக்குவப்படுத்தி உருளையில் சுற்றப்படும் ஓர் அமைப்பையே பாவு என்கிறோம். இந்தப் பாவை உருவாக்கும் பணியே பாவு ஓடுதல் எனப்படும் இந்த பாவை ஓட் டுபவர் பாவோடி என்று அழைக்கப்படுவார். இந்தப் பாவை நெசவுத் தொழிலின் உயிர் எனலாம். ஏனெனில், இந்தப் பாவு ஒழுங்காக அமைந்து இருந்தால்தான் துணியைச் சிறப்பாகவும் நுடபமாகவும் நெய்ய முடியும்.

பாவு ஓடுவதில் கணித மேலாண்மை

பாவை ஓட்டும் பவோடி   பாவை ஓட்டுவதற்கு முன் பல நிலைகளை கடந்த பின்தான் பாவு ஓடுதல் என்னும் பணியைச் செய்ய முடியும்.அதற்குரிய ஆயத்தப் பணிகள் பின்வருமாறு:

பஞ்சில் இருந்து நூல் நூற்று இழைகள் ஆக்குதல், இழைகளைச் சுத்தம் ஆக்குதல், வண்ணம் ஏற்றுதல்,பசை போடுதல், சிட்டத்தைக் குழலில் கண்டாகச் சுற்றுதல் இதுபோன்ற பல பணிகளை முடித்தபின் பாவு ஓடுவதற்கு உரிய குழல் நிறுத்தத்தில் கண்டுகள் வைக்கப்பட்டு, பாவு ஓடுவதற்குத் தயாராகிறது.

கண்டு நிறுத்தம் குழலில் சுற்றிய கண்டுகள் பாசி துளையிட்ட அச்சு, இரும்பு அச்சு என்னும் இரண்டு அச்சுகள் தங்கா டங்கா இழைகளை பாவாக ஏற்று உருவாக்கும் உருளை பல் சக்கரம் நான்கு பற்களைக் கொண்டது.அதற்கேற்ப இழைகளின் சுற்றுகளைக் கணக்கிடும் கருவி. ஒரு சுற்று என்பது 2.6 மீட்டர் / மொத்தம் அறுபத்தி ஆறு பல் சுற்ற வேண்டும் .ட ங்கா பல் சக்கரத் துணையுடன் புணி அமைப்பின் வழி பாவை ஏற்கும் உருளை போன்ற கருவிகளைத் தயார் நிலையில் முறையாக வைத்த பின்பே ஓடுதல் என்னும் பணி தொடங்குகிறது.

ஒரு பாவு என்பது ஐந்தரை மீட்டர் அளவுடைய அறுபத்தி எட்டு புடைவைகளைக் கொண்டது. இதற்கு தேவைப்படும் நூலின் அளவு 90 களிகள். ஒரு களி என்பது ஐந்து சிட்டங்கள் உடையது. ஒரு சிட்டம் என்பது 100 மீட்டர் நூலின் அளவைக் குறிக்கும். ஒரு புடைவைக்கு இரண்டரை களி நூல் எனக் கணக்கிடப்படுகிறது.

பாவு ஓடும் தொழில்நுட்பம்

பாவு ஓட்டம் தொடங்கும்போது 224 கண்டு களை உயர வாக்கில் 28 வரிசையிலும், நீளவாக்கில் எட்டு வரிசையிலும் ஆக வைத்து ஒவ்வொரு கண்டிலிருந்தும் ஒவ்வொரு இழையாக எடுத்து பாசி துலை அச்சு இரும்பு அச்சு என அடுத்தடுத்து உள்ள இரண்டு அச்சுகளின் வழி பாய்ச்சி புணி உருவாக்கப்படுகிறது அதன்பின்தான் உருளை இயக்கப்படுகிறது அப்போது கண்டிலிருந்து கறந்த 224 இழைகளும் டங்கா எனப்படும் உருளையில் சுற்றப்படும்.

புணியின் அமைப்பும் சிறப்பும்

புணி என்பது இழைகள் மேலும் கீழும் ஒன்று விட்டு ஒன்று என மாறி மாறி அமைந்த அமைப்பைக் குறிக்கும். இந்த புணி என ப்படும் மேல் பாவின் அமைப்புதான் ஆடை நெய்யும் போது ஊடு நூலை எடுத்துச் செல்லும் நாடா சென்று வருவதற்கு உரிய முக்கியப் பணியைச் செய்கிறது. இவ்வளவு சிறப்பு வாய்ந்த தொழில்நுட்பத்தைக் கண்டறிந்த நம் தமிழரின் பட்டறிவை நினைக்கும் போது நமக்கு வியப்பை ஏற்படுத்துகிறது.

பாவில் நிகழும் குறைகள்

சில நேரம் பாவு ஓடும்போது இழைகள் அறுபட்டு விடும் இதற்கு இரண்டு காரணம் உண்டு ஒன்று நூலின் தரமின்மைஇரண்டாவது திட்டங்களை கண்டா கண்டாக குழலில் சுற்றும்போது ஏற்படும் குறை எனலாம் அதாவது சிட்டத்தைப் பூடத்தின் வழி குழலில் சுற்றும்போதும் நூல் அறுபட வாய்ப்புண்டு அப்படி அறுபட்ட நூலை நன்றாக இணைத்து முடிச்சு போடவேண்டும் இதில் குறை ஏற்பட்டாலும் ஓடும்போது இழை அறுபட்டு விடும். இதனைக் கண்டுபிடித்து சரி செய்ய வேண்டும். மாறாக இப்படி ஒரு இழை அறுபட்டு குறையுடன் தறியில் பாவைப் பிணைக்கும்போது பாவு பிணைப்பவர் கண்டுபிடித்து இணைக்க வேண்டும் அல்லது அவர்கள் கவனிக்காமல் விடுபட்டு தறியில் ஆடை நெய்யப்படும்போது புடவையில் இடைவெளி ஏற்பட்டு தரத்தை குறைத்துவிடும். மேலோட்டமாக இது நமக்குத் தெரியாது புடவையை வாங்கும் முதலாளி அல்லது வியாபாரி இதைக் கண்டுபிடித்து தரம் குறைந்தது என்று முத்திரை இட்டுவிடுவர். இதனால் புடவை சரியான விலைக்கு விற்பனை ஆகாது .ஆகவே இக்குறையை ஓடும்போது பாவு ஒட்டுபவர் அறுபட்ட இழையை கண்டுபிடித்து ஓடாமல் நிற்கும் கண்டிலிருந்து இழையை இணைத்து முடிச்சு போடவேண்டும். உடனே இதை சரி செய்தால் தான் இந்த இழை ஆடை நெய்யும் வரை நேர்த்தியாக இருக்கும்.

பாவு உருளையில் சுற்றும் முறை

புணையில் குறைகளை சரி செய்து வரும் 224 இழைகளும் பல் சக்கரத்தின் துணையுடன் 16 முறை உருளையில் வரிசையாக சுற்றப்படும் அதாவது 3500 இழைகள் நான்கு நான்காகச் சுற்றியதும் பாவம் ஒருமுறை நிறுத்தப்படும். இதைக் கணக்கிடுவதற்கு ஒரு பல்சக்கரம் இருக்கும். இந்த பல் சக்கரம் நூலின் அளவான அதாவது ஒரு பாவிற்கு உரிய களி சிட்டங்களின் அடிப்படையில் கணக்கிட்டுக் கொண்டிருக்கும்.

பாவின் அமைப்பு – கணித மேலாண்மை

ஒரு விசைத்தறிக்குரிய பாவில் சுற்றி உருவாக்கப்படும் புடவையின் எண்ணிக்கை அறுபத்தி எட்டு ஆகும். 224 கண்டுகளில் 192 களிக்கு உரிய நூல் சுற்றப்படும். அதாவது ஒரு பாவு என்பது ஐந்தரை மீட்டர் அளவுடைய அறுபத்தி எட்டு புடவைகளைக் கொண்டது. அதற்குத் தேவையான களிகள் 192 இவை 224 கண்டுகளில் இருந்து 3500 இழைகளாகச் சுற்றப்பட்டிருக்கும் 224 x 16 = 3584. இங்கு இப்படிக் கூடுதலான இழைகளைக் கணக்கிட 44 பற்கள் பல் சக்கரத்தில் கணக்கிடும். பாவு சுற்றும் போது 44 சுற்றுகளுடன் நான்கு தடவை சுற்றப்படுகிறது. ஒவ்வொரு முறை சுற்றும் போதும் ஒரு சத்தம் கொடுக்கும். ஒவ்வொரு முறை சுற்றும் போதும் அதற்குரிய புள்ளியை விட்டு பல்சக்கரம் நகரும். அப்படி நான்காவது புள்ளியில் வந்ததும் பாவு ஓடுபவர் சுற்றுவதை நிறுத்தி விடுவர். பின்னர் இழைகளை புணியில் இருந்து இரண்டரை inch விட்டு புணி முடி இடுவர். அதன்பின் புணிகளையும் பல் சக்கரத்தையும் முறையாக அமைத்து இழைகள் வரும் பலகையையும் நகர்த்திக் கொண்டே

வருவார். இப்படி 14 முறை 224 இழைகளைக் கொண்டு 3500 இழைகளாக உருளையில் சுற்றி முடிப்பார். இப்பணியை முடிக்க குறைந்தது பத்து மணி நேரம் ஆகும்.

ரீம் (பாவு உருளை)

224 இழைகளாக 16 முறை சுற்றிய பின் பிணை முடி போட்டுச் சொருகி வைத்த ஒவ்வொரு துணி முடியையும் பாவு ஓட்டுபவர் தரிக்குரிய பாவு உருளையில் அதற்குரிய துளைகளில் நுழைத்து முறையாக அமைப்பர். அதன்பின் மின் விசை மூலம் உருளையை இயக்கி ஆடை நெய்வதற்கு உரிய உருளையில் சுற்றி முடிப்பார். இதற்குக் குறைந்தது ஒரு மணி நேரமாகும்.

இப்படி உருளையில் பாவைச் சுற்றும்போது ஒன்றரை மீட்டருக்கு ஒரு முறை காகிதத்தை இடையில் வைத்து சுற்றுவார். அப்போதுதான் பாவு விலகாமல் சரிந்து விடாமல் நேர்த்தியாக இருக்கும். இப்படி வடிவமைத்த பின் முறைப்படி தறியில் ஆடை நெய்வதற்கு பாவு கொண்டு செல்லப்படும். இவ்வாறு ஆடை அணிவதற்கு தகுந்தாற் போல் பக்குவப்படுத்திச் சுற்றப்படும். இப்பணியே பாவு ஓடுதல் என்று அழைக்கப்படும்

தொகுப்புரை

1. தொல்பழங்காலத்தில் இருந்தே தமிழர்கள் நெசவுத் தொழில் நுட்பத்தில் சிறப்பாகவும் உலகிற்கே முன்னோடியாகவும் இருந்துள்ளனர். பாலாடை போன்று மென்மையாகவும் மென்மையாகவும் இழை போன இடம் தெரியாத வண்ணம் நெசவில் நுட்பத்தைக் கண்டுள்ளனர் என்பதை இலக்கியச் சான்றுகள் உணர்த்துகின்றன.

2. பாவிற்கு உரிய சிட்டம் , கண்டுகள். நூலிழைகள் ஆகியவற்றைப் பாவு ஓடுதல் நுட்பத்தில் கையாளும் நுட்பம் கணித மேலாண்மையைக் காட்டுகிறது.

3. இவ்வாய்வு நெசவுத்தொழில் நுட்பத்தின் சிறு முயற்சி தான். நெசவுத் தொழிலில் கொட்டிக்கிடக்கும் பல நுட்பங்களை ஆராயும்போது தமிழரின் பல வியத்தகு திறமைகள் வெளிப்படும் என்பது தின்மை.

துணை நூல்கள்

1. நெசவாளர்களும் துணிவணிகர்களும் - எஸ்.ஜெயசீல ஸ்டீபன், தமிழில் -   ந.அதியமான், நியூ செஞ்சுரி புக் ஹவுஸ் பி லிட், சென்னை.
2. சண்முகநாதன் - தமிழனின் வரலாறு
3. எட்டுத்தொகை நூல்கள்
4. பத்துப்பாட்டு நூல்கள்
5. ஐம்பெரும்காப்பியங்கள்
6. வெளி இணைப்புகள்:

7. *https://ta.m.wikipedia.org/wiki/%E0%AE%A4%E0%AE%AE%E0%AE%BF%E0%AE%B4%E0%AE%B0%E0%AF%8D %E0%AE%A8%E0%AF%86%E0%AE%9A%E0%AE%B5%E0%AF%81%E0%AE%95%E0%AF%8D%E0%AE%95%E0%AE%B2%E0%AF%88*

8. *https://roar.media/tamil/main/history/contribution-of-tamilnadu-in-textile-industry/amp*

9. *https://ta.m.wikipedia.org/wiki/%E0%AE%A8%E0%AF%86%E0%AE%9A%E0%AE%B5%E0%AF%81%E0%AE%A4%E0%AF%8D %E0%AE%A4%E0%AF%8A%E0%AE%B4%E0%AE%BF%E0%AE%B2%E0%AF%8D%E0%AE%A8%E0%AF%81%E0%AE%9F%E0%AF%8D%E0%AE%AA%E0%AE%AE%E0%AF%8D*

சமுதாய தொழில்நுட்பம்

செல்வி சி.கீர்த்தனா,

தமிழ்த்துறை உதவிப்பேராசிரியர்,
ஸ்ரீ கிருஷ்ணசாமி கலை மற்றும் அறிவியல் கல்லூரி,
மேட்டமலை, சாத்தூர்.
7339471755,
keerthi141197@gmail.com

மக்கள் கூடி வாழும் இடமே சமுதாயம். அத்தகைய சமுதாயத்தில் வளர்ந்து வரும் தொழில்நுட்பங்களின் பங்களிப்பும் இன்றியமையாதது. வளர்ச்சியின் முனைப்பால் தொழில்நுட்பங்கள் யாவும் சமுதாயத்தில் வாழும் மக்களின் அடிப்படையான, அத்தியாவசியமான தேவைகளை உடனுக்குடன் செயல்படுத்தவும் பல்வேறு வகையில் உதவிபுரிகின்றன.

இன்றைய மாணவர்களுக்கு பேரிடர் காலங்களிலும் பேருதவியாக இருக்கும் கல்வி சார்ந்த தொழில்நுட்பமும். அலுவல் காரணமாக நோயாளிகள் பயனுறும் வகையில் தொழில்நுட்பத்தின் உதவியால் பெறும் மருத்துவம் சார்ந்த தொழில்நுட்பமும், குடும்பச்சூழல் மற்றும் வருமானம் ஈட்டுவதற்காக செயல்படும் வணிகம் சார்ந்த தொழில்நுட்பமும், துரித உணவுகளை துரிதமாக பெற்றுத்தரும் உணவு சார்ந்த தொழில்நுட்பமும், அத்தியாவசியக் காலங்களில் பாதுகாப்பாகவும், விரைவாகவும் பயணம் மேற்கொள்வதற்கு ஏற்ற போக்குவரத்து சார்ந்த தொழில்நுட்பமும், நடைமுறையில் நடக்கும் பல்வேறு இன்னல்களிலிருந்து விடுவிக்க திறம் வாய்ந்து செயல்படும் பாதுகாப்பு சார்ந்த தொழில்நுட்பமும், இயற்கைச் சீற்றங்களினால் ஏற்படும் பேராபத்துகளிலிருந்து தற்காத்துக் கொள்ளும் வகையில் அமையும் பேரிடர் சார்ந்த தொழில்நுட்பமும் எனப் பல்வேறு வகையில் பன்முகம் கொண்டு விளங்கும் சமுதாய தொழில்நுட்பங்களின் செயல்பாடுகளை ஆராயும் நோக்கில் இக்கட்டுரை அமைகின்றது.

கல்வி சார்ந்த தொழில்நுட்பம்

மானுட சமூகம் எத்தகைய பெருஞ்செல்வங்களைப் பெற்றிருந்தாலும் அவையெல்லாம் நிலையானது அல்ல என்றும் கல்வியே நிலையான செல்வமென்று கருதினர். கல்வி என்பது இம்மைக்கு மட்டுமல்ல மறுமைக்கும் துணையாக வரும் என்பதை

"மறுமைக்கும் அணிகலன் கல்வி"1 (திரிகடுகம் பா.எண்-52)

என்கிறது. "கற்றோர்க்கு சென்ற இடமெல்லாம் சிறப்பு"2

(ஒளவை – மூதுரை-26)

என்பார்கள். ஆனால் தற்பொழுது, "கற்பதற்கு சென்ற இடமெல்லாம் தொழில்நுட்பம்" என்றானது. இயற்கை சீற்றத்திலும், பேரிடர் காலங்களிலும், தவிர்க்க முடியா சூழலிலும் கல்வி கற்கத் தடையில்லாது இருக்கும் வகையில் பல்வேறு தொழில்நுட்பங்கள் கல்வித்துறையில் வளர்ந்துள்ளன ஆரம்ப காலத்தில் ஓலைச்சுவடிகளில் இருந்த கல்வி நிலை தற்போது அச்சுப்பதிப்பாகி அச்சுத்துறையாக வளர்ந்துள்ளது கல்வியில் தொழில்நுட்பத்தின் முதற்கட்ட வளர்ச்சியாகும். இன்று பல்வேறு வடிவங்களில் புத்தமாகையில் கிடைக்கிறது. புத்தகத்தில் விடுபட்ட கிடைக்காத கருத்துக்களை இணையவழியில் தேட முயற்சி செய்ய தொழில் நுட்பங்கள் வளர ஆரம்பிக்கிறது. தேடிய மற்றும் தேவையான கருத்துக்களை பதிவிறக்கம் செய்து கொள்வதும், திறன்பேசியிலே படிக்க இயலவில்லையென்றால் அதனையும் அச்சு இயந்திரத்தின் வழி அச்சாக்கம் செய்து படிக்கவும், பாடம் கற்பிக்கவும் ஏதுவாக உள்ளது. திறன்பேசியில் மட்டுமல்லாது கணினி வழியில் பாடம் கற்க ஏதுவாக இருந்தாலும், அதை வாங்குவதற்கான பொருளாதாரம் இல்லையென்பதால், மடிக்கணினி, திறன்பேசி என்று பல்வேறு வகையில் பயன்படுத்தி வருகின்றனர். மாணவர்களும், ஆசிரியர்களும் பல்வேறு செயலிகளை பயன்படுத்தி கலந்தாய்வு செய்வதும் கானொலி மற்றும் ஒலிப்பதிவு அனுப்புவதின் வழி கற்றும் கற்பித்தும் வருகின்றனர். இணையத்தில் இணையவழியிலான வகுப்பறை, வினாடிவினா, கருத்தரங்கம், உலகசாதனை நிகழ்வு எனப்பலவாறு கல்வித்துறையில் தொழில்நுட்பங்களின் செயல்பாடு அதிகரித்து உள்ளது. உதாரணமாக, கூகுள் படிவ வினாடி வினா *(https://docs.google.com/forms/d)*

மருத்துவம் சார்ந்த தொழில்நுட்பம்

மருத்துவம் என்பது நோய்களை குணப்படுத்தும் வகையில் அமைந்த அறிவியல் ஆகும்.

"நோயற்ற வாழ்வே குறைவற்ற செல்வம்"4 (பழமொழி)

நோய்களுக்கான மருந்தும், கருவியும் இல்லாமல் மக்கள் அழிந்தகாலம் இன்றைக்கு மாறி உள்ளது. தொழில்நுட்பங்கள் எந்த அளவிற்கு வளர்ச்சி பெறுகின்றதோ, அதே அளவு மனிதர்களிடம் நோய்பரவும் தன்மையும் அதிகரித்துள்ளது. தீராத நோய்களுக்கு மருந்துக்கண்டுபிடிக்க தொழில் நுட்பங்களின் பங்களிப்பு அவசியமானது. நோயாளிகளின் வருகையினை, அவர்களுக்கு ஏற்பட்டுள்ள நோய் குறித்த தகவல்களை கணினியில் பதிவு செய்வதும், *1000 கிலோமீட்டருக்கு* அப்பால் உள்ள நோயாளிக்குக் கூடமருத்துவர்கள் சிகிச்சை அளிக்கும் வகையில் உள்ள தொலைத் தொடர்புசேவை தொலைவை பொருட்படுத்தாமல் மருத்துவம் செய்யபயன்படுகிறது. அவசரகாலங்களில் மருத்துவமனைக்கு செல்ல முடியாத நிலையிலோ, மருத்துவர் நோயாளியை காணமுடியாத நிலையிலோ இருந்தால் திறன்பேசி, கணினி, மடிக்கணினி வழி காணொளி காட்சி மூலம் கலந்துபேசி மருத்துவம் பார்க்க பயன்படுகிறது .உடல் உள்ளுறுப்புகளில் ஏற்படும் கோளாறுகளை பரிசோதிக்க மின்பதிவு செய்யப்பட்ட பல்வேறு வகைப்பட்ட ஊடுகதிர்கள் பயன்படுத்தப்படுகின்றன .பலநோய்களுக்கு புதியவகை மருந்து கண்டுபிடிக்கவும் மருத்துவ தொழில்நுட்பம் பயன்படுகின்றது. மேலும், ஒவ்வொரு மருத்துவர்களும் அவரவா மருத்துவமனை

சார்ந்த தகவல்களை வலைதளம் ஒன்றை நிறுவி நோயாளிகளுக்கு அவ்வப்போது தகவல் கிடைக்கும் வண்ணம் செய்வதும் சாலச்சிறந்ததாக உள்ளது.

வணிகம் சார்ந்த தொழில்நுட்பம்

வர்த்தகம் என்று அழைக்கக்கூடிய வணிகமானது லாபநோக்கிலும், வாடிக்கையாளர்களை கவரும் நோக்கில் பொருளதார அடிப்படையில் செயல்படுவதாகும். பொருளின் அவசியத்தை,

"அருளில்லார்க்கு அவ்வுலகம் இல்லை பொருளில்லார்க்கு இவ்வுலகம்   இல்லாகி யாங்கு"3   குறள் எண் - 247

என்ற குறள் எடுத்தியம்புகிறது. அத்தகைய பொருளை நேரத்தை வீணாக்காமல் எளிமையான முறையில் பல்வேறு சேகரிப்புகள் நிறைந்தது இன்றைய இ-வணிகம். இந்த இ-வணிகத்தில் நமக்கு பிடித்த ஆடைகளையோ, வீட்டிற்கு தேவையான பொருட்களையோ பதிவு செய்தால் இரண்டு நாள் மற்றும் மூன்று நாட்களில் நாம் இருக்கும் இடங்களுக்கே வருகிறது. இந்த இ-வணிகமானது இடம் சார்ந்த, காலம் சார்ந்த, நிதி சார்ந்த, இடர்ப்பாடு சார்ந்த, போக்குவரத்து சார்ந்த பல்வேறு தடைகளை உடைத்தெறிந்து உறுதுணையாக இருக்கக்கூடிய மிகச்சிறந்த தொழில்நுட்ப வளர்ச்சியாகும். உதாரணமாக, பிளிப்கார்ட், அமேசான், மீஷோ, பிக்பசார் என்ற எண்ணற்ற வணிகம் சார்ந்த நிறுவனங்கள் மக்கள் மத்தியில் வளர்ந்த தொழில்நுட்பமாக உள்ளது. ஆடைகள், பொருட்கள் மட்டுமல்லாது உணவுகளையும் வணிகம் நோக்கில் பல்வேறு செயலிகள் வழி விற்பனை செய்கின்றன. உழைப்பு நேரங்களில் இலகுவாக நேரத்தை வீண்விரயமாக்காமல், உணவுகளை துரிதமாக குறைந்த விலையில் வாங்கி உட்கொள்கின்றனர். உதாரணமாக, சுமேட்டோ, சுவிக்கி, கேஎஃப்சி இவ்வாறெல்லாம் சமுதாயத்தில் பல்வேறு தொழில்நுட்பங்களும், செயலிகளும் வளர்ந்துள்ளது என்பதை இதன் வழி அறியலாம்.

போக்குவரத்து சார்ந்த தொழில்நுட்பம்

ஆரம்பகாலத்தில் இடம் விட்டு இடம் செல்ல யாத்திரை மேற்கொண்டனர். நடைப் பயணத்தின் வழி பல்வேறு இடங்களை கண்டு களித்தனர். ஆனால், தற்போது சைக்கிள் முதல் விமானம் வரை வளர்ந்துள்ள தொழில்நுட்பங்களின் பங்கும் இன்றியமையாதது. மக்கள் கூட்ட நெரிசலில், வரிசையில் நின்று காத்திருந்து பயணச் சீட்டுகள் பெற்று வாழ்ந்த காலம் மாறி, வீட்டிலிருந்த படியே எந்த தேதியில், எந்த நேரத்தில் புறப்பட வேண்டுமோ அந்த நேரத்திற்கேற்றவாறு இருக்கைகள் இருக்கிறதா, இதில் இல்லையென்றால் மற்றொரு செயலியில் பயணச் சீட்டுக்களை பெற பதிவு செய்துக் கொள்ளலாம்.

பேருந்து மட்டுமில்லாமல், ரயில் சேவை மற்றும் விமான சேவைகளிலும் தொழில்நுட்பங்களின் பங்கு அதிகரித்துள்ளது. நல்ல படுக்கை வசதி மட்டும் குளிர் சாதன வசதி கொண்ட இருக்கைகளை ரயில் மற்றும் விமானங்களில் பதிவு செய்து கொள்ளலாம். மக்களின் தேவைகளை நிறைவேற்ற போக்குவரத்து சார்ந்த தொழில்நுட்பங்களின் பங்கும் சாலச் சிறந்ததாக உள்ளது.

தொகுப்புரை

இன்றைய சூழலில் சமூகத்தில் வாழும் உயிர்களுடன் தொழில்நுட்பங்கள் யாவும் இணைந்து செயல்படுகின்றது. அன்றாடம் பயன்படுத்தும் உணவு, உடை என அத்தியாவசியமான பொருட்கள் யாவும் இருக்கும் இடங்களுக்கே தொழில்நுட்பங்களின் வழி கிடைக்கின்றது. கல்வி, மருத்துவம், உணவு, வணிகம், போக்குவரத்து என இன்னும் ஏராளமானத் துறைகளில் தொழில்நுட்பங்களின் பங்கு இன்றியமையாதது என்பதை புலப்படுத்தும் நோக்கில் இக்கட்டுரை அமைகின்றது.

துணைநூற்பட்டியல்

1. பதினெண் கீழ்கணக்கு நூல்கள் – பதிப்பாசிரியர் ச.வே.சு
2. ஔவையார் அருளிய அற நூல்கள் மூலமும் உரையும்
3. சி.ர.கோவிந்தராசன்
4. திருக்குறள் – கழக வெளியீடு
5. தமிழ் விக்கிப்பீடியா

சூழலியல் தொழில்நுட்பம்

திருமதி ஆ. மகாலெட்சுமி,
தமிழ்த்துறை உதவிப்பேராசிரியர்,
ஸ்ரீ கிருஷ்ணசாமி கலை மற்றும் அறிவியல் கல்லூரி,
மேட்டமலை, சாத்தூர்.
mahalakshmiarumugasamy@gmail.com

மனிதன் தன்னை சுற்றி அமையும் சூழலுக்கேற்ப அறிவியலின் வளர்ச்சியான தொழில்நுட்பத்தை பயன்படுத்துவதே சூழலியல் தொழில்நுட்பம் ஆகும். சூழல் என்பது தாவரங்கள், விலங்குகள் அடங்கிய அனைத்து இயற்பியல் கூறுகளையும் அடக்கியதாகும். இவைகளுக்கு இடையே தொடர்புகள், பரிமாற்றங்கள் அல்லது அடைவினைகள் என்பதைப் பற்றி கற்றுக்கொள்ளுவதே சூழலியல் ஆகும். தொழில்நுட்பம் என்பது பொருட்கள் அல்லது சேவைகள் உற்பத்தி செய்ய பயன்படும் அறிவியல் நுட்பங்களின் தொகுப்பாகும்.

தொழில்நுட்பங்களின் பயன்கள்

மனிதனும் சுற்றுச்சூழலும் நெருங்கிய தொடர்புடையவை. மக்கள் சுற்றுச்சூழலின் நிலையை பல்வேறு வாழ்க்கை காரணிகளுடன் தொடர்புபடுத்துகிறார்கள். அவை,

1. கல்வி சார் தொழில்நுட்பம்

2. வணிகம் சார் தொழில்நுட்பம்

3. பணப்பரிமாற்றம் சார் தொழில்நுட்பம்

4. பாதுகாப்பு சார் தொழில்நுட்பம்

போன்றவை ஆகும். இவையனைத்தும் மக்களின் அன்றாட வாழ்க்கையில் அவரவர் சூழலுக்கேற்ப தொழில்நுட்பத்தை பயன்படுத்துகிறார்கள்.

கல்வி சார் தொழில்நுட்பம்

கல்வி என்பது அழியாச் செல்வமாகும். அவ்வழியாச் செல்வத்தை ஆக்கும் சாதனங்களான பல்வேறு தொழில்நுட்பத்தின் வழி மாணவர்கள் பயன்பெறுகின்றனர். ஏனெனில் சூழல் சார்ந்த கல்வியானது தற்கால சூழலில் "பொருத்தமான தொழில்நுட்ப செயல்முறைகள் மற்றும் வளங்களை உருவாக்குதல், பயன்படுத்துதல் மற்றும் நிர்வகிப்பதன் மூலம் கற்றலை எளிதாக்குவது மற்றும் செயல்திறனை ஆய்வு மற்றும் நெறிமுறை நடைமுறை" போன்றவற்றில் செயல்படுகிறது.

" தொட்டனைத் தூறும் மணற்கேணி மாந்தர்க்குக்

கற்றனைத் தூறும் அறிவு"[1]   - குறள் 396, திருக்குறள் எளிய உரை,

டாக்டர் மு.வ

இக்குறட்பாவானது கல்வியின் முக்கியத்துவத்தை எடுத்தியம்புகிறது. அதாவது, சூழல் சார் தொழில்நுட்பமானது தற்போதைய கொரோனா காலக் கட்டங்களில் மாணவர்களுக்கு இணைய வழியிலான வகுப்புகள், போட்டிகள், கருத்தரங்குகள் போன்ற பலவற்றை நடத்த பெரிதும் துணைபுரிகின்றது.

வணிகம் சார் தொழில்நுட்பம்

வணிகம் அல்லது வர்த்தகம் என்பது மனிதனது தேவைகளையும், விருப்பங்களையும் நிறைவேற்றும் இலராப நோக்குடைய அல்லது இலாப நோக்கற்ற ஒரு பொருளாதார செயற்பாடு ஆகும். மனிதன் வாழ்வதற்கு பொருள் வேண்டும். மனிதன் வாழ்வதிலும் பொருள் வேண்டும். இவற்றை " திரைகடல் ஓடியும் திரவியம் தேடு" என்கிற பழமொழியால் குறிக்கின்றனர்.

" ……. மொழிபல பெருகிய பழிதீர் தேஎத்துப்

புலம்பெயர் மாக்கள் கலந்தினி துறையும்"[2]-   பட்டினப்பாலை(216-217)

,பட்டினப்பாலை மூலமும் தெளிவுரையும், முத்து.இராம மூர்த்தி

என்ற பட்டினப்பாலை வரியானது மக்களின் வணிகப் போக்கினை கூறுகிறது. இன்றைய சூழலில் மக்கள் ஒவ்வொரு கடையாக சென்று தனக்கு தேவையான பொருட்களை பெறுவதில்லை.

இருந்த இடத்திலே இருந்து திறன்பேசியின் உதவியால் வீட்டிற்கே பொருள் வந்து சேரும்படியாக பொருட்களை பெறுகின்றனர்.

1. அமேசான்

2. ஃபிலிப் காட்

3. மீசோ

போன்ற பல வணிக நிறுவனங்கள் இணையத்தின் உதவியுடன் செயல்படுகின்றன. அவற்றினால் தவிர்க்க முடியா சூழலிலும் மக்கள் பொருட்களை வாங்கி பயன்பெறுகின்றனர்.

பணப்பரிமாற்றம் சார் தொழில்நுட்பம்

பண்டைய காலங்களில் மக்களிடத்தில் பண்டமாற்று முறை மட்டுமே இருந்து வந்தது. தன்னிடம் உள்ள பொருளை கொடுத்து தனக்கு தேவையான பொருளைப் பெற்றுக்கொள்ளுதலே பண்டமாற்று

முறையாகும். இதனை,

     " பாலொடு வந்து கூழொடு பெயரும்

     யாருடை இடையன்"[3]   - குறுந் (221-3-4), குறுந்தொகை மூலமும்

உரையும், இராமரத்தினம்

குறுந்தொகை பாடலானது பண்டமாற்று முறையை விளக்குகிறது. பின்னாட்களில் பண்டமாற்று முறையானது பணப்பரிமாற்றம் முறையாக உருவெடுத்தது. பணத்தேவைகள் ஏற்படும் போது மக்கள் வங்கிக்கு சென்று காத்திருந்து மனஉளைச்சலுக்கு ஆட்பட்டு பணத்தை பெறும் நிலை உள்ளது. இவற்றிலிருந்து விடுபட அவரவர் சூழலுக்கேற்ப பணப்பரிவர்த்தனைகளை பல செயலிகள் மூலம் செய்கின்றனர்.

1. ஜிபே

2. போன்பே

3. ஐ மொபைல் பே

4. பே.டி.எம்

இச்செயலிகள் மூலம் மக்கள் தங்களின் தேவைகளை உடனுக்குடன் பெறுகின்றனர்.

பாதுகாப்பு சார் தொழில்நுட்பம்

பாதுகாப்பு என்பது பொதுவாக முன்னெச்சரிக்கை நடவடிக்கை ஆகும். மனித வாழ்க்கையின் அனைத்து செயல்பாடுகளுக்கும் பாதுகாப்பு என்பது பெரிதும் அவசியமாக கருதப்படுகிறது. செயல்பாட்டிலோ அல்லது வேறு செயல்பாட்டிலோ பாதுகாப்பு செயல்முறைகளை பின்பற்றாவிடின் பின் விழைவுகளை தரக்கூடும்.

” செருவந்த போழ்திற் சிறைசெய்யா வேந்தன்

வெருவந்து வெய்து கெடும்”[4]   - குறள் 569, திருக்குறள் எளிய உரை,

டாக்டர் மு.வ

என்ற இக்குறட்பாவானது பாதுகாப்பின் முக்கியத்துவத்தை எடுத்தியம்புகிறது. தற்காலத்தில் ஆண், பெண் என இருபாலருக்கும் பாதுகாப்பு என்பது மிக முக்கியமான ஒன்றாகும். ஏனெனில் சமூகமானது பாதுகாப்பற்ற ஒரு நிலையை நோக்கி சென்று கொண்டிருக்கிறது. மக்களின் பாதுகாப்பிற்காக அரசாங்கம் பல்வேறு முடிவுகளை எடுக்கிறது. அவற்றில் ஒன்று காவலன் என்கிற செயலி. இவை மக்களுக்கு ஏதேனும் பாதுபாப்பற்ற சூழல் ஏற்படும் போது அச்செயலியின் துணைக்கொண்டு செயல்படலாம்.

தொகுப்புரை

மனிதனும் சுற்றுச்சூழலும் நெருங்கிய தொடர்புடையவை. மக்கள் தன்னை சார்ந்த சூழலின் நிலையை பல்வேறு தொழில்நுட்ப உதவியுடன் எதிர்கொள்கின்றனர். பேரிடர்ச்சூழலில் மாணவர்களின் சூழலுக்கேற்ப பயன்படும் கல்விக்குரிய தொழில்நுட்பமும், குடும்பச்சூழலின் பொருளாதாரத்தை மேம்படுத்துவதற்காக மேற்கொள்ளும் வணிக தொழில்நுட்பமும், தவிர்க்க முடியா காலச்சூழலில் கையறு நிலையில் உடனுக்குடன் பணப்பரிவர்த்தனை செய்யும் தொழில்நுட்பமும், பொது மக்களின் நலன் கருதி இன்றைக்கு நடைமுறையில் உள்ள இணைய

வழியிலான அரசுத்தேர்வுகள் சார்ந்த தொழில்நுட்பமும், பொது மக்களின் பாதுகாப்பை மேம்படுத்தும் வகையில் அரசால் அங்கீகரிக்கப்பட்ட தொழில்நுட்பமும் எனச் சூழலியல் சார்ந்த தொழில்நுட்பத்தின் தன்மையை காணமுடிகிறது.

சான்றெண் விளக்கம்

6. திருக்குறள் எளிய உரை, டாக்டர் மு.வ

7. பட்டினப்பாலை மூலமும் தெளிவுரையும், முத்து.இராம மூர்த்தி

8. குறுந்தொகை மூலமும் உரையும், இராமரத்தினம்

9. திருக்குறள் எளிய உரை, டாக்டர் மு.வ

இன்றைய கல்வியும் இணையப் பயன்பாடும்

அ.தனலட்சுமி,
தமிழ்த்துறை உதவிப்பேராசிரியர்,
ஸ்ரீகிருஷ்ணசாமி கலை மற்றும் அறிவியல் கல்லூரி,
மேட்டமலை, சாத்தூர்.
மின்னஞ்சல்முகவரி – *dhanalakshmia01011993@gmail.com*

முன்னுரை

ஒரு நாட்டினை உலகநாடுகளின் மத்தியில் முன்னேற்றம் அடைந்த நாடாகக் காட்டுவதற்கு அடிப்படையாக விளங்குவது கல்வி ஆகும். கல்வியே இந்தச் சமூகத்தை அறிவுடையதாகவும் நாகரீகமானதாகவும் மாற்றுகிறது. இத்தகைய கல்வியில் ஏற்பட்ட மாற்றங்களையும் அந்த மாற்றங்களினால் விளையும் நன்மை, தீமைகளையும் பற்றி ஆய்வதே இக்கட்டுரையின் நோக்கமாகும்.

பண்டைய கால கல்வி

பண்டைய காலத்தில் மக்கள் கல்வியை மிகவும் முக்கியமானதாகக் கருதினர். ஏனெனில் கல்வி கற்றவன் நாட்டை ஆளும் மன்னனை விடச் சிறப்பானவன் என்று கருதப்பட்டான். மன்னனுக்கு தன்நாட்டைத் தவிர வேறுநாட்டில் சிறப்பில்லை ஆனால் கற்றவர்களுக்குச் சென்ற இடம் எல்லாம் சிறப்பு என்ற பழமொழிக்கு ஏற்ப மனிதர்கள் வாழ்ந்து வந்தனர் என்பதை பின்வரும் பாடலின் மூலம் அறியலாம்.

"மன்னனும் மாசற கற்றோனும் சீர்தூக்கின்

மன்னனின் கற்றோன் சிறப்புடையன் – மன்னற்குத்

தன்தேச மல்லாற் சிறப்பில்லை கற்றோற்குச்

சென்ற விடமெல்லாம் சிறப்பு." (மூதுரை – 26, ஔவையார்,

தமிழ் இணையக் கல்விக்கழகப் பாடநூல்)

பண்டையகால மக்களிடம் குருகுலக் கல்வி முறையே வழக்கில் இருந்தது. இங்கு மாணவர்கள் ஏதேனும் ஒரு கலையைக் கற்பதற்கு குருவின் இல்லத்திற்கேச் சென்று கல்வி கற்றனர். இத்தகைய கல்வி முறையில் மாணவர்கள் ஆசிரியரின் அருகில் அமர்ந்து கல்வி கற்கும் சூழல் நிலவியது. இதன் மூலம் மாணவன் தான் கற்க விரும்பியதை நன்கு கற்றுத்தேர்ந்தான். இத்தகைய கல்வி முறையில் ஆசிரியர்களுக்கு எந்தவித சம்பளமும் தரவில்லை. மாணவர்கள்தாங்கள்கல்விகற்பதற்காகுருவிற்குகாணிக்கைசெலுத்தியுள்ளனர். அவ்வாறுகொடுக்கப்படும்பொருள்நதகணக்குமின்றிகொடுக்கவேண்டும்என்பதையும் பின்வரும்பாடல்வழிஅறியலாம்.

"உற்றுழிஉதவியும், உறுபொருள்கொடுத்தும்,

பிற்றைநிலைமுனியாது, கற்றல்நன்றே!" (புறம் – 183, அ.முருக சுவாமிநாதன்,

மத்திய தமிழாய்வு நிறுவனம்.)

என்ற பாடலின்வழி ஆசிரியருக்கு கொடுக்கும் போது மிகுதியாக கொடுக்க வேண்டும் என்பதை அறியமுடிகிறது.

நவீனகல்விமுறை

ஐரோப்பியர்களின் வருகையால் இந்தியாவில் நவீனகல்விமுறை நடைமுறைக்கு வந்தது எனலாம். அவர்கள் வாணிபம் செய்வதற்காகவும், தங்களுடைய சமயத்தைப்பரப்புவதற்காகவும் நவீனகல்விமுறையை அறிமுகம் செய்துள்ளனர். இதில் ஆசிரியர்களும் மாணவர்களும் பொதுவான ஓர் இடத்தில் கூடிகல்விகற்க ஆரம்பித்தனர். இதன் மூலம் கல்வி நிறுவனங்கள் தோன்றின. கல்விநிறுவனங்கள் தோன்றிய பின்பு இன்றைய கல்விமுறை நடைமுறைக்கு வந்தது. இதன் மூலம் மாணவர்கள் தாங்கள் கற்கவிரும்பும் கல்வி முழுமையாக கற்கவில்லை என்றே கூறலாம். இங்கு பல்வேறு கலைகள் கற்றுத்தரப்படுகின்றது. அதன்மூலம் அவர்கள் அந்த அறிந்து கொள்வதற்கு மட்டுமே முடிகின்றது. தான் கற்றக் கல்வியை கல்வி நிறுவனத்தை விட்டுவெளியே வந்த பின்பு தான் நடைமுறைப்படுத்தி அறிந்து கொள்கின்றனர். இங்கு அனுபவக் கல்விக்கு வழியில்லை. ஏட்குக் கல்வி மட்டுமே தரப்படுகின்றது. இதன்மூலம் அவன் முழுமையாக கற்றுக்கொள்வதற்கு முன்பே அவனுடைய கல்லூரி காலம் முடிவடைகின்றது. பொதுவான இடங்களில் கல்வி கற்பதற்கு செல்லும் பொழுது பல்வேறு இனமக்களுடன் நட்புகொண்டு அவர்களின் கலாச்சாரம், பண்பாட்டையும் அறிந்துகொள்கிறான். பின்பு பல்வேறு நூல்களை கற்பதன் மூலம் சிறந்த அறிவுடையவனாகவும் திகழ்கிறான். இதற்கு அடுத்தநிலையில் கல்வியில் கணினி அறிமுகப்படுத்தப்பட்டது.

கணினிவழிக்கல்வி

கணினியின் மூலமாக கல்வி கற்கும் முறை மாணவர்களிடையே நடைமுறைப்படுத்தப்பட்டது. கணினிக்கல்விமுறை சிறப்பானதாக கருதினர். மாணவர்கள் ஆசிரியர் கற்றுக்கொடுக்க நினைக்கும் பாடத்தை கணினியில் பதிவு செய்து அதன்மூலம் மாணவர்களுக்கு கற்றுக்கொடுக்க ஆரம்பித்தனர். இது மாணவர்களிடையே கற்றலில் ஆர்வத்தைதூண்டி அவர்களை நன்கு கற்க வழிவகுக்கும் என்று எண்ணி கல்வியில் கணினியை அறிமுகப்படுத்தினர்.

இணையவழிக்கல்வி

இணையம் (Internet) கணினிவழி கல்விக்கு அடுத்தபடியாக இதனை அறிமுகப்படுத்தினர். இதன் மூலம் கல்விக்கான புதிய இணையதளங்களை உருவாக்கினர். இந்த இணையதளங்களில் சென்று மாணவர்கள் தங்களுக்குத் தேவையான கருத்துக்களை தாங்களே அறிந்து கொண்டனர். இதன் மூலம் ஓர் இடத்தில் இருந்தே பல்வேறு கருத்துக்களை *mwpe;J*கொண்டனர். கணினி பயன்படுத்தி இணையதளத்தில் சென்று தேடுபொறி மூலமாக தேடி கற்றுக்கொண்டதற்குமாறாக கைபேசி மூலம் Online வகுப்பு என்னும் Digtal கல்வி முறையை நடைமுறைப்படுத்தினர். மாணவர்கள் பள்ளி செல்ல முடியாத காலங்களில் இந்த இணையதள கல்விமுறை பயன் தருகிறது. இதன் மூலம் ஒரு மாணவன் தான் இருந்த இடத்திலிருந்தே கல்வி கற்கும் சூழல் உருவாகியது.

இணையவழிக் கல்வியின் நன்மைகள்

மாணவர்கள் வெளிநாடுகளுக்கு சென்று படிக்க வேண்டும் என்ற நிலை மாறி தற்போது அவர்கள் இருக்கும் இடத்திலிருந்தே பல வெளிநாட்டுப் பல்கலைக்கழகங்களில் கல்வி கற்க முடியும். மாணவர்கள் பள்ளி பாடங்களுடன் இணைந்து அவர்களுக்கு விருப்பமான பல்வேறு துறைகளைப் பற்றி அறிந்து கொண்டு படிப்பதற்கும் ஏதுவாக உள்ளது.

இது மாணவர்களுக்கு ஒருசில வேளைகளை எளிமையாக்குகிறது. அதவாது மாணவர்கள் பள்ளிகளுக்கு சென்றுவரக்கூடிய நேரத்தையும், பயணச்செலவையும் குறைக்கிறது. இயற்கைப் போரிடர் காலங்களிலும் மாணவர்களின் கல்வி பாதிக்காமல் இருக்க இணையவழிக் கல்வி உதவுகின்றது.

இணையவழிக் கல்வியின் தீமைகள்

பள்ளிக்குச் சென்று கல்வி கற்கும் பொழுது மாணவர்கள் தன் அருகில் இருக்கும் சகமாணவர்களுடன் நட்புகொள்ளும் நிலை இருக்கும். இந்த நட்பு கொள்ளும் முறை குறைகின்றது. இதன் மூலம் சமூகத்தில் எவ்வாறு நடந்துகொள்ளவேண்டும் என்பதை அறியமுடியாத நிலை அவர்களிடம் உருவாகிறது.

மாணவர்களிடம் விட்டுகொடுக்கும் திறன் குறைகின்றது. கவனச்சிதறல் அதிகமாகின்றது. அவர்கள் ஆசிரியர் நடத்தும் பொழுது வகுப்பினை கவனிக்கின்றார்களா என்பதை அறியமுடியாத நிலை உள்ளது. நேரடிவகுப்பு முறையில் ஆசிரியர் நடத்தும் பொழுது புரியவில்லை என்றால் மாணவர்கள் ஆசிரியர்களிடம் தனியாகச் சென்று தங்களுடைய சந்தேகங்களை கேட்டுத் தெரிந்துகொள்கின்றனர். ஆனால் இணைய வழிவகுப்பறையில் அவ்வாறான நிலையில்லை. ஆசிரியர்களுக்கும் மாணவர்களுக்கும் இடையே ஒரு இடைவெளி காணப்படுகின்றது.

மாணவர்கள் அதிகநேரம் இணையதளத்தைப் பயன்படுத்துவதால் அவர்களின் சிந்தனைத்திறன் குறைகின்றது. மற்றவர்கள் ஏதேனும் கேள்விகேட்டால் சிந்தித்து பதில் கூறாமல்

இணையத்தைப் பார்த்து பதில் கூறுகின்றனர். இதன் மூலம் அவர்களின் சிந்திக்கும் ஆற்றல் குறைகின்றது.அதிகநேரம் இணையத்தில் செலவிடுவதால் மாணவர்கள் சிறுவயதிலேயே தவறான வழிக்குச் சென்று விடுகின்றனர். இந்த இணையவழிக் கல்வி மாணவர்களுக்கு உடல்ரீதியாகவும், மனரீதியாகவும் அதிக பாதிப்பினை ஏற்படுத்துகின்றது.

முடிவுரை

கல்வியில் கலந்தோறும் ஒரு சில மாற்றங்கள் நிகழ்ந்து கொண்டுள்ளன. குருகுலக் கல்வியில் மாணவர்கள் ஆசிரியரின் அருகில் அமர்ந்து கல்வி கற்றனர். பின்பு ஆசிரியர்களும் மாணவர்களும் பொதுவான ஓர் இடத்தில் கூடி கல்வி கற்றனர். ஆனால் இப்பொழுது ஆசிரியர்களும் மாணவர்களும் வெவ்வேறு இடங்களில் கல்வி கற்கும் சூழல் உருவாகி உள்ளது.

துணைநூற்கள்

1. புறநானூறு மூலமும் உரையும்   - அ.முருக சுவாமிநாதன்மத்திய தமிழாய்வு நிறுவனம்.
2. மூதுரை ஒளவையார்தமிழ் இணையக் கல்விக்கழகப் பாடநூல்
3. இருபத்தோராம் நூற்றாண்டில் மக்கள் தகவல் தொடர்பியல் முனைவர் இரா. மருதநாயகம்

கற்பித்தல் முறையில் பல்லூடகப் பயன்பாடு

முனைவர் சி. தேவி
உதவிப்பேராசிரியர்
திஸ்டாண்டர்டு ஃப்யர்ஒர்க்ஸ் இராசரத்தினம் மகளிர் கல்லூரி, சிவகாசி
devi-tam@sfrcollege.edu.in

கல்வியே மனிதப்பண்பாட்டு வளர்ச்சிக்கும் நாகரிக வளர்ச்சிக்கும் அடிப்படையாக அமைகிறது. கல்வி என்பது உலகை மாற்றும் மகத்தான ஆற்றல் பெற்ற ஆயுதம் என்ற கூற்றினை மெய்ப்பிக்கும் வகையில் இன்றைய கல்வி முறை அமைந்துள்ளது. "கல்வி கரையில கற்பவர் நாள் சில" (நாலடியார். புலியூர்க்கேசிகன்(உ.ஆ) பா. எ. 135, ப.எ.76) எனும் தன்மையில் ஆசிரியர்களும் தினமும் கற்றுக்கொள்ள அநேக தகவல்கள் இன்று உலகில் தோன்றிவிட்டன. காலஓட்டத்திற்கு ஏற்ப ஆசிரியர்களும் புதிது புதிதாக கற்று பின் கற்பிக்க வேண்டிய கடமை உடையவர்களாக உள்ளனர். எனவே தான் அறிவே தெய்வம் என்ற நம்பிக்கையுள்ள பாரதி,

> " கல்லினுக்குள் அறிவொளி காணுங்கால்
>
> காலவெள்ளத்திலே நிலை காணுங்கால்
>
> புல்லினில் வயிரப்படை காணுங்கால்
>
> பூதலத்தில் பராசக்தி தோன்றுமே" (பாரதியார் கவிதைகள் – பராசக்தி. பா. எ. 28 ப. எ.128) என்று

பாடியுள்ளான்.

கற்பித்தல்

கற்பித்தல் என்பது மொழி வளர்ச்சிக்கும் மானுடப் பண்பாட்டு வளர்ச்சிக்கும் பேருதவி செய்பவை. எனவு கற்பித்தலுக்கான பல படிநிலைகள் உருவாக்கப்பட்டன. கற்பித்தலுக்கான நோக்கங்களை வகுத்தல், திட்டமிடல் என்பது முக்கிய பணியாக பின்பற்றப்பட்டது.

காலந்தோறும் கற்பித்தல்

காலந்தோறும் கற்பித்தல் அமைப்பு முறை பல்வேறுமாற்றங்களை அடைந்து வந்திருக்கின்றது. அவை,

1. **குருகுலக்கல்வி**
2. *Black and chalk method*
3. *White Board method*
4. *E-Content* **என்று கிளைபரப்பி வளர்ந்து வருகின்றது.**

கற்பித்தல் முறைகள்

ஆசிரியர் மையக் கற்பித்தல், மாணவர் மையக் கற்பித்தல், விவாதித்துக் கற்றல்,
அண்மைக்காலக் கற்பித்தல் என்று பலமுறைகள் கற்பித்தலில் பின்பற்றப்படுகின்றன.
அண்மைக்காலக் கற்பித்தல் சிறப்பாக நடைபெற சில நுட்பங்கள் உற்ற துணையாக
இருக்கின்றன. அவை கற்பித்தல் வளங்கள் என்றழைக்கப்படுகின்றன.

கற்பித்தல் வளங்கள்

அறிவியல் மட்டுமல்லாது கணினி வளர்ச்சி காரணமாக இற்றைக்கால கற்பித்தல் என்பது
பல்வேறு மாற்றங்களைப்பெற்றுள்ளது. அதன் வடிவங்களான,

அச்செழுத்து வளங்கள்

ஒலிசார்வளங்கள்

தகவல் தொடர்பு வளங்கள்

இ. கற்றல் என்று கற்பித்தல் வளங்கள் புதுப்பிக்கப்பட்டுள்ளன.

" Tell me and I forget

Teach me and I remember

Involvemeandllearn" (https://www.brainyquote.com/quotes/benjamin_franklin_383997 -Penjamin Franklin)

எனவே கல்வியின் அனைத்து செயல்பாடுகளும் கணினிவழியே நடைபெறும் நிலை இன்று
ஏற்பட்டுள்ளது. கற்பித்தல் என்பது குரல்வழி, காட்சிவழி, தகவல்தொகுப்பு(அச்சு) என்று
அமைகின்றது.

1. ஒரு வழித்தகவல் அளிப்புக்கருவிகளான ஒலிப்பேழைகள் மற்றும் இரு வழித்தகவல்
   அளிப்புக்கருவிகளான தொலைபேசி மற்றும் ஆடியோ கான்பிரன்சிங் போன்றவை
   குரல் வழி கற்றல் உபகரணங்கள் ஆகும்.

2. வரைபடங்கள். நழுவங்கள். ஒளிப்பேழைகள்.வீடியோ கான்பிரன்சிங் போன்றவை
   காட்சி வழியில் அமைந்த கற்றல் உபகரணங்கள் ஆகும்.

3. மின்னணுக்கருவி-கணிப்பொறி வழியாக கற்பிக்கும் தகவல்கள் வழங்கப்படுகின்றன.

4. பாடங்கள் அச்சு வடிவில் புத்தகங்களாக வழங்கப்படுகின்றன.

இ.கற்றல்

இ-கற்றல் என்பது மின்னியல் சாதனங்கள் வழியாக கற்றல் ஆகும். இவ்வழிக்கற்றலினால் செலவு குறைவு. எவ்விடத்திலும். எந்நேரத்திலும் கற்றல் என்பதை இ.கற்றல் சாத்தியமாக்கியுள்ளது. தேவையான செய்திகள் வழங்குதல். பயிற்சி வழங்குதல். கூடுதலாக அறிஞர்களின் ஆலோசனை கிடைக்க ஆவண செய்தல் அனைத்தும் இ.கற்றலில் கிடைக்கும் சிறப்பம்சங்கள் ஆகும.

அச்செழுத்து வளங்கள்

அச்சில் நூல்கள் பதிப்பிக்கப்பட்ட பிறகு கல்வித்துறையில் ஒரு மாபெரும் புரட்சி ஏற்பட்டது எனலாம். மாணவர்கள் பயிலும் பாடப்புத்தகங்கள் தவிர நாளிதழ்கள், ஆய்விதழ்கள், கலைக்களஞ்சியங்கள் போன்ற அச்சுவளங்கள் பெரும் அறிவுச்சுரங்கமாகத் திகழ்கின்றன எனலாம்.

ஒலிசார் வளங்கள்

சுவைமிக்க நிகழ்ச்சிகளை மக்கள் கேட்டு இன்புறும் அதே வேளையில், மாணாக்கர்கள் கல்வி தொடர்பான சிந்தனைகளைக் கேட்டுப் பயன்பெறும் வகையிலும் வானொலி செயல்படுகிறது.

வானொலியில் அறிவியல், **இலக்கியம்,**

வரலாறு போன்ற பல செய்திகளை விளக்கமாக எடுத்துச்சொல்லும் பாட முறைகள் மட்டுமல்லாது. அவற்றை புரியச்செய்வதற்கு துணையாக இருக்கும் கதைகள் மற்றும் சம்பவங்கள் மூலம் விளக்குதல் என்ற முறையும் ஒலிசார் வளமாகிய வானொலியில் பின்பற்றப்பட்டுள்ளது.

ஒளிசார் வளங்கள்

கல்வி தொலைக்காட்சி மூலம் கல்விசார் ஒளிபரப்புகள் வெளியாகின்றன.1986 இல் இன்சாட் செயற்கைக்கோள் இந்திய அரசால் ஏவப்பட்டு டில்லியில் அமைக்கப்பட்டுள்ள மத்திய கல்வி நுட்பவியல் கழகம் மூலம் துவங்கப்பட்டது. INSAT என்பது கல்விச் சேவைக்கென்றே இந்தியாவில் முதன் முறையாக ஏவப்பட்ட செயற்கைக்கோள் ஆகும். இதன் முக்கிய நோக்கம் கிராமப்புற மாணவர்களும் உயர்தர கல்வி பெறுதலே ஆகும். இஸ்ரோ இருவழி இடைவினைபுரியும் தொழில்நுட்பத்தை, கல்விநிறுவனங்களுக்கு இலவசமாக வழங்கிவருகிறது.

பல்கலைக்கழக மான்யக்குழு தயாரித்தளிக்கும் நிகழ்ச்சிகளும் NCERT நிகழ்ச்சிகளும் இன்சாட் IB செயற்கைக்கோளின் மூலம் நடைபெறுகின்றன.

சென்னைப் பொதிகைத் தூர்தர்ஸன் தொலைக்காட்சி நிகழ்ச்சியான "காண்போம் கற்போம்" என்பதும் UGC இன் நாடு முழுவதும் பரந்த வகுப்பறை முறையாக உள்ளது. திறன்மிகு ஆசிரியர் ஒருவரின் கற்பித்தலை பரவலாக அனைத்து மாணாக்கர்களும் பெறும் வாய்ப்புகிட்டும். இது மாணாக்கர்களின் தனிப்புரிதலுக்கும், கூடுதல் செயல்பாட்டிற்கும் உற்ற துணைபுரிகின்றது.

பல்லூடகம்

பல்லூடகம், கணினி சார்ந்த தொழில்நுட்பமாகும். ஒலி, ஒளி, அசைவு, அட்டவணை முதலிய பல்வேறு ஊடகங்களை இணைத்துப் பயன்படுத்துவது பல்லூடகம் ஆகும். பல்லூடகம் என்பது பனுவல், புகைப்படம், திரைப்படங்கள், அசையும் படங்கள் என்பனவற்றோடு ஒலியை இணைத்துக்

கற்பித்தல் முறையைச் சுட்டுவதாகும்.பல்லூடகத்தில் இடைவினைவெண்மென்பலகைப் பயன்பாடு முக்கிய இடம் பெறுகிறது.

கற்றல் செயலிகள்

2020 ஆம் ஆண்டு 5.00.000 கற்றல் செயலிகள் கண்டுபிடிக்கப்பட்டுள்ளன.

1. மாணாக்கர் செயலிகள்

2. ஆசிரியர் செயலிகள்

3. பெற்றோர் செயலிகள் என்று செயலிகள் மாணாக்கர்களின் கற்றல் திறனை வளர்த்தெடுக்க, கற்பனா சக்தி நிரம்பியவர்களாக, திறன்மிகு மாணவர்களாக மாற்ற பேருதவியாக உள்ளன.

4. தேசிய மின்னூலகங்கள் மாணாக்கர்களின் கற்றல் வேட்கையை பூர்த்தி செய்யும் வகையில் இந்திய அரசால் நிறுவப்பட்டுள்ளது. இந்நூலகத்தில் மாணவர்கள் பயன்பெறும் வகையில் **4.6** கோடி நூல்கள் இங்குள்ளன.

தொகுப்புரை

கற்பித்தல் முறையில் பல்லூடகப் பயன்பாடு என்பது மாணவர்களின் கற்றல் ஆர்வத்தைப் பொருத்து அவர்களது திறனை மேலும் வளர்க்க உறுதுணையாகின்றது. திறன்மிகு ஆசிரியர்களது அறிவுத்திறனை அனைத்து தரப்பு மாணாக்கர்களும் பயன்படுத்தும் பயன்கிட்டுகிறது. மாணாக்கர்கள் எந்நேரத்திலும் எவ்விடத்திலும் கற்க முடியும்.வசதி வாய்ப்புகள் குறைவாக கிட்டும் கிராமப்புற மாணாக்கர்களும் அனைத்து துறையிலும் வெற்றிபெறும் அளவு அறிவு பெறுகின்றனர்.இனிவரும் காலம் இணையகல்வி காலம் என்பது வலுவடையும் வகையில் இன்றைய பல்லூடகப் பயன்பாடு அமைந்துள்ளது.

தமிழ் இலக்கியங்களுக்கான கணினி வளங்கள்

திருமதி ச.சுதா

தமிழ்த்துறை உதவிப்பேராசிரியர்
ஸ்ரீ கிருஷ்ணசாமி கலை மற்றும் அறிவியல் கல்லூரி,
மேட்டமலை, சாத்தூர்.
sudha15mt09@gmail.com

கணினி மனித வாழ்கையில் இருந்து பிரிக்க முடியாத பொருளாக மாறிவிட்டது. கையெழுத்து பிரதிகள் என்ற நிலை மாறி அனைத்து துறைகளிலும் எல்லா செயல்பாடுகளுக்கும் கணினி இன்றிமையாததாக பயன்பட்டு வருகின்றது. இணையத்தின் செயல்பாடுகள் அனைத்திற்கும் கணினி ஆதாரமாக இருக்கின்றது. அவ்வகையில் தமிழ் இலக்கியங்களுக்கான கணினி வளங்கள் குறித்து ஆராய்வதாக இக்கட்டுரை அமைகின்றது.

மின் தமிழ் அறிமுகம்

கணினியின் செயல்பாடுகள் அனைத்தும் ஆரம்ப காலத்தில் ஆங்கிலத்தில் மட்டுமே இருந்தது. படித்தவர்களை தவிர கணினியை உபயோகிக்க முடியாத நிலை இருந்தது. ஆரம்பத்தில் கணினியில் தமிழை உள்ளீடு செய்வதற்கு வசதி இல்லை. தமிழ் எழுத்துருக்களுக்கான விசைப் பலகைகளும் இல்லை. தமிழ் எழுத்துகளுக்கான ''ஆத்மி'' என்ற மென்பொருள் முதலில் உருவாக்கப்பட்டது. அதை தொடர்ந்து மைக்ரோசாப்வேர் வோர்டு (*Microsoftware Word*) போன்ற பல மென்பொருட்களில் தமிழைப் பயன்படுத்தும் வாய்ப்பு ஏற்பட்டது. தற்போது ''ஒருங்குறிக் குறியேற்றம்'' (*Unicode Encoting*) பல நாடுகளில் உள்ள கணினி நிறுவனங்களின் முயற்சியால் அறிமுகப்படுத்தப்பட்டது1. (இந்துதமிழ்.இன் – கணினித்தமிழ் வளர்ச்சி)

இவ்வாறு கணினியில் தமிழின் வளர்ச்சி படிப்படியாக உயர்ந்தது.

தமிழ் இலக்கியங்களுக்கான வலைதளங்கள்

தமிழ் இலக்கியங்களுக்கென பல வலைதளங்கள் இணையத்தில் உள்ளது. இலக்கிய தரவுகளுக்கு நூல்களை தேடி பார்த்து படித்து குறிப்புகள் எடுத்த காலம் சென்றுவிட்டது. தற்போது கணினியில் இணையதளம் வழி தமிழ் செவ்வியல் இலக்கியங்கள் முதல் தற்கால இலக்கியங்கள் வரை இணையம் வழி பார்த்து பயன் பெற பல தமிழ் வலைதளங்கள் உள்ளது. சான்றாக, தமிழ் விக்கிபீடியா (*Tamil wikipedia*), தமிழ் விச்சுவல் (*Tamil Virtual*), பிளாக்ஸ்பாட் (*Blogspot*), தமிழ்சுரங்கம்.காம், தமிழ் இலக்கிய விமர்சனக் கலை களஞ்சியம், சிறகு.காம், இலக்கியம்.காம் என்ற பல வலைதளங்கள் உள்ளது.

தமிழ் மின் நூலகங்கள்

ஒலைச்சுவடிகளில் இருந்த இலக்கியங்கள் அச்சுகளில் நூலாக தொகுக்கப்பட்டது. நூல்களுக்கென்று பல நூலங்களும் செயல்பட்டு வருகின்றது. தற்காலத்தில் கணினியில் இணையம் வழியாக எங்கிருந்தாலும் தேவையான நூல்களை பார்த்து பயன்பெறும் வகையில் மின் நூலகங்கள்

உள்ளது. மின் நூலகற்கள் வழி தமிழ் இலக்கியங்களை உலகெங்கிலும் உள்ள தமிழர்களுக்கும், தமிழ் ஆர்வலர்களுக்கும் பயன் உள்ளதாக அமைகின்றது. மேலும் நூல்களை தேடி அலையும் வேலையும் குறைந்துள்ளது. தமிழ் இலக்கியங்களுக்கான மின் நூலகங்கள், எண்ணிம மின் நூலகம் (*Electronic Library*), மெய்நிகர் நூலகம் (*Virtual Library*), தமிழிணையம் மின் நூலகம், சென்னை மின் நூலகம், நூலகம்.நெட் போன்ற மின் நூலகங்கள் இணையத்தில் உள்ளது இதை கணினி உதவியுடன் பார்த்து பயன்பெற இயலும்

தமிழ் மின் இதழ்கள்

தமிழ் இலக்கியங்களை பொருண்மைகளாக கொண்டு எழுதப்படும் இலக்கிய கட்டுரைகள் புத்தமாக தொகுக்கப்பட்டது. கல்லூரிகள், பல்கலைகழங்கள் வழி கருத்தரங்கம் நடத்தபட்டு ஆய்வு கோவை, கருத்தரங்க கட்டுரை தொகுப்பு என நூலாக்கப்பட்டது. தற்போது கணினி உதவியுடன் இணைய வழியில் இருந்த இடத்தில் ஆய்வுக்கட்டுரைகளை பதிவேற்றம் செய்ய பல மின்னிதழ்கள் உள்ளது. மின்னிதழ்களில் பதிவு செய்யப்படும் கட்டுரைகள் தமிழ் மாணவர்கள், ஆய்வாளர்கள், மற்றும் உலகமெங்கிலும் உள்ள தமிழ் படிக்கும் ஆய்வாளர்களுக்கும் பயன் உள்ளதாக அமைகின்றது. தமிழ் இலக்கியங்களுக்கான மன்னிதழ்கள், முத்துகமலம் (தமிழ் ஆய்வு இதழ்), வார்ப்பு, வரலாறு.காம், நிலாச்சாரல், பதிவுகள், தமிழோவியம், ஆய்வுச்சுடர் (பன்னாட்டு பன்முகத்தமிழ் ஆய்விதழ்), உலகத்தமிழ் பன்னாட்டு ஆய்வு மின்னிதழ் (உலக தமிழ் சங்கம் மதுரை) போன்ற பல மின்னிதழ்கள் உள்ளது.

தமிழ் மின் செயலிகள்

செயிலிகள் (*App*) தற்காலத்தில் பல துறைகளுக்கும் உதவியாக உள்ளது. செயலிகள் திறன் பேசி வழி செயல்பாட்டில் இருந்தாலும், அவற்றிக்கான உருவாக்கமம் கணினி வழியில் தான் செய்யப்படுகின்றது. விளையாட்டு, சினிமா, சமூக ஊடங்கள் மட்டுமல்லாது தமிழ் இலக்கியங்களுக்கான பல செயலிகள் உள்ளது. சான்றாக, தமிழ் இலக்கியங்களுக்கான செயிலிகள் சங்க இலக்கியம், இலக்கியம் – பதினென் கீழ் கணக்கு, தமிழ் இலக்கணம், தமிழ் களஞ்சியம், அந்தமிழ் புக்ஸ் (*Andhamil Books*), பாரதியார் கவிதைகள், தமிழ் இலக்கிய வரலாறு, தமிழ் மொழி வரலாறு என பல செயலிகள் செயல்படுகின்றது.

தமிழ் மின் நூல்கள்

மின் நூலகங்கள் தவிர பல தமிழ் இலக்கிய நூல்கள் கையடக்க ஆவண வடிவமைப்பு (PDF) வடிவில் தற்காலத்தில் கணினியில் இணையம் வழி பதிவேற்றம் செய்யப்பட்டுள்ளது. "கையடக்க ஆவண வடிவமைப்பு என்பது ஆவண பரிமாற்றத்துக்காக 1993 இல் அடோப் சிஸ்டம்ஸ் உருவாக்கிய ஒரு கோப்பு வடிவமைப்பு (File) ஆகும்"2. (தமிழ் விக்கிப்பீடியா – கையடக்க ஆவண வடிவமைப்பு (PDF))

தற்காலத்தில் இணைய வழியிலான வகுப்பு என்ற நடைமுறைக்கு மின் நூல்கள் பேருதவியாக இருந்தது. இணைய வழியிலான வகுப்புகள் நடைபெற்று கொண்டிருந்த சூழலில் மாணவர்களுக்கு பாட சம்பந்தமான பல நூல்கள் கையடக்க ஆவண வடிவமைப்பு முறையிலேயே வழங்கப்பட்டது. தமிழ் மாணவர்கள், ஆய்வாளர்கள், தமிழ் ஆராய்ச்சியாளர்கள் மற்றும் தமிழ் .இலக்கிய நூல்களை கற்க விரும்பும் உலகமெங்கும் உள்ள அனைவருக்கும் இருந்த இடத்தில் இருந்தே பதிவிறக்கம் செய்து கொள்ளவும் உதவியாக உள்ளது.

தொகுப்புரை

தமிழும் தமிழ் இலக்கியங்களும் இரண்டாயிரம் ஆண்டுகள் பழமை வாய்ந்தது ஆகும். செவ்வியல் பண்புகள் கொண்ட தமிழ் .இலக்கியங்கள் கணினி வளங்களினாலும் உச்சத்தை அடைந்துள்ளது. கணினி என்றாலே ஆங்கிலம் என்ற நிலைமாறி தமிழ் மொழிக்கும் உரியதாக தற்காலத்தில் உயர்ந்துள்ளது. தமிழ் இலக்கியங்களுக்கான கணினி வளங்களாக மின் தமிழ் அறிமுகம், தமிழ் இலக்கியங்களுக்கான வலைதளங்கள், தமிழ் மின் நூலகங்கள், தமிழ் மின் இதழ்கள், தமிழ் மின் செயலிகள், தமிழ் மின் நூல்கள், இவற்றின் வழியிலும் பயன்பெறும் வகையில் உள்ளது. என்பதனை புலப்படுத்துவாக இக்கட்டுரை அமைந்துள்ளது.

சான்றெண் விளக்கம்

1. இந்துதமிழ்.இன் – கணினித்தமிழ் வளர்ச்சி
2. தமிழ் விக்கிப்பீடியா – கையடக்க ஆவண வடிவமைப்பு (PDF)

பன்முகத் துறையும் தொழில்நுட்ப வளர்ச்சியும்

திருமதி.க.அருணா தேவி
தமிழ்த்துறை உதவிப்பேராசிரியர்
ஸ்ரீ கிருஷ்ணசாமி கலை மற்றும் அறிவியல் கல்லூரி
மேட்டமலை - சாத்தூர்

தொழில்நுட்பம் என்பது பொருட்கள் அல்லது சேவைகளை உற்பத்தி செய்ய பயன்படும் அறிவியல் நுட்பங்களின் தொகுப்பு ஆகும். ஆதிகாலத்தில் மனிதர்கள் அனைவரும் தன்னுடைய உணவு தேவைக்காகவும் பொருளாதார முன்னேற்றத்திற்காகவும் தொழில் செய்ய ஆரம்பித்துள்ளார்கள். அத்தொழிலினை செய்ய கருவிகள் தேவைப்பட்டன. அனைத்து துறைகளிலும் தொழில்நுட்பம் வளர்ச்சி கண்டுள்ளது. விவசாயம், கல்வி, மருத்துவம், வணிகம், போக்குவரத்து போன்ற அனைத்து துறைகளிலும் தொழில்நுட்பம் வளர்ச்சி கண்டுள்ளது. விவசாயத்திற்கு தேவைப்படும் அனைத்து தொழில்களுக்கும் கருவிகள் வந்துள்ளன. கல்வி மனிதன் இணையதளம் வழியாக தான் இருக்கும் இடத்தில் இருந்து கல்வி பயிலும் அளவிற்கு தொழில்நுட்பம் முன்னேற்றம் அடைந்துள்ளது. மருத்துவம் துறையிலும் பல்வேறு கருவிகள் மற்றும் மருந்துகள் அனைத்து வகையான நோய்களுக்கும் உருவாக்கப்பட்டுள்ளன. போக்குவரத்து துறைகளிலும் தரைவழி, கடல்வழி, வான்வழி போன்ற பாதைகளின் வழியாக இயங்கும் அளவிற்கு போக்குவரத்து துறை வளர்ச்சி கண்டுள்ளது. இதனை பற்றி தெரிந்து கொள்ளும் ஆய்வாக இக்கட்டுரை அமைய உள்ளது.

விவசாயம்

மனிதன் விவசாயம் செய்ய தொடங்கிய காலத்திலிருந்து பல்வேறு வகையான கருவிகளை பயன்படுத்தி வந்துள்ளான். வேளாண்மைக்காக மண்வெட்டி. ஏர், கத்தி(அரிவாள்), கோடாரி, உழவு இயந்திரம், துலா, கடப்பாரை போன்ற கருவிகளை பயன்படுத்தியுள்ளனர். வேளாண்மை - வேள் + ஆண்மை , வேள் - மண், ஆண்மை - ஆளுதல் (மண்ணை ஆளுதல்) என்பதாகும்.

உழவர்கள் பண்டை காலத்தில் உழவிற்காக பயன்படுத்திய கருவிகள் இயற்கை கலப்பை, சட்டிக்கலப்பை, சட்டிபப்பலுகுகள், சுழல்கலப்பை போன்ற பெரும்பாலானவற்றை விவசாயிகள் பயன்படுத்தியுள்ளார்கள். நாற்றுநடுவதற்கு, களை எடுப்பதற்கு, பயிர்; வகைகளை விதைக்க கோனாவீடர் மற்றும் இயந்திர களையெடுப்பனை பயன்படுத்துகிறார்கள். மினி டிராக்டர் என்னும் இயந்திரம் களையெடுக்கவும், மண் அணைக்கவும், பருத்தி, மரவள்ளி போன்ற பயிர்களுக்கும் பயன்படுத்தியுள்ளார்கள். ஜப்பான் நாட்டில் யான்மார் நிறுவனத்தால் தயாரிக்கப்படுகிறது. இந்த இயந்திரம் ஆறுவரிசை மற்றும் எட்டுவரிசை அமைத்து உழவரின் தேவைக்காகவும்

பயன்படுத்துகின்றனர்'1; என்பதை அறிய முடிகின்றது. (உ.வ.வே.ப.13, உழவரின் வளரும் வேளாண்மை – ஹெ.பிலிப் – பக்கம்.13)

இதன்மூலம் விவசாயத்திற்க்காக பல்வேறு கருவிகள் வந்துள்ளதையும் மனிதர்களின் வேலை பளு குறைந்துள்ளதையும் விவசாயத்துறையின் முன்னேற்றத்தைப் பற்றி அறிந்து கொள்ள முடிகின்றது.

கல்வி

கல்வி என்பதற்கு 'கல் என்பது வேர்ச்சொல் ஆகும். கல்வி; என்ற சொல்லிற்க்கான ஆங்கிலசொல் *Edcation* என்பதாகும். இச்சொல் *edcatio* என்ற இலத்தின் சொல்லில்'2 இருந்து பெறப்பட்டதாகும். *(ta.m.wikipedia.org)*

அரசர்கள் காலத்தில் மாணவர்கள் கல்வி கற்பதற்காக குருவின் வீட்டில் சென்று கல்வி கற்று வந்துள்ளார்கள். பின்பு அவர்களுக்கு கோயில்கள், மடங்கள் போன்ற இடங்களில் பாடம் கற்றுள்ளார்கள். இன்றைய தகவல் தொடர்பின் வளர்ச்சியால் கல்வியினை மாணவர்கள் தங்களுடைய வீட்டிலிருந்து கல்வி கற்கும் அளவிற்கு கல்விதுறை வளர்ச்சி கண்டுள்ளது. மாணவர்களுக்கு தேவையான தகவல் தெரிந்து கொள்ள வானொலி, தொலைகாட்சி, தொலைபேசி, இணையதளம், கணினி பல்வேறு மின்னணு பொருட்கள் மூலம் தகவலை அறிந்து கொள்ள முடிகின்றது.

மனிதன் முந்தைய காலத்தில் ஒரு தகவலை தெரிந்து கொள்ள நூலகம் நூலகமாக சென்ற காலம் போய் இன்றைய வளர்ச்சியால் அவர்கள் இருக்கும் இடத்தில் இருந்து தகவலை தெரிந்து கொள்ளும் அளவிற்கு கல்வி துறை வளர்ச்சி கண்டுள்ளதை அறியமுடிகின்றது.

மருத்துவம்

மருத்துவத்துறை என்பது மற்ற துறைகளைப்போன்று வளர்ச்சி கண்டுள்ளது. 'மருத்துவம் என்பது நோய்களைக் குணப்படுத்துவதற்கான கலையும் அறிவியலும் ஆகும். இதனை நோய் கண்டுபிடிக்கவும், அவை வராமல் தடுக்கவும் உதவும் அறிவியல் அல்லது செயல்பாடு ஆகும். இவ்வகையான செயல்பாடுகள் மூலம் மனிதா;களின் உடல்நலத்தைப் பேணுதல், மீள்வித்தல் ஆகியவற்றிற்க்காக உருவாக்கப்பட்ட பல்வேறு உடல்நலம் பேணற்செயல்முறைகள்'3 உள்ளடக்கும். *(ta.m.wikipedia.org)*

மருத்துவம் நம்முன்னோர்கள் காலத்தில் மருத்துவச்சி கொண்டு நோய்க்கு கைவைத்தியம் மற்றும் பெண்களுக்கு பிரசவம் பார்த்தார்கள்.இன்றைய தொழில்நுட்ப வளர்ச்சியால் மருத்துவத்துறை வளர்ச்சி கண்டுள்ளது. கற்பிணி பெண்களுக்கு பிரசவம் பார்க்கவும், புற்றுநோய், காசநோய், மாரடைப்பு, இருதயநோய், கண்பார்வை குறைபாடு, அறுவைசிகிச்சை, முடிவளருதல் போன்ற அனைத்து நோய்களுக்கும் இயந்திரங்களும், மருத்துவப் பொருட்களும் அறிவியலாளர்களால் கண்டுபிடிக்கப்பட்டுள்ளதை அறிந்து கொள்ள முடிகின்றது.

வாணிபம்

வணிகம் அல்லது வர்த்தகம் என்பது மனிதனது தேவைகளையும், விருப்பக்கங்களையும் நிறைவேற்றும் இலாப நோக்குடைய அல்லது இலாப நோக்க ஒரு பொருளாதாரச் செயற்பாடு ஆகும்.

ஒரு பொருளையோ சேவையோ பஒணத்திற்கு விற்பனை செய்வது எணிகம் ஆகும். இவ்வணிகத்தை வணிக வளாகம், கடல் வணிகம், தடையிலா வணிகம், மரபு வணிகம், சில்லறை வணிகம், உலக வணிகம், உள்நாட்டு வணிகம், வெளிநாட்டு வணிகம் என்று பல்வேறு முறைகளில் அமைந்துள்ளன. "சில்லறை வணிகம் என்பது உற்பத்தியாளர்களிடமிருந்து பொருட்களை மொத்த வியாபாரிகள் பொருட்களை பெறுகின்றனர். மொத்த வியாபாரிகளிடமிருந்து சில்லறை வியாபாரிகள் அந்த பொருட்களை பெறுகின்றனர். நுகர்வோர்கள் தத்தம் தேவைகேற்ப பொருட்கள் சில்லறை வியாபாரிகளிடமிருந்து வாங்கி கொள்கின்றார்கள்"4 (ta.m.wikipedia.org) என்பதை அறிந்து கொள்ள முடிகின்றது.

வணிகத்துறையில் நாம் நேரடியாக சென்று பொருட்களை வாங்கி வந்துள்ளோம். இன்றைய வணிகத்தின் வளர்ச்சியால் மனிதன் தான் இருக்கும் இடத்தில் இருந்து கொண்டு தனக்கு தேவையான பொருட்களை வாங்கும் அளவிற்கு வணிகத்துறை வளர்ச்சி அடைந்துள்ளதை அறிய கொள்ள முடிகின்றது.

போக்குவரத்து

முந்தைய காலங்களில் ஒருவர் மற்றொருவருக்கு ஒரு தகவலை சொல்லவேண்டுமானால் அவர் யாரிடம்தகவலை தெரிவிக்க வேண்டுமோ அவரை தேடி அந்த இடத்திற்கு கால்நடையாக சென்று சொல்லுவர்கள். அடுத்த கட்டமாக தேர், குதிரை, கழுதை, மாடு போன்ற வண்டிகள் மனிதனின் அறிவு வளர்ச்சியால் தோன்றியுள்ளன.

"மோட்டார் வாகனங்கள் சைக்கிள்கள், பேருந்துகள், தொடர் வண்டிகள், லாரிகள், விமானங்கள், உலங்கு வானூர்திகள், கப்பல்கள், விண்வெளி ஊர்திகள் உள்ளிட்டவை அறிவியல் வளர்ச்சியால் கண்டுபிடித்து மக்கள் பயன்படுத்தியுள்ளார்கள்"5 (ta.m.wikipedia.org) என்பதை அறிந்து கொள்ள முடிகின்றது..

இன்றைய அறிவியல் வளர்ச்சியால் மனிதன் மின்சார வழியாக இயங்கும் வாகனங்களை பயன்படுத்தும் அளவிற்கு போக்குவரத்துத்துறை வளர்ச்சி கண்டுள்ளது.

தொழிநுட்ப தீமைகள்

தொழில்நுட்பம் அனைத்து துறைகளிலும் வெற்றி கண்டிருந்தாலும் அவை அனைத்தும் நமக்கு நன்மை என்று கூறிவிட முடியாது. இதனால் மக்கள் விவசாயத்தில் வெலை

பார்க்கமுடியாமல் போகிறது. இணையதளாய் ஒந்த அளவிற்கு மனிதனுக்கு நன்மை தருகிறதோ அதே அளவிற்கு தீமையும் தருகிறது. தொழிலுக்காக பல்வேறு இயந்திரங்களை பயன்படுத்துவதன் மூலம் நிலத்தடிநீர், நிலம் , மக்களுக்கு பல்வேறு விதமான நோய்கள் உருவாகிறது என்பதை அறிந்து கொள்ள முடிகின்றது.

தொகுப்புரை

தொழில்நுட்பம் என்பது பொருட்கள் அல்லது சேவைகளை உற்பத்தி செய்ய பயன்படும் அறிவியல்நுட்பம் ஆகும். இத்தொழில்நுட்பமானது அனைத்து துறைகளிலும் வளர்ச்சி கண்டுள்ளது.விவசாயத்துறையில் மனிதர்களை விவசாயத்திற்கு பயன்படுத்திய காலம் சென்று இன்றைய தொழில்நுட்பத்தால் இயந்திரங்களை விவசாயத்திற்கு பயன்படுத்தும் அளவிற்கு வளர்ந்துள்ளது. கல்வியை மனிதன்தான் இருக்கும் இடத்தில் இருந்து பயிலும் அளவிற்கு இணையதளத்தில் கல்விமுறை முன்னேற்றம் கண்டுள்ளது. மருத்துவம் கைவைத்தியம் பார்த்த காலம்போய் இன்றைய மருத்துவம் இயந்திரங்களும் மருந்துப் பொருட்களும் அனைத்து விதமான நோய்களுக்கும் தீர்க்கும் அளவிற்கு மருத்துவத்துறை முன்னேற்றம் கண்டுள்ளது. வாணிபம் நேரடியாக சென்று பொருட்களை வாங்கிய காலம் சென்று அவர்களின்வீட்டிற்கு வந்து பொருட்களை தரும் அளவிற்கு வளர்ச்சி அடைந்துள்ளது.மனிதன் ஒரு இடத்தில் இருந்து இன்னொரு இடத்திற்கு செல்ல கால்நடையாக சென்ற காலம் சென்று இன்றைய அறிவியல் வளர்ச்சியால் மின்சாரத்தின் வழியாக வாகனங்களை இயக்கும் அளவிற்கு தொழில்நுட்பம் வளர்ச்சி கண்டுள்ளது.

சான்றெண் விளக்கம்

1. .உழவரின் வளரும் வேளாண்மை – ஹெ.பிலிப் – பக்கம்.13
2. . ta.m.wikipedia.org
3. .ta.m.w;kipedia.org
4. .ta.m.wikipedia.org
5. .ta.m.wikipedia.org

இலக்கியம் வளர்க்க 'பிரதிலிபி' தளம் வழங்கும் வாய்ப்புகளும் வழிமுறைகளும்

முனைவர் ப மங்கையற்கரசி,
ஆய்வு நெறியாளர்
துறைத்தலைவர், மொழியியல் துறை,
தஞ்சை தமிழ்ப்பல்கலைக்கழகம்.

கி. ராஜ்குமார்,
பகுதிநேர முனைவர் பட்ட ஆய்வாளர்,
மொழியியல் துறை,
தஞ்சை தமிழ்ப்பல்கலைக்கழகம்,
kumar1990svg@gmail.com

ஆய்வுச்சுருக்கம்:

பிரதிலிபி(Pratilipi) தளம் புதிய படைப்பாளர்களையும் வாசகர்களையும் அறிமுகப்படுத்தி இணைக்கின்றது. இது புதிய எழுத்தாளர்கள் தொடர்கதை எழுதும் முறைகளையும் புதிய வரைவை எழுதிப் பதிவிடுதலையும் செய்ய உதவி புரிகின்றது. மேலும் விழுதுகள்- எழுத்தாளர்களுடனான நேர்காணல்களின் காணொளி தொடர்களையும், வாசகர் தேர்வு செய்யும் எழுத்தாளர்களின் படைப்புகளையும், எழுத்தாளர்களுக்கு வழங்கப்படும் போட்டிகள் வாசிப்பாளர்களை ஊக்குவிக்க எடுத்துக்கொள்ளும் முயற்சிகள் ஆகியன அளப்பரியது. மேலும் எழுத்தாளர்கள் பதிப்பித்தப் படைப்புகள், புதிய பின் தொடர்பாளர்கள்(New Followers) புதிய மதிப்பீடுகள் ,புதிய விமர்சனங்கள் , எழுத்தாளர்களுடன் வாசிப்பாளர்கள் தொடர்புகொண்டு தங்கள் கருத்துக்களைப் பகிர்ந்து கொள்ள வழங்கப்படும் வாய்ப்புகள் பற்றி இக்கட்டுரை ஆராய்கிறது. வாசகர்களால் படிக்கப்பட்ட படைப்புகளைத் தங்கள் நூலகத்தில் சேகரித்து வைக்கவும், நீக்கவும் பிரதிலிபி தளத்தில் வாய்ப்பு வழங்கப்படுகின்றன. மேலும் அதிகமாக வாசிக்கப்பட்ட எழுத்தாளர்களின் படைப்புகள் பார்வையாளர்களின் எண்ணிக்கை, படைப்புகளின் வகைகளான நாவல்கள், கவிதைகள், பெண்மை போற்றுவோம், குழந்தை இலக்கியம், குடும்பக் கவிதைகள், கட்டுரைகள், வாழ்க்கை கவிதைகள் போன்ற இன்னும் பலவற்றைப் பற்றியும் வாசகர்களை தக்கவைக்க பிரதிலிபி தளம் செய்யும் முயற்சிகளையும் வாசகர்கள் அத்தளத்திற்கு வழங்கும் ஆதரவையும் ஆய்வு செய்வதை இக்கட்டுரை நோக்கமாகக் கொள்கிறது.

முன்னுரை

படைப்பு என்பது மேம்பட்ட மனித சமூகத்தின் அடிப்படைக் கூறு. அது எழுத்துவழி படைப்பாகவும் அல்லது எழுதாக் கிளவி என்று சொல்லக்கூடிய பேச்சு வழி படைப்பாகவும் அமையும். தான் கண்டடைந்ததனையும்,அறிந்த தனையும், தாங்கள் அடைந்த அனுபவத்தையும் அடுத்தத் தலைமுறைக்கு கடத்திச் செல்ல வேண்டுமென்ற உந்துதலின் வெளிப்பாடு. இந்த உந்துதலே மனித இனம் இன்றைக்கு அடைந்திருக்கின்றன வளர்ச்சிக்கு அடிப்படைக் காரணமாக உள்ளது. தமிழ் இலக்கிய வளர்ச்சி மிகுந்த கால பழமை உடையது. எழுத்து இலக்கியம் தோன்றிய காலத்திலிருந்து வாசித்தல் என்பதும் தோன்றி மலர்ந்திருக்கும் அவ்வகையில் இன்றைக்கு இருக்கிற வாசிப்புத் தளங்களில் ஒன்றாக உள்ள பிரதிலிபி தமிழ் இலக்கியம் வளர்க்க வழங்கும் வாய்ப்புகளையும் வழிமுறைகளையும் ஆராய்வதை இக்கட்டுரை நோக்கமாக கொண்டுள்ளது.

வாசித்தல்:

சங்க இலக்கியம் தோற்றம் பெற்றதிலிருந்து தமிழ் மொழியில் வாசித்தல் பன்னெடுங்காலமாக நிகழ்ந்துகொண்டிருக்கும் ஒரு நீடித்த செயல்பாடு என்பதனை நம்மால் அறியமுடிகிறது. இதற்கு சிகரம் வைத்தாற்போல் 12 ஆம் நூற்றாண்டிற்கு பிற்பகுதியில் தமிழ் மொழிக் கல்விக்கு உந்துதல் தந்த இளம்பூரணர் முதற்கொண்டு தோன்றிய உரையாசிரியர்களால் இலக்கியங்களை பொருளுணர்ந்து அதன் நயம் உணர்ந்து வாசித்து இன்புறு கின்ற வாய்ப்புக்கிட்டியது

உற்றுழி உதவியும் உறுபொருள் கொடுத்தும் பிற்றை நிலை முனியாது கற்றல் நன்றே' 'சபை நடுவே நீட்டோலை வாசியா நின்றான் மரம்' போன்ற வரிகளால் கற்றல் நிகழ்ந்த வழியினையும் அதன் தொடர்ச்சியாக வாசித்தலை முதன்மையாக தமிழ் சமூகம் கொண்டிருந்தது என்பதையும் உய்த்துணர முடிகிறது.

தொடக்க காலத்தில் வாசித்தல் என்பது ஓலைச்சுவடிகள் செப்பேடுகள் கல்வெட்டுகள் முதலியனவற்றை மட்டுமே கொண்டிருந்தது. இடைக்காலத்தில் காகித உற்பத்தியின் காரணமாக புத்தகங்கள் பருவ இதழ்கள் நாளிதழ்கள் என புதிய உச்சம் தொட்டு வாசித்தல் என்பது பரவலாக எல்லோரிடமும் சென்றடைந்தது. இன்று வாசித்தல் தளம் விரிவடைந்து தாள்களில் புத்தகங்கள் வாசிப்பு குறைந்து முகநூல், கட்புலனம், இணையதளம் எனத் தொடங்கி கணினி ,அலைபேசி மடிக்கணினி,என கருவிகளால் விரிவடைந்துள்ளது.

பிரதிலிபி *(Pratilipi)* தளம்:

'பிரதிலிபி' தளம் பெங்காலி , குஜராத்தி, கன்னடம், மராத்தி ,தெலுங்கு, பஞ்சாபி ,ஆங்கிலம், மலையாளம் தமிழ், உருது, ஒடியா ஆகிய 12 மொழிகளில் உள்ள எழுத்தாளர்கள் வாசகர்களை இணைக்கின்ற தளமாகும். பிரதிலிபி கதைகளின் உலகம் என வர்ணிக்கப்படுகிறது.

பிரதிலிபி*(Pratilipi)* தளம் வழங்கும் இலக்கிய வகைகள்:

தமிழில் 'பிரதிலிபி' தளம் வழங்கும் இலக்கிய வகைகளாவன, நாவல்கள், காதல்,திகில்,குடும்பம், மர்மம், நகைச்சுவை, உறவு, ஆடியோ கதைகள், கவிதைகள், ஆன்மீகம், தங்கள் அனுபவம், சமூக கவிதைகள், கதைகள், சமையல், பெண்மை போற்றுவோம், அரசியல், சமூகம், காதல் கவிதைகள், அறிவியல் புனைவு, வாழ்க்கைக் கதைகள், பொது அறிவு, புனைவு, குழந்தை இலக்கியம், கடிதங்கள், குடும்ப கவிதைகள், கட்டுரைகள், கவிதைகள் முதலிய தலைப்புகளில் வகை பிரிக்கப்பட்டு படைப்புகள் உள்ளன.

பிரதிலிபி தளம் வழங்கும் வாய்ப்புகள்:

பிரதிலிபி(Pratilipi) தளத்தின் முகப்பில் பரிந்துரைகள், முன்னணி எழுத்தாளர்களுக்கு சப்ஸ்கிரைப் செய்ய, உரையாடலில் பங்கேற்க, வரலாறு, குட்டி கதைகள், வாசகர் தேர்வுகள், புதியவை, தினசரி தலைப்பிற்கு வந்த படைப்பு, போன்ற தலைப்புகளில் வாசகர்கள் தங்களின் விருப்பத்தை பதிவு செய்யவும் திறந்து பயிலவும் வாய்ப்புகளை பிரதிலிபி வழங்குகின்றது.

வாசகர் தேர்வில் அனைத்துப் படைப்புகள், சிறு கதைகள், பெரிய கதைகள், தொடர் கதைகள் போன்ற தலைப்புகளில் வரிசை இடப்பட்டு வாசகர்கள் தாங்களே தங்களுக்கு விருப்பமான ஒன்றை தேர்ந்தெடுத்து வாசிக்க வாய்ப்பு வழங்கப்படுகிறது.

பிரதிலிபி தளத்தில் பொதுவாக நாவல்கள் பெரிய கதைகள் அதிக நபர்களால் வாசிக்கப்படுகின்றன.

சான்றாக:

1. **எழுத்தாளர் தமிழ் "வெண்பா"எழுதிய- தென்றலே திரும்பி விடு - பாகங்கள்** 60 , **வாசித்தவர்கள்-**888k+.

2. **எழுத்தாளர் நந்தினி "நந்து" எழுதிய- எனக்குள் துடிக்கும் என் இதய துடிப்பானவளே- பாகங்கள்** 93, **படித்தவர்கள்** 760k+.

3. **எழுத்தாளர் பிரவீனா தங்கராஜ் எழுதிய -காதலாழி- பாகங்கள்** 101, **வாசித்தவர்கள்-**753k+.

4. **எழுத்தாளர் ஸ்ரீ ராஜந் ஷாலினி எழுதிய- நினைவோடு கலந்தவள்- பாகங்கள்** 85, **படித்தவர்கள்** 739k+.

விருதுகள்:

பிரதிலிபி(Pratilipi) தளம் விழுதுகள் என்ற தலைப்பில் வழங்கும் எழுத்தாளர்களுடனான நேர்காணல்களின் காணொளி தொடரில் எழுத்தாளர்களை தொடர்ந்து நேர்காணல் செய்து

வெளியிடுவதன் மூலம் புதிய படைப்பாளர்களுக்கு ஆர்வமும் தாங்களும் படைக்க வேண்டும் என்ற முனைப்பினையும் விதைக்கிறது.

போட்டிகள்:

வாசகர்களின் வாசிப்புத் திறனை மேம்படுத்தவும் வேகப்படுத்தும் பிரதிலிபி தளம் போட்டிகளை வைக்கிறது. வாசிப்புக்கான கால எல்லைக்குள் முடிப்பவர்களுக்கு நாணய குறியீடு வழங்கப்பட்டு ஊக்குவிக்கப்படுகிறது இந்த நாணய குறியீடு கொண்டு புதிய தொடர்களை நூல்களை தரவிறக்கம் செய்து வாசிக்க இயலும்.

எடுத்துக்காட்டு: ஒரு நாளைக்கு குறைந்தது ஒரு படைப்பு என தொடர்ந்து ஏழு நாட்கள் வாசித்து ஐந்து நாணயங்கள் பெறுங்கள் நான் வாசித்தனவற்றை நீங்கள் வாசித்தவை, என் நூலகம், அனைத்தும் எனும் தலைப்புகளில் நாம் சேகரித்து வைக்க இயலுகிறது.

புதிய எழுத்தாளர்களுக்கான வாய்ப்பு:

பிரதிலிபி தளம் புதிய எழுத்தாளர்களுக்குத் தொடர் கதை எழுதுவது எப்படி? என்னும் தலைப்பின்கீழ் கற்றுத்தந்து புதிய வரைவு எழுதுவதற்கான வாய்ப்பினையும் அதனை பதிப்பிப்பதற்கான வாய்ப்பையும் வழங்குகிறது. மேலும் புதிய எழுத்தாளர்களை ஊக்குவிக்கும் பொருட்டு படைப்பு போட்டிகளும் நடத்தப்படுகின்றன. கொடுத்து கதைகள் அனுபவங்கள் பெறப்படுகின்றன.

எடுத்துக்காட்டு: தினமும் ஒரு புதிய தலைப்பை கொடுக்கப் போகிறோம் உங்களது அனுபவங்களை கதைகளையோ எழுதுங்கள் என்ற அறிவிப்பின் கீழ் குணம் என்ற தலைப்பில் 156 கதைகள், அர்ப்பணிப்பு என்ற தலைப்பின்கீழ் 196 கதைகள் கல்வெட்டு என்னும் தலைப்பின்கீழ் 248 கதைகள் விருப்பம் என்ற தலைப்பின்கீழ் 269 கதைகள் அறிவு என்ற தலைப்பின்கீழ் 220 கதைகள் வரப் பெற்றுள்ளன.

முன்னணி எழுத்தாளர்கள் படைப்பு விவரம்:

கடந்த வாரம் மற்றும் கடந்த மாதங்களில் அவர்களின் படைப்பு விவரம், மொத்த வாசகர்கள், அவர்களுக்கு கிடைத்து இருக்கக்கூடிய சராசரி மதிப்பீடு, மொத்த விமர்சனங்கள், மொத்த பின்தொடர்பவர்கள் உள்ளிட்டவற்றை கண்டு அவர்களின் படைப்பு நிலையினையும் அதற்கு வாசகர்களின் ஆதரவையும் காண இயலும்.

சான்றாக:

1. **தேன் நிலாவின் படைப்புகளைப் படித்தவர்கள்** *2412004* **பேர்.**

2. **நிர்மலா தேவியின் படைப்புகளை படித்தவர்கள்** *1378413* **பேர்.**

3. **கெளசல்யா வெங்கடேசன் படைப்புகளை படித்தவர்கள்** *709706* **பேர்.**

4. **ராஜலட்சுமி நாராயணசாயின் படைப்புகளை படித்தவர்கள்** *105364* **பேர்.**

முடிவுரை:

புத்தக வாசிப்பு அருகி வருகின்ற இன்றைய காலத்தில் தொழில் நுட்ப வழியாக வாசித்தல் விரிவடைந்து வருகிறது.அதன் நீட்சியாக தமிழ் இலக்கியமும் தொழில்நுட்பத்தின் பலனைப் பெற்று வளர்ச்சியுறுவதே காலத்தேவை. அவ்வகையில் தமிழ் இலக்கியங்கள் புதிய வாய்ப்புகளைப் பெற்று மிளிர பிரதிலிபி(Pratilipi) தளம் வாய்ப்புகளை வழங்கியுள்ளது. எழுத்தாளர்கள் புத்தகம் அச்சிட்டு அது விற்கவில்லை என்று சோர்வுறாமல் வாசிப்புத் தளம் நவீன தொழில்நுட்பத்தை நோக்கி நகர்ந்து விட்டதை உணர்ந்து தங்களின் படைப்புகளை அவற்றின் வாயிலாக வெளியிட்டு மொழி வளர்ச்சிக்கும் தங்கள் நூல்களின் மூலம் சமூகத்தில் விளைவிக்க என்னும் பலன்களையும் கொண்டு சேர்க்க பிரதிலிபி(Pratilipi) தளம் சிறந்த தீர்வுகளில் ஒன்றாக விளங்குகிறது என்பதில் ஐயமில்லை.

பார்வை:

1.   . *Pratilipi தளம்(app) -06/12/2021*
2.   .*புறநானூறு-183 , https://www.diamondtamil.com. 06/12/2021*
3.   இலக்கியம் வளர்க்க 'பிரதிலிபி' தளம் வழங்கும் வாய்ப்புகளும் வழிமுறைகளும்
4.   *மூதுரை-13 , https://thamizhppanimanram.blogspot.com. 06/12/2021*

கற்றல் கற்பித்தலில் விரைவுத் தகவல் குறியீடு
(QR Code in Teaching and Learning)

முனைவர் மா.ரமேஷ் குமார்

உதவிப் பேராசிரியர், மொழியியல்துறை

தமிழ்ப் பல்கலைக்கழகம், தஞ்சாவூர்-10

E.mail- rameshkumarida@gmail.com

ஆய்வுச் சுருக்கம்

கல்வி தொழிற்நுட்பத்தில் நாளும் மாற்றங்கள் நிகழ்ந்துகொண்டு வருகின்றன. கற்றல் கற்பித்தலோடு தொடர்புடைய ஆசிரியரும் மாணவரும் இணையத்தின் துணைகொண்டு கல்வியில் புதுமைகளைப் புகுத்தி கற்றலை எவ்வாறு மேம்படுத்துவது என ஆராய்கையில் அரசாங்கமானது கல்வித்துறையில் ஆசிரியரியருடனும், ஆசிரியர் இன்றியியும் கற்கும் வகையில் பாடநூல்களை வடிவமைத்துக்கொடுத்துள்ளது குறிப்பிடத்தக்கது. கல்வித்துறைத் தொழில்நுட்பத்துறையுடன் பாடநூலில் விரைவுத் தகவல் குறியீடு எனும் க்யூ ஆர் கோடு (QR Code) முறையை பின்பற்றியுள்ளது. இந்த விரைவுத் தகவல் குறியீடு (க்யூ ஆர் கோடு) எவ்வாறு உருவாக்கப்படுகின்றது, இவற்றின் செயல்பாடுகள் என்ன?, இவற்றின் துணைகொண்டு மாணவர்கள் எவ்வாறு தானே கற்றலுக்கு பயன்படுத்துகின்றனர், இவற்றால் மாணவர்களுக்கும் ஆசிரியர்களுக்கும் ஏற்படும் நன்மைகள் என்ன என்பதை விளக்குவதாக இவ்வாய்வுக்கட்டுரை அமையும்.

திறவுச்சொற்கள் : கல்வித்துறை, தொழில்நுட்பத்துறை, விரைவுத் தகவல் குறியீடு, க்யூ ஆர் கோடு, பாடநூல் திக்சா செயலி, கற்றல் கற்பித்தல்.

முன்னுரை

கற்றல் கற்பித்தல் தொழில்நுட்பத்துறைகளோடு இணைந்து, பல்வேறு ஊடகங்களின் வாயிலாக மொழிபயில்வோரின் எண்ணிக்கை நாளும் அதிகரித்து வருகின்றன. பல்லூடகத்தில் கணினி முதன்மையிடம் பெற்றிருந்தது. ஆனால் தொழில்நுட்பத்தின் வளர்ச்சியால் கணினியின்

செயல்பாடுகள் யாவும் கைபேசி வழியாக சாத்தியமாக்கப்பட்டுவருகின்றன. இதற்கு இணையம் அடிப்படையாக உள்ளது.

பாடநூல் வடிவமைப்பாளர்களும் ஆசிரியர்களும் மாணவர்களும் கற்றல் கற்பித்தலில் புதுமைகளைப் புகுத்திவருகின்றனர். பாடநூல்களும் தொழில்நுட்பத்துறைகளுக்கு ஈடாக பல்வேறு மாற்றங்களைத் தாங்கி நிற்கின்றன. தற்காலத்தில் கற்றல் கற்பித்தலில் கைபேசி செயலிகளின் பங்கு முக்கியமானவையாகும். பல செயலிகள் மாணவர்களின் அறிவுத்திறன்களைத் தூண்டும் வகையில் அமைந்துள்ளன.

தமிழ்நாடு பாடநூல்களில் பாடங்கள், வினாக்கள், கூடுதல் செய்திகளை விளக்க ஆங்காங்கு விரைவுத் தகவல் குறியீடு (QR Code) எனப்படும் படங்கள்/குறியீடுகள் காணப்படுகின்றன. இது எவ்வாறு உருவாக்கப்படுகின்றது? இவற்றால் ஆசிரியர், மாணவர்களின் திறன்கள் வளர்கின்றனவா?, இவைகள் கற்றல் கற்பித்துக்கு எவ்வாறு பயன்படுகின்றன அல்லது பயன்படுத்தப்படுகின்றன?, இவற்றால் ஏற்படும் சிக்கல்களும் அவற்றை களைவதற்கான தீர்வுகளும். போன்ற வினாக்களுக்கும் ஐயங்களுக்கும் விடைகளாக இவ்வாய்வு கட்டுரை அமைக்கப்படுகின்றது.

விரைவுத் தகவல் குறியீடு (க்யூ.ஆர்.கோடு)

'க்யூ.ஆர் கோடு' எனப்படும், 'குயிக் ரெஸ்பான்ஸ் கோடு' 1994 ஆம் ஆண்டு ஜப்பானில் டென்சோ வேவ் (Denso Wave) நிறுவனம் அறிமுகம் செய்தது. இது தமிழில் விரைவுத் தகவல் குறியீடு என்றும் விரைவு எதிர்வினைக் குறி என்றும் அழைக்கப்படுகின்றது. இதன் அமைப்பு சிறிய மற்றும் பெரிய வடிவிலான சதுரங்களால் ஆனது. இதில் இணையத்தள முகவரிகள், தன்விவரங்கள், எண்கள் உள்ளிட்டவைகள் விரைவுத் தகவல் குறியீடாக (க்யூ. ஆர். கோடு) மாற்றி வழங்கப்படுகிறது. ஆரம்பகாலத்தில் வாகனங்கள் பதிவு குறியீடாகவும், பின் நிதிநிறுவனங்களின் பணபரிவர்த்தனைகளுக்கும், இன்று அனைத்துத்துறைகளும் பயன்படுத்தும் குறியீடாக மாறியுள்ளது. பெட்டிக்கடை முதல் பெருநிறுவனங்கள்வரை தங்களுக்கென தனியொரு அடையாளக்குறியீடாக பயன்படுத்தி வருகின்றன. இக்குறியீட்டை இன்றைய பாடதிட்டத்திலும் பாடநூல்களிலும் இடம்பெற்றுள்ளன.

பாடநூலில் விரைவுத் தகவல் குறியீடு (க்யூ.ஆர்.கோடு) அறிமுகம்

தமிழ்நாட்டு பாடநூல்களில் 2018ஆம் ஆண்டு முதல் விரைவுத் தகவல் குறியீடு (க்யூ.ஆர்.கோடு) முறை அறிமுகம் செய்யப்பட்டது. இதன் தொடக்கமாக 1, 6, 9 மற்றும் 11-ம் வகுப்புகளுக்கு புதிய பாடநூல்களில் இக்குறியீடுகள் அறிமுகம் செய்யப்பட்டன. அப்பாடப்பகுதியில் உருவாக்கப்பட்டுள்ள விரைவுத் தகவல் குறியீடு (க்யூ.ஆர்.கோடு) மூலமாக பாடத்தில் உள்ள கருத்துக்களை ஒலி,ஒளி (Audio, Video) வடிவில் பதிவுசெய்யப்பட்டு மாணவர்கள்

நேரடியாக அறிந்து கொள்ளும் வய்ப்பினை ஏற்படுத்தி கொடுக்கப்பட்டுள்ளது. இக்குறியீடானது இன்று அனைத்துப் பாடநூல்களிலும் கருத்துக்களை தாங்கி இடம்பெற்றுள்ளன.

விரைவுத் தகவல் குறியீடு (க்யூ. ஆர். கோடு) பயன்படும் முறை

தொடக்கப்பள்ளி முதல் புதிய தொழில்நுட்பங்களுடன் கூடிய வகுப்பறைகள், பாடநூல்கள் என்று மாணவர்களின் கற்றல்திறனை வளர்க்கவும் ஆசிரியர்களின் கற்பித்தலில் புதிய முயற்சிகளைக் கல்வித்துறையில் காணமுடிகின்றது. இனி பாடநூல்களில் உள்ளப்பாடங்களை வரிவரியாக வாசித்தலை குறைக்கவும் புதிய தொழில்நுட்பத்தில் வடிவமைக்கப்பட்ட பாடநூல்களில் காணப்படும் விரைவுத் தகவல் குறியீடுகளை (க்யூ.ஆர்., கோடு) திறன்பேசிவாயிலாக (Android/Smart Phone) வருடி (Scan) செய்து அவற்றின் தொடுதிரை (Screen) வழியாக பாடங்ளில் உள்ள செய்திகளை விரிவாக அறிந்துகொள்ளலாம். ஒவ்வொரு பக்கத்திலும், பாடங்கள் அருகே, அதற்கான படங்களைக் காணெளிகளாக (Videos) பார்க்க, மின்னணு முகவரிகள் (Digital link) மற்றும் விரைவுத் தகவல் குறியீடுகள் (QR Code) இடம்பெற்றுள்ளன. இந்த குறியீடுகளை, திறன்பேசி செயலிகளைப் (Mobile App) பயன்படுத்தி, வருடி (Scan) வீடியோவாக பார்க்கலாம்.

மொழி கற்றல் கற்பித்தலில் விரைவுத் தகவல் குறியீட்டின் (க்யூ.ஆர்.கோடு) பங்கு

மொழி பயில்வோரில் பலர் பாடங்களைப் படித்து அறிந்துகொள்வதைக்காட்டிலும், தொழில்நுட்பத்துடன் கூடிய கற்றல் சாதனங்கள் மூலம் அறிந்து கொள்ள ஆர்வம்காட்டுகின்றனர். அவ்வகையில் இன்று பாடநூல்களில் காணப்படும் குறியீடுகள் மூலமாக பாடங்களைக் கண்டு கேட்டு புரிந்துகொள்ள விரைவுத் தகவல் குறியீடு இடையீட்டு சாதனமாக பயன்படுகின்றன. கைபேசி சாதனத்தில் விரைவுத் தகவல் குறியீடுகளை (க்யூ.ஆர்.கோடு) உணரும் செயலிகள் ஏராளமாக உள்ளன. இவற்றின் உதவியுடன் மாணவர்கள் ஆசிரியர்கள் மொழி பாடங்கள் குறித்த செய்திகளைக் கூடுதலாக கற்கவும் கற்பிக்கவும் இக்குறியீடு உதவிபுரிகின்றன. இதனால் மாணவர்கள் எளிதில் புரிந்துகொள்கின்றனர். மாணவர்கள் அறிவியல், கணிதம் உள்ளிட்ட பாடங்களையும் இதன் மூலம் எளிமையாக கற்கின்றனர். பாடங்களைப் படங்களாக காண்பதால் மனதில் பதியப்படுகின்றன.

தானே கற்றல்

மாணவர்களுக்கு இத்தகைய செயலிகளை அறிமுகம் செய்வதன் மூலமாக அவக்கள் வீட்டில் இருந்தபடியும், பாடங்கள் நடத்துவதற்கு முன்பாகவும், நண்பர்களுடன் கலந்துரையாடும் பொழுதும் கற்பதற்கு ஏதுவாக அமைகிறது. இதனால் மாணவர்களிடம் தானே கற்றல் முறையை வளர்த்தெடுக்க துணையாக உள்ளது. பாடங்களைத் திரும்ப திரும்ப பார்த்து கேட்கக் கூடிய வகையில் அமைந்துள்ளதால் தானே கற்றல் சாத்தியமாக்கப்படுகின்றது.

திக்சா செயலி *(DIKSHA APP)*

மத்திய அரசு மாணவர்களின் கற்றல்திறனை மேம்படுத்தவும்,ஆசிரியர்களுக்கான குறிப்பாகவும் உருவாக்கப்பட்டதே திக்சா செயலி (போட்டித்தேர்வுகளுக்கு தயாராகும் வகையிலும் பாடநூல்களில் உள்ள பாடங்களின் செய்திகளைக் கருவாக எடுத்துக்கொண்டு அவற்றைக் காணொளிகளாக வடிவமைக்கும் பணியினை மேற்கொண்டு வருகிறது. பல்வேறு இந்திய மொழிகளில் (இந்தி, ஆங்கிலம், கன்னடா, மராத்தி, தமிழ், தெலுங்கு, உருது) என்னற்ற காணொளிகளை உருவாக்கி கொடுத்துள்ளது. இவைகள் விரைவுத் தகவல் குறியீடுகள் மூலமாக உள்நுழையும் வாகையில் வடிவமைக்கப்பட்டுள்ளன. மாணவர்களும் ஆசிரியர்களும் எந்த மாநிலத்தைச் சார்ந்தவர்கள், அவர்கள் தமிழ் வழியில் அல்லது ஆங்கில வழியில் படிக்கிறார்களா? எந்த வகுப்பு என ஒன்று முதல் பன்னிரண்டாம் வகுப்புவரை பகுத்து கொடுக்கப்பட்டுள்ளன.

விரைவுத் தகவல் குறியீட்டின் (க்யூ.ஆர்.கோடு) பயன்கள்

1. பெரிய செய்திகளை, படங்களை, காணொளிகளை விரைவுத் தகவல் குறியீடு எனப்படும் இக்குறியீட்டில் அடையாளப்படுத்தப்படுகின்றன.

2. இக்குறியீட்டின் மூலமாக தொடக்கப்பள்ளி மாணவர்களின் கற்றல்திறன்கள் அதிகரித்துள்ளன. மேல்நிலைப்பள்ளி, உயர்நிலைப்பள்ளி மாணவர்களும் இதனால் பயன்பெறுகின்றனர்.

3. இது அனைத்து பள்ளி பாடநூல்களிலும் இடம்பிடித்துள்ளது.

4. இதனால் மாணவர்களிடையே கற்கும் ஆர்வம் மிகுந்துக்காணப்படுகின்றன.

5. கூடுதல் செய்திகள் இணைக்கப்பட்டுள்ளன.

6. இணைய முகவரிகள் மாணவர்களின் கவரும் வகையில் அமைந்துள்ளன.

7. உணர்வுப்பூர்வமான வடிவில் காணொளிகள் காணப்படுகின்றன.

8. இக்குறியீட்டின் மூலமாக மாணவர்களை நேரடியாக பாடங்களில் கவனம் செலுத்துகின்றனர்.

9. பாடங்களை நேரடியாக கண்டு, கேட்டு மகிழ்கின்றனர்.

10. கவனச்சிதறல் குறைக்கப்படுகின்றது.

விரைவுத் தகவல் குறியீட்டின் (க்யூ.ஆர்.கோடு) குறைபாடுகள்

- இக்குறியீடுகள் பாடநூல்களில் சில இடங்களில் ஸ்கேன் செய்ய முடிவதில்லை.

- பல்வேறு மாணவர்களுக்கு இவற்றைக்குறித்த புரிதல் இல்லை.

- ஆசிரியர்கள் இவற்றைச் சரியாக மாணவர்களிடம் கொண்டு செல்லவில்லை.

- பள்ளி வகுப்பறையில் செல்லிடபேசிகள் பயன்படுத்த தடைவிதிக்கப்பட்டுள்ளது. பல்வேறு பாடங்களுக்குக் காணொளி இணைக்கப்படாமல் விரைவுத் தகவல் குறியீடுகள் சேர்க்கப்பட்டுள்ளன.

முடிவுரை

பள்ளிக்கல்வித்துறையின் வளர்ச்சியால் பாடதிட்டத்தை மையமாக கொண்டு ஆசிரியர்கள் மாணவர்களின் அறிவைப் பகிந்துகொள்ளும் தளமாக திக்சா உருவாக்கப்பட்டுள்ளது. (Diksha Digital infrastructure for knowledge sharing National Platform for our Teachers our Heroes) இவற்றில் விரைவுத் தகவல் குறியீடு (க்யூ.ஆர்.கோடு) மூலமாக காணொளிகள் பதிவுச் செய்யப்பட்டுள்ளன. இணைய இணைப்புகள், விரைவுத் தகவல் குறியீடு முறைகள் உள்ளிட்ட ஏராளமாக தொழில்நுட்பச் செய்திகள் பாடநூல்களில் இடம்பிடித்துள்ளன. இவைகள்

இணையத்தின் துணைகொண்டு கற்பதற்கான வழிகளாகும். மாணவர்களுக்கு எழும் ஐயங்கள் இதன்மூலமாக உடனடியாக நீக்கப்படுகின்றன. இதைமையமாக கொண்டு இரண்டாம் மொழி பயில்வோருக்கான பாடதிட்டத்தை வடிவமைத்து பயன்படுத்தலாம். பிற பாடங்கள் கற்றலை எளிமையாக்கப்படுகின்றது. இதை அனைத்துப் பள்ளிகளிலும் மாணவப்கள் பயன்படுத்தும் வகையில் விரிவாக்கம் செய்ய வேண்டும்.

References

1. **Susono H and Shimomura T,** 2006, *Using mobile phones and QR codes for formative class assessment, Current developments in technology-assisted education, Vol. 2. Badajoz, Spain.*
2. **Law and So S,** 2010, *QR codes in education. Journal of Educational Technology Development and Exchange.*
3. **Robertson C and Green T,** 2012,*Scanning the Potential for Using QR Codes in the Classroom. TechTrends, Volume 56, Number 2.*
4. **Shin, D-H. et al.,** 2012, *The psychology behind QR codes: User experience perspective, Computers in Human Behavior.*
5. **Rikala, J., and Kankaanranta, M** , 2012. *The Use of Quick Response Codes in the Classroom. 11th Conference on Mobile and Contextual Learning. Helsinki, Finland.*
6. **Gary Motteram**   2013 *The benefits of new technology in language learning, British Council.*
7. **David Hopkins** 2013, *QR Codes in Education , Amazon.*
8. **Rahma Al-Mahrooqi and Salah Troudi** 2014 *(Edit) Using Technology in Foreign Language Teaching, Cambridge Scholars Publishing.*
9. **Jessica Boschen**, *Using QR Codes in the Classroom to Enhance Learning.*

Post Graduate mathematics teachers' online teaching during pandemic period

K.Saiyath Musthafa,

Senior Lecturer,
District Institute of Education and Training,
Namakkal-637 001,
, mail id:mustafa04babu@gmail.com

Abstract

The teachers and students are familiar with usual classroom teaching. Due to Covid-19, the disease which has no medicine has been spreading over all countries in the world. Many countries are in the situation of not opening the schools during pandemic period. It is also being in our country. Students should not affect in their studies during the pandemic. But it is not possible for regular classes in schools for students. So, the teachers teach their children through online. Online teaching is treated as alternative to classroom teaching. The objectives of the study are,1. To know the technology support and web resources utilized by the teachers and students, 2. To extract the teachers' experiences on taking online teaching, 3. To identify issues and remedies during presentation of classes, 4. To find pedagogical approaches and evaluation techniques applied by teachers for online teaching 5. To find the role of online is preparing the students to face the board examination confidently,6. To know parents' support and feed back towards online classes. Survey method was followed to collect from teachers and students by tools. A workshop on tool preparation was conducted with three post graduate mathematics teachers. The team prepared two tools for teachers. The first tool consists of 10 items which are to be responded by descriptive. The second tool is a four point rating scale which consists of 45 items in 6 dimensions. The team also prepared a tool for plus two students that consists of 12 items with 2 point rating scale. 31 Post Graduate Mathematics teachers and 310 plus two students of 30 schools from 10 Blocks in Namakkal District, Tamil Nadu, India were randomly selected as sample for the study. The statistical techniques used for the study are t-test, F-test and item wise analysis. The teachers responded that classroom teaching is more effective than online teaching since the classroom teaching gives opportunity for interaction, clarification of doubts, guidance for facing Board Examinations and so many benefits. The students also responded the same. Most of the teachers agreed online teaching is only an alternative to classroom teaching during pandemic situations.

Key words: Online teaching, Classroom teaching, alternative, Post Graduate Teachers, Plus two students, pandemic period, Covid-19, technology support, web resources, teachers perceptive, pedagogical approaches, evaluation techniques, Board examination, Parental support, ICT tools, Google forms.

Introduction

The teachers and students are familiar with usual classroom teaching. Due to Covid-19, the disease which has no medicine has been spreading over all countries in the world. Many countries are in the situation of not opening the *schools during pandemic period. It is also being in our country. Students should not affect in their studies during the pandemic. But it is not possible for regular classes in schools for students. So, the teachers teach their children through online. Online teaching is treated as alternative to classroom teaching.*

Need and Significance of the study:

During this pandemic situation, there are no classes taught for students in schools. As Twelfth standard students have to face State Board examination, there is a necessity for learning lessons without any hurdle. So, the teachers planned and have been teaching their students through online even though schools are not functioning during the pandemic situation. The investigator aims to study how far online teaching helped for teaching and learning process in this situation

Objectives:

- *To know the technology support and web resources utilized by the teachers and students*

- *To extract the teachers' experiences on taking online teaching*

- *To identify issues and remedies during presentation of classes*

- *To find pedagogical approaches and evaluation techniques applied by teachers for online teaching*

- *To find the role of online is preparing the students to face the board examination confidently*

- *To know parents' support and feed back towards online classes.*

Research Method:

Survey method was followed to collect data from teachers and students by tools.

Tool:

*A workshop on tool preparation was conducted with three post graduate mathematics teachers. The team prepared two tools for teachers. The first tool consists of 10 items which are to be responded by descriptive. The second tool is a four point rating scale which consists of 45 items in 6 dimensions such that teachers' perceptive, pedagogical approaches, evaluation techniques, preparation of students for Board Examination, Parental support and limitations of online teaching. The team also prepared a tool for plus two students that consists of 12 items with 2 point rating scale. The tools for teachers and students were reviewed and validated by **Mr. R.M.TAMIL SELVAN**, Assistant Professor, School of Special Education and Rehabilitation, Tamil Nadu Open University, Chennai-600 015.*

Sample:

31 Post Graduate Mathematics teachers and 310 plus two students of 30 schools from 10 Blocks in Namakkal District were randomly selected as sample for the study.

Statistical Techniques Used:

The statistical techniques used for the study are t-test, F-test and item wise analysis.

Major Findings:

1. *All the post graduate mathematics teachers taught their students through online during pandemic period. All of the teachers utilized mobile phones and two third of teachers utilized laptops for online teaching of mathematics. A few only utilized PCs and tablet. Most of the teachers utilized the web platforms DIKSHA, TNTP, Mobile apps, You-tube channels, KALVI TV, Google Meet and Zoom. Most of the teachers responded that classroom teaching is more effective than online teaching. But online teaching is needed like this pandemic period. Most of teachers would prefer classroom teaching rather than online teaching because classroom teaching has choices like face to face contact, monitoring evaluation part, clarification of doubts, peer teaching, proper attendance, and etc.*

2. *There is no significant difference between male and female, urban and rural, Government and Aided, experience and age of post graduate mathematics teachers towards all the dimensions Teachers' perspectives on online teaching, Pedagogical approaches, Evaluation techniques, Preparation of students for Board Examination, Parental support and Limitation of online teaching.*

3. *There is a significant difference in Teachers' perspectives on online teaching, Pedagogical approaches and Evaluation techniques due to teachers' educational qualifications. And there is no significant difference in Preparation of students for Board Examination, Parental support and Limitation of online teaching due to teachers' educational qualifications.*

4. *There is a significant difference between Boys and Girls towards usefulness of online teaching, Technology support, Interaction, Participation in evaluation part, Presence of all online classes and Facing Board Examination.*

5. *There is a significant difference between Government and aided school students towards utilization of ICT tools by teacher, Interaction, Clarification of doubts and Participation in evaluation part.*

6. *There is a significant difference between Urban and Rural students towards usefulness of online teaching, Interaction, Participation in evaluation part and Facing Board Examination.*

7. *The teachers responded that classroom teaching is more effective than online teaching since the classroom teaching gives opportunity for interaction, clarification of doubts, guidance for facing Board Examinations and so many benefits. The students also responded the same.*

8. *Most of the teachers agreed online teaching is only an alternative to classroom teaching during pandemic situations.*

9. *89% of students accepted that the online classes are useful during the pandemic period due to covid-19. 86% of students had availability of mobile phones, PCs, laptops and tablets for attending online classes. 81% of students said that online classes offered them new learning experiences. 67% of students had internet connectivity problems during online classes. Only 29% of students have accepted that online teaching is compensation to regular classroom teaching. 67% of students agreed that the teachers utilized ICT tools during online classes. 63% of students had choice to interact during online classes. 73% of students said that they could clarify doubts during online classes. 84% of students responded that they participated in evaluation part. 64% of students attended all online classes. 75% of students commented that online classes would help to face board examination during pandemic situation. 88% of students revealed that their parents were supportive to attend online classes.*

Educational Implications:

Teachers utilized ICT tools during online classes and they developed their knowledge in usage of ICT tools. Hence, they can implement ICT tools during classroom teaching also. Teachers can reduce their work burden by giving home assignments, tests, worksheets, etc., through software like Google sheet or Google forms. Hence, paperless e-work can be extracted from students. There is an opportunity to utilize updated technologies for teachers in classroom teaching or online teaching. Once prepared materials for online teaching can also be utilized for classroom teaching and the students can use the materials repeatedly at anytime for their revision or for preparation of their examinations. Not only pandemic period but also any other crisis situations, the teachers can teach through online to their students.

Conclusion:

All teachers and students are very much familiar to normal classroom teaching in school premises. During COVID-19 pandemic period, it is not possible for classroom teaching. The students should not affect in their learning even though schools are not functioning due to lockdown. This event is not only happened in our country but also more over all countries in the world. So, online teaching is only alternative for classroom teaching in this situation. The teachers those who work in government, government aided or self finance schools got ready themselves to teach their students through online teaching. Thus, online teaching helps the students not to affect from their education. Now, as schools are not functioning, school students can learn from home or from their convenient place by online classes. The teachers and students got new teaching learning experience through online classes during lockdown period. As online teaching is new one in this situation for teachers and students, it seems some difficulties. Most of the teachers and students highlighted in this study that classroom teaching is better than any other teaching like online teaching. We never say scientifically one teaching method is better than another teaching method. Both the methods have advantages and disadvantages in them. The teachers should decide which teaching method is suitable to teach on the basis of students need, especially like this pandemic situation. Either classroom teaching or Online teaching, whatever it may be, the effectiveness is in the hands of teachers. At the same time, most of the teachers revealed in this study that online teaching is alternative to classroom teaching during lockdown due to COVID-19.

REFERENCES

10. **Bhatt D.P.,** *Research Methods in Education, New Delhi, Neelkamal Publications pvt. Ltd., 2015.*
11. **Garrett H.E.,** *Statistics in Psychology and Education, Bombay, Vakil Feffer and Simms, 1979.*
12. **Sharma R.A.,** *Advanced Statistics in Education and Psychology, Meerat, Surya Publications, 1998.*
13. **Singh S.K.,** *Dictionary of Education, Vol.1 & 2, New Delhi, Commonwealth Publishers, 1997.*
14. **Sudhirkumar,** *Teaching of Mathematics, New Delhi, Ammol Publications, 1993.*

விளையாட்டுகள் அன்றும் இன்றும் ஏற்படுத்திய தாக்கங்கள்

M.REVATHI,
Director of Physical Education,
Parvathy's Arts and Science College,
Dindigul.

முன்னுரை:

ஓடி விளையாடு பாப்பா– நீ
ஒய்ந்திருக்க லாகாது பாப்பா
மாலை முழுவதும் விளையாட்டு என்று
வழக்கப்படுத்திக் கொள்ளுப் பாப்பா

என்ற பாரதியின் பாடல் வரிகளைப் பாடாத குழந்தைகள் இத்தமிழுலகில் யாரும் இல்லை என்று சொல்லும் அளவு விளையாட்டு அனைவரிடத்திலும் இன்றியமையாததாக அமைந்துள்ளது. ஆம் விளையாட்டு அனைவருடைய பொழுதுபோக்கிலும் ஒரு முக்கிய அம்சமாக விளங்கி வருகிறது. இவ்வாய்வுக் கட்டுரை நம் பாரம்பரிய விளையாட்டுக்களை அறிமுகம் செய்தும் அதன் பயன்களை; மொழிவதோடு சமகாலத்தில் இணையத்தில் உள்ள விளையாட்டுக்களால் மக்களுக்கு ஏற்படும் துன்பங்களையும் ஆராய்கிறது.

பாரம்பரிய விளையாட்டுகள்

உடலைக்காக்கும் விளையாட்டுகள் நம்பாரம்பர்ய விளையாட்டுகள் எனப் பெருமையாக சொல்லலாம். குழந்தைக்கு கிடைக்கும் நன்மைகள் ஏராளம்.மூளைத்திறன்இகவனத்திறன்இ பார்வைத்திறன்இ வர்மபுள்ளிகள் தூண்டப்படுவது அக்குபுள்ளிகள் இயக்கம் பெறுவது என ஒவ்வொரு விளையாட்டும் பல்வேறு மருத்துவ பலன்களைத் தருகின்றன.அப்படி ஆரோக்கியமும் மகிழ்ச்சியும் தரும் விளையாட்டுகளைப் பற்றி பார்க்கலாம்.

தொழில்நுட்பம் நம்மை வசப்படுத்தும் முன்பு கோடைக்காலத்தில் நாம் விளையாடிய விளையாட்டுகள்இன்று கனவாகி போகிவிட்டது. அந்த காலங்களில் விடுமுறை நாட்களில் பெரியவர்கள் வீட்டின் திண்ணையில் விளையாடும் விளையாட்டுகள் இன்று நம்கையில் இருக்கும் ஸ்மார்ட்போனில் வந்துவிட்டது. தெருக்களில் சிறுவர் சிறுமிகள் விளையாடிய காலம் மாறி இன்று தெருக்களும் வெறச்சோடி கிடைக்கிறது. அப்படி நாம் மறந்ததமிழ்பாரம்பரிய விளையாட்டுகள் சிலவற்றை பார்ப்போம்.

நாம் சிறுவயதில் விளையாடி மகிழ்ந்த மற்றும் நம் அடுத்த தலைமுறையினருக்கு கடத்த மறந்த இப்பொழுது அழிவின் விளிம்பில் இருக்கும் விளையாட்டுக்கள் அனைத்தும் இப்பொழுது இல்லை என்றேசொல்ல வேண்டும். ஆனால் சிற்றூர்களில் இந்த விளையாட்டுக்களை

விளையாடுவார் என நம்புகிறேன்.நாம் நவீனகாலத்து விளையாடும்விளையாட்டுக்கள் அனைத்தும் நம்மொழியை அழித்து நாம் பெறும்பயனையும் குறைத்தது எனலாம். குறிப்பாக சோம்பேறியாக்கியது எனலாம்.

உடல் வலுசேர்க்கும் சில விளையாட்டுகள்;

பச்சக்குதிரை ஒருநபரை கீழேகுனிய வைத்து மற்றொருவர் தனது இருகைகளையும் குனிந்தவரின் முதுகில் வைத்து தாண்டி ஆடும் ஆட்டம். கைகால்களுக்கு மிகுந்த பலம் கிடைக்கும்.கை கால்கள் நன்கு ஸ்ட்ரெச்ஆகும்.

வளைவுத்தன்மை கிடைக்கிறது. பலமுடன் மற்றொருவரை தாங்கும் வாய்ப்பு கிடைக்கிறது.

பலம்தரும்   விளையாட்டு பயன்

குதிதிறன் வளரும்.
உடல்வலு பெறும்.
உடற்கழிவுகள் வெளியேறும்.
எச்சரிக்கை மனப்பான்மை வளரும்.

பரமபதம்

ஏணி பாம்பு என இரண்டு படங்கள் வைத்து *100* எண்ணிக்கை கொண்ட கட்டங்கள் இருக்கும். தாயக்கட்டையில் விழும் எண்களை வைத்துகாயை கர்த்த வேண்டும். இந்தவிளையாட்டால் கணிப்புதிறன் கணிததிறன் கிடைக்கும்.வெற்றி தோல்வி ஏற்றம்இ இறக்கம் பற்றிய அறிவு கிடைக்கும்.

பல்லாங்குழி

பெரும்பாலும் வயது வந்த பெண்கள் தங்களது தோழிகளுடன் வீட்டினுள்அமர்ந்து பல்லாங்குழிஆடுவது வழக்கம். வட்டமாக குழி உள்ள பலகையில் புளியாங்கோட்டை அல்லது சோழி அல்லதுமுத்துகளை சேர்த்து ஆடுவார்கள். கடைசி மணிதீரும் வரை ஆட்டம் நீடிக்கும். இதனால் விரலுக்கு பயிற்சியும் கணக்கு பயிற்சியும் பெறமுடியும் என நம்பினர். இன்றைய காலத்தில் சதுரங்க பலகையே நமதுபலரின் வீட்டில் இல்லாத நிலையல் பல்லாங்குழி பலகை எங்கே இருக்கும்.

12 குழிகளில் புளியங்கொட்டை போட்டு வரிசையாக எடுத்து விளையாடும் விளையாட்டு. எண்களை சொல்லிக்கொண்டே விளையாடவாய்ப்பாகும். சிந்தனைத்திறன் மேலோங்கும்.

கைவிரல்களுக்கு நிறைய வேலை கிடைக்கும்.குழந்தைகளின் மோட்டார்ஸ்கில்ஸ் நன்கு செயல்படஉதவும்.

பயன்

கணிததிறன் கூடும்.
வணிகநுட்பம் வளரும்.
சேமிப்பின் தேவை புரியும்.
விடாமுயற்சி தன்னம்பிக்கை கூடும்.

பாண்டி ஆட்டம்

சிறுமிகள் தெருக்களில் விளையாடும் விளையாட்டு இது. ஒன்றுடன் ஒன்று இணைக்கப்பட்டிருக்கும் எட்டு தொடர் பெட்டியை தரையில் வரைந்துகொள்ள வேண்டும். போட்டியாளர்கள் முதல் பெட்டியில் கல்லைபோட்டு அந்தபெட்டியையும் கோடுகளையும் தொடாமல் நொண்டி அடித்து கடைசி பெட்டிவரை சென்று திரும்பவர வேண்டும்.பெரும்பாலும் அனைத்து சிறுமிகளும் விளையாடும் மிகபிரபலமான விளையாட்டு இது. ஆனால் தற்போதைய சூழலில் குழந்தைகளை வெளியில் விளையாட அனுப்புவதே ஆபத்தாக அமைகிறது.செவ்வகம் வரைந்து அதில் கட்டங்கள் வரைந்து ஒரு காலை மடக்கி இன்னொரு காலால் நொண்டி அடிப்பது போல் நடந்து கொண்டு விளையாடும் ஆட்டம்.கால்களின் தசை நரம்புகளுக்கு சீரான இயக்கம் கிடைக்கிறது.கால்களுக்கு மிகுந்த பலம் கிடைக்கிறது.உடல் சமநிலை சீராகிறது.

பம்பரம்

தெருக்களில் மட்டுமல்ல அன்றைய படங்களில் கூட பம்பர விளையாட்டு காட்சிகள் அதிகமாக இடம்பெறும். பம்பரக்கட்டை மட்டும் சட்டையை கொண்டு இந்த விளையாட்டை துவங்க வேண்டும். இருவர் அல்லது பலர் இணைந்து இந்த விளையாட்டை விளையாடலாம். முதலில் கீழே ஓர் வட்டத்தை இட வேண்டும் பின் சிறுவர்கள் பம்பரத்தை சுழற்றி ஒரே நேரத்தில் கீழேவிட்டு சுழற்றி விட வேண்டும். அதன்பின் சுழன்று கொண்டு இருக்கும் பம்பரத்தை கையில் எடுத்து வட்டத்திற்குள் இருக்கும் பம்பரத்தை அடித்து வெளியில் எடுக்க வேண்டும்.

சில சமயங்களில் பம்பரம் உடைந்து விடும்.அதனால் சிறுவர்கள் பம்பரங்களை நேர்த்தியாக தேர்வு செய்வார்கள். சிலருக்கு இது பொக்கிஷம் போன்றது. தமிழகத்தை தாண்டி பல மாநிலங்களில் இந்த விளையாட்டு விளையாடப்படும்.ஒரு வட்டத்தில் 3 பம்பரங்கள் வைக்கப்படும். வட்டத்துக்குள் உள்ள 3 பம்பரத்தை தன் பம்பரத்தால் சுற்றிஇ விளையாடி பம்பரத்தை வெளியே வர செய்ய வேண்டும். பார்வைத்திறன் கவனத்திறன் மேலோங்கும்.

பயன்:

1. குறித்திறன் அதிகரிக்கும்.
2. பொறிநுட்பம் விளங்கும்.

3. *எதிராளியின் திட்டம் பிடிபடும்.*

4. *பொருமையின் தேவை புரியும்.*

கோலிக்குண்டு

விடுமுறை நாட்களில் சிறுவர்கள் தெருவில் பளிங்கு போன்ற கோலிக்குண்டுகளை வைத்து விளையாடுவார்கள். ஒரு போட்டியாளரின் கோலியை மற்றொருவர் தனது கோலியைகொண்டு அடிக்க வேண்டும். இலக்கை நோக்கி சரியாக அடித்துவிட்டால் வெற்றி பெற்றவர் தோற்றவர் கோலிக்குண்டுகளை எடுத்துச் செல்லலாம்.இது அன்றைய சிறுவர்களுக்கிடைய மிகப்பிரபலமான விளையாட்டாகும். இதே கோலிக்குண்டுகளைகொண்டு மற்றொரு பலகை விளையாட்டும் உண்டு.கோலியை ஒரு முனையில் ஒருவர் வைத்துக்கொள்ளஇ மற்றொருவர் தன்னுடைய கோலி குண்டை தனது ஆட்காட்டி விரலைக் கொண்டு குறிப்பார்த்து அடிக்க வேண்டும். குழந்தைகளின் பார்வை திறன் மேலோங்கும். கவனிப்பு திறன் அதிகரிக்கும். கைகளில் உள்ள வர்மப்புள்ளிகள் தூண்டப்படும்.

கண்ணாமூச்சி

இந்த ஒரு விளையாட்டுதான் தற்பொழுதும் சில குழந்தைகள் இன்றைய காலத்திலும் விளையாடும்விளையாட்டாகும். ஒருவர் கண்ணை மூடிக் கொள்ளமற்றகுழந்தைகள்வீட்டிற்குள்ஒளிந்துக்கொள்ளவேண்டும்.பின்னரே

கண்ணை மூடியவர் ஒளிந்திருப்பவரை கண்டுபிடிப்பதுதான் விளையாட்டாகும்.

இது ஒரு முதன்மையான விளையாட்டாகும். இந்தியர்கள் மட்டுமின்றி சர்வதேச அளவில் குழந்தைகள் விளையாடும் ஓர் விளையாட்டு.இங்கு நாம் பட்டியல் இட்டது ஒரு சிலவிளையாட்டுகள் தான் காலத்தால் மறைந்த பச்சைக்குதிரை புளியங்கொட்டைஇ கள்என்போலீஸ்இ குலைகுலையாமுந்திரிக்காய் போன்ற பலவிளையாட்டுகள் உள்ளது. ஆனால் தற்பொழுதும் தேசியஅளவிலும்இ சில கிராமங்களில் விளையாடப்படும் கபடிஇ கோகோஇ உரியடி போன் விளையாட்டுகள் அழியாமல் இருப்பது மகிழ்ச்சியாக இருக்கிறது.நாமும் நம் வருங்கால சந்ததியனருக்கு நம்பாரம்பரிய விளையாட்டுகளை சொல்லிக் கொடுத்து அழியாமல் பார்த்துக் கொள்வோம். விளையாடி அனுபவிக்கும் சுவாரசியம் புத்தகத்தில் படித்து ஸ்மார்ட்போனில் தெரிந்துக் கொள்ளுவதில் நிச்சயம் கிடைக்காது.

கிட்டிபுள் (கில்லியாட்டம்)

ஒரு சின்ன கட்டையை தரையில் வைத்துஇ அந்த கட்டையை பெரிதான கட்டையைக் கொண்டு அடித்துஇ எறிந்து விளையாடுவது கில்லி விளையாட்டாகும்.உடல் இயக்கங்கள் சீராக நடைப்பெறும்.வெள்ளைக்காரன் கிட்டிபுள் பார்த்துதான் துடுப்பாட்ட போட்டியை (கிரிக்கெட்)உருவாக்கினார்கள் என்று சொல்வதுண்டு.

கற்றாட்டம் எழுகல் எறிபந்து. ஊதித்தள்ளு. உந்திப்பற தாயம்.

கற்றாட்டம் எழுகல் எறிபந்து. ஊதித்தள்ளு. உந்திப்பற தாயம் ஆகிய பிற விளையாட்டுக்களும் கிராமப்புறங்களில் உண்டு. அவற்றின் உடல் உள்ள நலப்பயன்கள் கீழே கொடுக்கப்பட்டுள்ளன.

பயன்கள்

1. மூச்சுமண்டலம்தூய்மையடையும்.
2. உடல்பிணிகள்நீங்கும்.
3. உடற்கழிவுகள்வெளியேறும்.
4. கருப்பைவலுவாகிகருநிலைக்கும்.
5. கட்டைக்கால்
6. கைகள்வலுப்பெறும்.
7. கால்கள்நெகிழ்வுத்தன்மைபெறும்.
8. முழுஉடலும்ஒருங்கேசெயல்படும்.
9. கழுத்துவலுப்பெறும்.
10. குறித்திறன்அதிகரிக்கும்.
11. அளவீட்டுகணிதமுறைவிளங்கும்.
12. இடர்காலங்களில்கைகொடுக்கும்.
13. கைகள்வலுப்பெறும்.
14. மூச்சுமண்டலம்வலுப்பெறும்
15. செரிமானசிக்கல்குறையும்.
16. சிக்கலைகையாளும்மதிகூடும்.
17. பொறுப்பும்புரிந்துணர்வுகூடும்.
18. மூச்சு மண்டலம் வலுப்பெறும்.
19. செரிமான சிக்கல் குறையும்.
20. சிக்கலை கையாளும் மதி கூடும்.
21. பொறுப்பும் புரிந்துணர்வு கூடும்

22. பொறுமையு விடாமுயற்சி கூடும்.

23. குழு ஒற்றுமை வளரும்.

24. உடல் கழிவுகள் வெளியேறும்.

25. குறித்திறன் வலுப்பெறும்

26. வாழ்வின் அடிப்படை விளங்கும்.

27. கணித திறன் கூடும்.

28. இயற்கையின் விதிகள் புரியும்.

29. மிகச்சிறந்த மனிதனை உருவாக்கும்

30. கை எலும்புகள் நீட்சியடையும்.

31. கால்கள் துரித செயல்திறன் பெறும்.

32. மூச்சு மண்டலம் தூய்மையடையும்.

33. மாய பயம் விலகும்.

இணைய வழி விளையாட்டுகள்

இரவு பகல் என்று பாராமல் பேருந்துகளிலும் ரயில்களிலும் அவ்வளவு ஏன் சாப்பிடும் போது கூட சிலர் வீடியோ கேம் விளையாகிக் கொண்டே இருப்பதை காண முடிகிறது. இதெல்லாம் எங்க உருப்பட போகுது என்ற திட்டுகள் ஒருபக்கம் இருக்க இதனால் என்ன என்ன விளைவுகளை நீங்கள் சந்திக்க நேரிடும் என்பதை நீங்கள் அறிந்தால் உங்கள் வீடோ கேம் போதை சற்று குறையலாம்.

கொஞ்சம் ஓவரா தான் போறோமோ..? சரி போய்தான் பாப்போம்..!" என அளவுக்கு அதிகமாக வீடியோ கேம்கள் விளையாடினால் என்ன என்ன விபரீதமான பாதிப்புகளை சந்திக்க நேரிடும் என்பதை பற்றிய கட்டை விரல்

விடாமல் வீடியோ கேம் பட்டனை போட்டு அழுத்திக் கொண்டே இருந்தால் உங்கள் கட்டை விரல் இப்படி ஆகிவிடுமாம். தொடர்ச்சியாக கேம் விளையாடிக் கொண்டே இருந்தால் முழங்கைகளில் பாதிப்புகள் ஏற்படுமாம்.!

அப்ளிகேஷன்களை பிளே ஸ்டோரில் இருந்து நீக்கிய கூகுள் நிறுவனம்.!

காரணம் என்ன?

<u>கட்டுப்பாடு</u>

உடலை கட்டுப்படுத்தும் மூளையானது கட்டுப்பாட்டை இழந்து விடுமாம். இது மிகவும் அரிதான ஒரு பாதிப்பாகும். எல்லை மீறி எந்நேரமும் வீடியோ கேம் விளையாடி கொண்டே போனால் நிச்சயம் அதற்கு அடிமையாகும் வாய்ப்புகள் அதிகமாம்..!

கோபக்காரர்

வீடியோ கேம் மன அழுத்தம் மற்றும் எரிச்சலை அதிகமாய் உண்டாகுமாம். வன்முறை மிக்க வீடியோ கேம்களை விளையாடும் குழந்தைகள் கோபக்காரர்களாக வளர்வார்களாம்..!

கனவுகளில்

அதாவது நீண்ட நேரம் ஒரே வீடியோ கேமை விளையாடிஇ பின் விளையாடி முடித்த பின்பும் நீங்கள் காணும் காட்சிகளில் அல்லது கனவுகளில் மீண்டும் மீண்டும் கேம் காட்சிகள் தோன்றிக் கொண்டே இருக்கும்..!

மணிக்கட்டு

மிகவும் உற்று நோக்க வைப்பதால் நிச்சயம் வீடியோ கேம்கள் கண் பார்வைக் கோளாறுகாளை ஏற்படுத்த வல்லது மற்றும் மணிக்கட்டு கைக்கு நடுவில் ஏற்படும் வலி மற்றும் பாதிப்புகள்..!

மரணம்

அதிகப்படியான 'பல்ஸ்' காரணமாக தூங்காமல் இடைவிடாது பைத்தியம் போல வீடியோ கேம் விளையாடினால் மரணம் கூட ஏற்பட வாய்ப்புகள் உண்டாம். விதவிதமான ஸ்மார்ட்போன்கள் வருகையால் உலகமே உள்ளங்கைக்குள் அடங்கிவிட்டது. தற்கால மனிதர்களின் சிறந்த நண்பனாக விளங்குவது செல்போன் தான். அதனுடன் மனிதன் செலவிடும் நேரம் முன்பைவிட பன்மடங்கு அதிகரித்து விட்டது. படுக்கையில் கூட செல்போன் பக்கத்திலேயே இருக்கிறது. தூங்குவதும் துயில் எழுவதும் செல்போனை பார்த்துவிட்டு தான் நடக்கிறது. அந்த அளவுக்கு செல்போன்கள் தவிர்க்க முடியாத சக்தியாக விளங்குகின்றன.

முடிவுரை

இவ்வாறாக நாம் பாரம்பரிய விளையாட்டுகள் உடலோடு உள்ளத்தையும் சேர்த்து வளரச்செய்தது ஆனால் இன்று இணையம் நம்மை இறுக்குவதோடு மட்டுமல்லாது தாழ்நிலையை நோக்கி நம்மை இட்டுச்செல்கிறது என்பதே நிதர்சனம் என்பதை இக்கட்டுரை ஆராய்கிறது.

கல்வியில் கூட்டுத் தொழில்நுட்பங்கள்

நெறியாளர். முனைவர் இரா. ராஜசீலி
இரா. மஞ்சுளாதேவி
முனைவர் பட்ட ஆய்வாளர்
அன்னை தெரசா மகளிர் பல்கலைக்கழகம்
கொடைக்கானல்

ஆய்வுச்சுருக்கம்

தொழில்நுட்பம் வளர வளர கற்றல் கற்பித்தல் நிகழ்வுகள் மிகவும் எளிமையாகின்றது. கல்லூரியில் கற்பித்தல் நிகழ்வுகளில் தொழில்நுட்பம் சார்ந்த சாதனங்கள் மிகவும் உறுதுணையாக இருக்கிறது. இத்தொழில்நுட்பம் சார்ந்த சாதனங்கள் மிகவும் உறுதுணையாக இருக்கிறது. இந்த தொழில்நுட்பங்களின் வாயிலாக கல்வி என்பது இன்றைய சூழலுக்கு ஏற்றார்ப்போல் ஆர்வமுடையதாகவும்ää இனிமைää எளிமை உடையதாகவும் கற்றலை நன்றாகää தெளிவாகப் புரிந்துகொள்ளும் வகையில் அமைகிறது.

தொழில்நுட்பம்

21ஆம் நூற்றாண்டில் தொழில்நுட்பம் என்பது நம்மிடையே தவிர்க்க முடியாத ஒன்றாக வளம் வருகின்றது. இவற்றில் இணையம் ஒரு ஜாம்பாவானாக துணைபுரிகின்றன. இவற்றின் வாயிலாக கல்வியின் வளர்ச்சிக்குத் தொழில்நுட்பம் உதவுகின்றது. இவற்றினால் ஒலி வடிவிலும்ää காணொளி வடிவிலும் படங்களாகவும்ää டிஜிட்டல் முறையில் பாடம் சார்ந்த வீடியோக்களில் பயன்படுகிறது.

தகவல் தொழில்நுட்பங்கள்

பலதரப்பட்ட தொழில்நுட்பங்களைப் பயன்படுத்தி தகவல்களை மின்னணு தொடர்பு மூலம் மற்றும் இணையம் மூலம் பிறருக்கு அனுப்புதல்ää சேமித்தல்ää புதியதாக உருவாக்குதல்ää வெளிப்படுத்தல் இயே தொடர்புநுட்பமாகும். இந்தத் தொழில்நுட்பத்தின் வாயிலாக வானொலிää தொலைக்காட்சிää படக்காட்சிää டிவிää தொலைபேசிää கைபேசிää செயற்கைக்கோள்ää கணினி மற்றும் அதனைச் சார்ந்த மென்பொருட்கள் மூலம் பயன்பாடு மற்றும் இ-மெயில் போன்ற சேவைகளும் இவற்றின் வாயிலாக நவீன தொழில்நுட்பத்தின் கூட்டு பயன்பாட்டின்மூலம் கல்விக்கு பேருதவியாக அமைகின்றது. மேலும்ää கல்வியில் தொழில்நுட்பம் சார்ந்து எவ்வாறெல்லாம் பயனுடையதாக அமைகின்றது என்பது பற்றியே இவ்வாய்வில் முழுமையாக அறியப்பெறலாம்.

முன்னுரை

தொழில்நுட்பம் வளர வளர கற்றல் கற்பித்தல் நிகழ்வுகள் மிகவும் எளிமையாகின்றன. கல்வியில் கற்றல் கற்பித்தல் நிகழ்வுகளில் தொழில்நுட்பம் சார்ந்த சாதனங்கள் மிகவும் உறுதுணையாக இருக்கின்றது. இந்த தொழில்நுட்பங்களின் வாயிலாக கல்வி என்பது இன்றைய சூழலுக்கு ஏற்றாற்போல் ஆர்வமுடையதாகவும், இனிமை, எளிமை உடையதாகவும் செம்மையாக, தெளிவாக புரிந்துகொள்ளும் வகையில் கல்வி அமைகின்றது. இத்தகைய தொழில்நுட்பங்கள்

(சாதனங்கள்), அறிவியல் பெரிதும் இடம்பிடிக்கின்றது. அத்தகைய தொழில்நுட்பங்கள் குறித்து இக்கட்டுரைகள் காண்போம்.

கல்வி

கல்வி என்பது கற்றலையும், கற்பித்தலையும் குறிக்கும். கற்றல் என்ற சொல் பள்ளியில் பாடம் கற்பதை மட்டம் குறிப்பிடாமல் பரந்த பொருளில் மனிதன் அவன் வாழ்க்கையுடன் தொடர்புடைய அனைத்து செயல் நடவடிக்கைகளிலும் ஈடுபட்டு பயின்று அல்லது அறிவைப் பெறுவதைக் குறிக்கும். இது திறன்கள், தொழில்கள் என்பவற்றோடு, அறிவு, நல்லொழுக்கம், மனம், நெறிமுறை, அழகியல் என்பவை சார்ந்த வளர்ச்சியையும் சமுதாய வளர்ச்சியில் பங்கு பெறச் செய்யும் அமைப்பு ஆகும்.1

கற்றல் என்பது அனைத்து உயிரினங்களிடம் காணப்படும் தனித்திறன், வாழ்க்கையில் ஏற்படும் தூண்டலுக்குத் தகுந்த துலங்கலை உண்டாக்குவதற்குத் தரப்படும் பயிற்சியே கற்றல் எனவும்1, பயிற்றுவிப்பதே கற்பித்தல் எனவும் அழைக்கப்படுகின்றது.

தொழில்நுட்பம்

20ஆம் நூற்றாண்டில் தொழில்நுட்பம் என்பது நம்மிடையே தவிர்க்க முடியாத ஒன்றாக வளம் வருகின்றது.2 பொருட்கள் அல்லது சேவைகள் உற்பத்தி செய்யப் பயன்படும் அறிவியல் நுட்பங்களின் தொகுப்பே தொழில்நுட்பம். தொழில்நுட்பம் என்பது ஒரு சிக்கலைத் தீர்க்க வடிவகை;கப்பட்ட கருவிகள், முறைகள் மற்றும் நுட்பங்களின் தொகுப்பால் ஆன ஒரு தயாரிப்பு அல்லது தீர்வு. ஆக சமூகத்தில் மனிதனின் வாழ்க்கையை எளிதாக்கியும் எந்தவொரு தனிப்பட்ட அல்லது கூட்டு தேவைகளைப் பூர்த்தி செய்ய அனுமதித்து ஒரு குறிப்பிட்ட நேரத்தின் தேவைகளுக்கு ஏற்ப சரிசெயப்படுகிறது.

கல்வியில் தொழல்நுட்பம்

கல்வியில் பயன்படுத்தப்படுவது கற்றல் கற்பித்தல் தொகுப்புடையதாக செயல்படுகின்றது. கல்வி செயல்பாட்டில் மொழி ஆய்வகங்கள், நிகழ்வுகள், படங்கள் மற்றும் கருவிகள் மூலம் விளக்கப்பட்டால் கற்றல் கற்பித்தல் எளிதாகவும் விரைவாகவும் ஆர்வமுடையதாகவும், இனிமையானதாகவும் அமைகின்றன. உதாரணமாக, ப்ரொஜெக்டர்கள், கணினிகள், மொபைல் போன்களின் பயன்பாடுகள் இவற்றோடு மின்னணு சாதனங்கள் பயன்பாடுகள். இவற்றோடு மின்னணு சாதனங்கள் கல்வியில் கூட்டு தொழில்நுட்பமாக விளங்குகிறது.

கல்வி நுட்பவியல் சாதனங்கள்3

1. *நழுவ வீழ்த்தி தலைக்கு மேல் படவீழ்த்தி*

2. *ஒலிநாடாப் பதிவான்*

3. *வானொலிப்பெட்டி*

4. *தொலைக்காட்சிப்பெட்டி*

5. *ஒளிநாடாப் பதிவான்*

6. *புகைப்படக்கருவி*

7. *கணினி*

போன்றவைகள் கற்றல் கற்பித்தல் நிகழ்வுகளை எளிதில் புரிந்துகொள்ளக் கூடியதாகவும், தற்கால சூழலுக்கு ஏற்றவகையிலும் உள்ளன.

நழுவ வீழ்த்தி

நழுவ வீழ்த்தி எளிதில் கையாளக்கூடிய ஒரு மின் சாதனமாகும். இதன் மூலம் ஏற்கனவே தயாரித்து வைக்கப்பட்டுள்ள நழுவங்களிலிருந்து படம் அல்லது படத்துடன் கூடிய செய்திகளைத் திரையில் வீழ்த்தி உருப்பெருக்கம் செய்யப்பட்ட பிம்பங்களைக் காணலாம்.

தலைக்கு மேல் பட வீழ்த்தி

தலைக்கு மேல் பட வீழ்த்தியில் (ழர்P) மின்விளக்கு, பிம்பத்தை சரிசெய்து குறிப்பிட்ட தொலைவில் படத்தைத் தெளிவுடன் வீழ்த்தப் பயன்படும் குவிலென்சு மற்றும் சாய்த்தல் உள்ள ஆடி. நரி ஊடுருவும் தாள் வைக்கும் மேடை ஆகியவை முக்கியமான பாகங்களாகும்.

வானொலிப்பெட்டி;

இதில் முக்கியமாக இணைப்பான், வானொலி நிலையத்தைத் தேர்ந்தெடுக்கும் சாதனம் ஒளிச் செறிவைக் கூட்ட அல்லது குறைக்கப் பயன்படும் வகை திருகு ஆகியவை உள்ளன. இவற்றைப் பயன்படுத்தி ஒரு குறிப்பிட்ட வானொலி நிலையத்திலிருந்து ஒலிபரப்பாகும் நிகழ்ச்சிகளைத் தேவைப்பட்ட ஒலி அளவில் கேட்க இயலும்.

தொலைக்காட்சிப்பெட்டி

தொலைக்காட்சிகள் ஒளியோடு, ஒளியும் சேர்ந்து ஒளிபரப்பப்படுகிறது. இன்று இவை ஒரு கல்வி இதற்கும் சாதனமாகியும், பொழுதுபோக்கு சாதனமாகவும் விளங்குகிறது.

ஒலிநாடாப்பதிவான்

ஒலியைப் பதிவு செய்வதற்கு ஒலிநாடா பயன்படுத்தப்படுகிறது. ஒலிப்பதிவானில் மின்னோட்டத்தை அளித்து சாதனத்தை இயக்கும் நிறுத்தப் பொத்தான் ஒலிநாடாவைச் சுழலவிட்டு ஒலியை வெளிக்கொணரும் பொத்தான் ஆகியன இணைக்கப்பட்டிருக்கும். இதில் வெளிப்புற ஒலி வாங்கியையும் பயன்படுத்திக் கொள்ளலாம்.

புகைப்படப்பெட்டி

காட்சிகளைப் புகைப்படங்களாக மாற்றியமைக்கப் புகைப்படப் பெட்டி பயன்படுகிறது. இந்தப் படச்சுருளில் பதிவு செய்யப்பட்ட காட்சிகளைப் படங்களை அய்வகத்தில் மாற்றலாம். ஒலிபுகும் படத்தால் தயாரிக்கவும், நழுவங்கள் தயாரிக்கவும் பயன்படுகின்றன.

கணினி

கணிப்பொறியின் மூலமே இன்று எதனையும் சாதிக்கலாம் என்ற நிலை ஏற்பட்டுள்ளது. வானில் ஏவப்பெற்றுள்ள விண்கலன்களுக்குக் கணிப்பொறி கணிப்பொறியின் வாயிலாக மருத்துவம், விஞ்ஞானம், கல்விசார் செயல்பாடுகள் மேலும் பல்துறைகளின் செயல்பாடுகளுக்கு பெரிதும் உறுதுணையாகின்றன.

இணையம்

இன்டர்நெட் எனப்பெறும் இணையம் பல்வேறு துறைகளின் பல்நோக்கு வளர்ச்சிக்குப் பயன்படுவதைப்போல் இலக்கியத்திற்குப் பயன்படுகிறது. இன்று தகவல் தொடர்பு என்பது பன்முக நோக்குக் கொண்டதாக உள்ளது. அவற்றுள் கல்வியும் (கற்றல், கற்பித்தல்) கல்வி சார்ந்த இலக்கியங்களும் வளையும் தட்டு, சி.டி. ரோம் போன்றவற்றில் பதிவு செய்யப்பெற்று எல்லோரும் பயன்படுத்த வசதி செய்யப்பெற்றுள்ளது.

கைபேசி

கைபேசிச் சாதனத் தொழில்நுட்பத்தைப் பயன்படுத்தி கற்றல் மிக மிக எளிமையாயிற்று. கைபேசி வழிக் கற்றல் தொழில்நுட்பங்களில் கையடக்கக் கணினிகள், எம்பி3, பிளேயர்கள், அலைபேசிகள் மற்றும் பலகைக் கணிப்பொறி ஆகியன அடங்கும். இவற்றின் வாயிலாக கற்றல் கற்பித்தல் தொடர்பு மிக மிக சுலபமாகிறது. இவற்றில் பாடம் சார்ந்த பகிர்வுகள் கல்வி குறிப்புகள் எளிதில் பதிவிறக்கம் செய்யப்பெறுகின்றது. இவற்றில் இணையம் பெரிய ஜாம்பாவானாக செயல்படுகின்றன. இன்றைய சூழலில் தொலைதூர கல்விசார் வகுப்புகளுக்கு பெரும் உறுதுணையாக இருக்கின்றன. நம் கையின் ஆறாம் விரலாகவும் மாறிவிட்டது கைபேசி. இவற்றில் இ-மெயில், பதிவு செய்தல் போன்ற பல்வகை அம்சங்கள் ஒவ்வொரு விதத்திலும் கற்றல் கற்பித்தலுக்கு துணைபுரிகின்றது.

முடிவுரை

இக்கட்டுரையில் மேற்கண்ட தொழில்நுட்பங்கள் கூட்டு செயல்பாட்டினால் கல்விமுறை இன்று எளிமையாகவும், சிறப்புற்றும் இருக்கின்றது என்பதனை நம் அனைவரும்

அறியப்பெறுகிறோம். மேலும் இத்தகைய தொழில்நுட்பங்கள் கல்வி சார் செயல்பாடுகளில் கூட்டுமுறையால் திறம்படச் செயல்படுத்தி ஏற்றம் பெறுவோமாக.

அடிக்குறிப்பு:

1. 1. ப. 28 – *Technical education published july 2005 vani printers P.* உதயகுமார்
2. 2. ப. 60 – கல்வி நுட்பவியல் வளநூல், சவிதா பதிப்பகம் 1995.
3. 3.பக்.366 – தமிழ் இலக்கிய வரலாறு, ச. சுபாஷ் சந்திரபோஸ், பாவை பப்ளிகேஷன்ஸ் 2008.

4.

A Study On Utilization Of ICT Among Middle School Teachers In Relation To Their Morale Attitude

J.Rajarajeswari,
Lecturer,
District Institute of Education and Training,
 G. Ariyur,
Villupuram Dt

Dr. S. Ravivarman,
Associate Professor,
Department of Education, Tamil University, Thanjavur

Introduction:

Information Communication Technology (ICT) has completely transformed our lives in all possible ways. India, a successful ICT powered nation, has always laid a lot of accent on the use of ICT, not only for good governance but also in diverse sectors of the economy such as health, agriculture and education etc. Education, undoubtedly, is one of the most important investments in building human capital in a country and a medium that not only shapes literate citizens but also makes a nation technologically innovative, thus, paving a path to economic growth. India's need for education is diversified and extensive, as it requires individuals who are equipped with specific knowledge to assume development responsibilities. This requires not only basic education but also comprehensive continuing education programmes to upgrade the skills in the line with development requirements and the technological developments.

The internet world wide web has provided an inexpensive system for delivery of education contents anywhere 24/7. India is in a position to exploit this as its educational IT environment has the flexibility and the ability to support the recent information and communication technology initiatives. Indian education system has been working towards imparting need based technical education from early 90s.

ICT IN EMERGING INDIAN EDUCATION SYSTEM

India today aspires to emerge as front-runner amongst the knowledge-based societies. Thus, the benefits of Information and Communication Technology (ICT) revolution in providing education and training of desirable quality can hardly be over emphasized. In India, school computing began in the early eighties through initiatives of a handful of private schools. It gained momentum with projects and schemes started by Government of India from time to time.

ICT Development and Different Approaches

Advancements in technology and the way technology is used into a system is a dynamic process. Each school must work within the sphere of its own system to fit choices which best suit its unique situation and culture. Even within a school, various units or courses may use different approaches. The approaches are hierarchical with the emerging approach as a beginning point, and the transforming approach as a goal many perceive as the future of education.

Role of Teacher in Technology Classrooms

Teachers are the key persons to use ICT in educational settings productively and to help integrate ICT into the curriculum. They are the vital players in any initiative which aims at improving teaching and learning process. In classroom there are no more lecture methods or other traditional methods used, teachers are required to decide how to make appropriate educational use of ICT in classrooms. So, role of teacher is important, if teachers are not actively involved in integrating ICT in all phases of curriculum then ICT at schools will have little impact.

Technology using teachers plan classroom instruction on a large scale, students initiate, think and make decision daily in the classroom. Teachers think of wide things they want students to explore, find both print and electronic material related to the things and prepare students to deal with gathering and organisation and sharing their new found knowledge with others. Most teachers who recognise the benefit of using technology across the curriculum are now spending time locating materials on the internet that will support their thematic activities. Teachers are becoming better facilitators, helping students stay active in their pursuit of knowledge.

Teachers today are making more authenticated assignments and engaging students in topics that have themes of high interest to them. They are motivating students through the use of computers and telecommunication in ways that ensure that the student will participate in various literacy projects. They also are helping students design presentation of their research finding to share with their classmates, parents and people around the world.

Today's teachers are taking greater responsibilities for learning that occurs when students visit their school computer laboratory. Previously, teachers could allow the lab assistant or computer teacher to instruct the classes. With the advent of more in service instruction for teachers and more in classroom use of computers, behaviors have changed. Now all teachers must know how to organize instruction in the ways that computers are being placed directly in classrooms. ICTs also help teachers in the following ways:

1. *ICT enables to enhance the initial preparation by giving good teaching material to use.*

2. *• with the help of ICT, teachers can have access to colleagues , institutions, universities, centre of expertise, rich resources and cyber space and national organization like UGC , NCTE, NCERT, NAAC etc.*

3. • ICTs enable to interact with students over a physical distance.

4. • ICTs enable to access online libraries, journals and research to enable individual learning.

5. • ICTs enable to give feedback of students performance and evaluating students' work objectively and fast without biases.

6. • ICTs provide lifelong and professionally developed courses at virtual situation, training on demand, orientation, and refresher courses through video conferencing or on-line.

The content and the presentation of the subject matter to the individual background, experience and needs of students become possible by use of ICT. It can facilitate differentiation and individualization in education.

ICT And Teacher Morale

Morale is a feeling or state of mind that involves a mental and emotional attitude.

(Mendel, 1987). Wilson Robert defines Morale as a configuration of many component parts all of which are important. Most important of all, morale is not a thing apart from the life of group and apart from the life of the individual. As a result of low morale, the educators would resist change, and the school would have a high rate of teacher absenteeism. Low morale is associated with an individual's attitudes, self-esteem, and self-concept. They also state that these internal feelings may result in external reactions. The possible external reactions are quoted by Briggs & Richardson as the relationships with other teachers and administrators. These external reactions could result from some internal feelings of educators, such as insecurity, frustrations, and lack of confidence.

An effective educational environment is also characterized by a positive school climate where the teachers and students feel good about teaching and learning and cooperate to foster a caring attitude. Attitude has great importance in learning and teaching. It is one of the important objectives of teaching and learning to develop attitudes in the aspects and process of school subjects.

Objectives Of The Study:

1. To assess the extent of use of ICT by teachers.

2. To assess the level of teacher morale.

3. To study the attitude of teachers towards ICT use.

4. To study the relationship between use of ICT by teachers and their morale

5. To study differences between male and female teachers in terms of ICT use in relation to their morale.

Methodology:

To achieve the objectives of the study the investigators has adopted normative survey method for the present study.

Sample:

The investigator intended to carry out the study on a sample of 100 Upper Primary school teachers from Government schools. So, for the present study, a sample of 100 Government school teachers from Thirunavalur Block at Kallakuruchi district of Tamil Nadu state was selected.

Major Findings Of The Study:

Findings related to overview of level of teachers' Morale:

13 percent of respondents of the sample were having low level of morale. Around 24 percent of respondents had high level of morale and the remaining 63 percent had moderate level of morale. This clearly indicated that Upper Primary school teachers differ in their morale level.

Educational Implications

The most outstanding characteristics of any research is that it must contribute something new to the development of the area concerned. So, an investigator should find out the educational implications of her study. This study has implications for teachers, students in particular and the whole educational system in general.

Technology is becoming more and more dominant in our society. Technology is all around us whether we want it to be or not: it is the vehicles we drive. Upgrades are being made and new innovations are being discovered every day in field of information and communication technology (ICT). ICT has had a major impact on our school systems and is still impacting it today. ICT enables all students to master more complex subjects via rich interactions with resources outside of classroom walls just as geographically distributed workers create, share, and master knowledge. Thus technology is impacting the young mind to a great extent.

However, the issue is not whether instructional tools are more efficient at accomplishing current goals of education, but instead how much is this emerging technology being explored by teachers in their classrooms with high morale, positive attitude and required technology competence, so that it can provide an effective means of reaching essential educational objectives in the technology-driven evolution of a knowledge-based economy.

This research attempted to provide a few recommendations that may help in developing morale, attitude towards ICT and technology competence among middle school teachers. These are offered in the subsequent section under the heading suggested implications of the present study.

Training programmes should be run by administration bodies to make teachers competent in using emerging ICT in their classrooms. Teachers should be encouraged and motivated by giving some awards and incentives on integrating technology in their classroom by principles and administration to develop positive attitude towards ICT.

Conclusion

While going through the studies given in the chapter, it is clear that teachers' use of ICT is influenced by many variables like gender, age, locality, teaching experience, nature of job, educational qualification, type of management and organisational set up of the institution.

Review of the studies of earlier years related with teacher morale give stress to find out the factors contributing to and related with teachers' morale. In later years it can   be seen that many of the morale studies were conducted to find out its relationship with variables like attitude, amount of salary, job satisfaction, professional skills,   student perception of teacher effectiveness etc.. The investigator feels that there is a need to further explore the influence of these variables in order to improve teaching learning process. The review of related literature presents a glut of researches presently being conducted in field of variables like use of ICT, Teachers' morale, their attitude towards ICT. Based on the research studies, the researcher felt that there is a need to explore the use of ICT by teachers in relation to their morale, attitude towards ICT in Upper Primary schools of selected district kallkurchi of Tamil Nadu state that it will help to adjudged the extent of all the variables related to teachers and suggest measures to overcome the problems of teachers in the application of ICT in teaching learning Process.

இணையத்தில் இலக்கிய வளர்ச்சி

முனைவர் சு. செல்வநாயகி
துறைத்தலைவர் மற்றும் உதவிப் பேராசிரியர்
தமிழ்த்துறை
ஸ்ரீ கிருஷ்ணா ஆதித்யா கலை மற்றும் அறிவியல் கல்லூரி
கோவைப்புதூர் கோயமுத்தூர்.

முன்னுரை

இணையம் என்பது மனிதர்களோடு வாழும் ஒரு சக உயிரினமாக மாறி உள்ளது எனலாம். ஒவ்வொரு மொழியும் இணையத்துக்குள் தனது ஆட்சியை செலுத்தி கொண்டுள்ளது. தமிழ்மொழி இணையத்தில் பெரும் வளர்ச்சி கொண்டுள்ளது என்பது மறுக்க முடியாத உண்மை. தமிழ் இலக்கியங்களை; இணையம் பல்வேறு தரப்பட்ட இலக்கிய ஆர்வலர்களிடம் இடம் சென்று செலுத்திக் கொண்டிருக்கும் பாங்கு இணையத்தமிழ் வளர்ச்சியினால் சாத்தியமாகியுள்ளது. அவ்வகையில் இணையத்தில் தமிழ் இலக்கிய வளர்ச்சி பற்றி இவ்வாய்வு அமைகிறது.

இணையத்தில் நவீன இலக்கியங்கள்

ஊடகங்கள் சார்ந்து நவீன இலக்கியங்களின் போக்கை ஆராய்ந்தால் நவீன இலக்கியங்களை கதை, கவிதை, நாவல் வகைகள் வெளிப்பாடும் இருப்பும் வளர்ச்சியும் இந்த தொழில்நுட்ப கலாச்சாரத்தில் பிரமிக்கத்தக்க வளர்ச்சி பெற்றுள்ளது எனலாம். குறிப்பாக 1970களில் அடித்தளம் இடப்பட்ட இணையத்தில் ஆரம்பித்து இப்பொழுது வரை 50 வருடங்களாக விஸ்வரூபம் எடுத்திருக்கும் சமூக வலைத்தளங்கள் வரை இலக்கியம் பரிணமித்திருக்கிறது. ஒவ்வொரு இலக்கிய ஆர்வலரையும் கணித்தமிழ் தொழில்நுட்ப வளர்ச்சி அவர்களின் சூழலை மாற்றி உள்ளது. ஒரு இலக்கிய எழுத்தர் ஒவ்வொரு கதையும் எழுதி அதை இங்கு இரண்டு பேரிடம் சரிபார்த்து பொதுமக்கள் வாசிக்கும் இதழில் பிரசுரிக்க காலம் மிக அதிகமாக தேவைப்பட்டது. தற்போது இணைய வளர்ச்சியில் இந்த சூழல் மாறி இருக்கிறது.

இணையத்தில் எண்ணிம இலக்கியம் மற்றும் இலத்திரனியல் இலக்கியம்

புதிய தொழில் நுட்பத்தை அறிந்து இணையத்தை கையாளத் தெரிந்தவர்கள் அனைவரும் தமது சிந்தனைகளை எழுத்துக்களாக மாற்றி மக்கள் முன்வைக்க தொடங்கியுள்ளனர். மிகப்பெரிய வெற்றியும் கண்டுள்ளனர். இணைய தொழில்நுட்பம் எண்ணங்களை பரிமாறுவதற்கு ஒரு ஊடகம்

என்பதற்கு அப்பால் இது மனிதனும் மனிதருடன் வாழும் ஒரு உயிரினம் ஆகவே மாறியுள்ளது. மனிதன் எல்லா சுகங்களையும் அதனுடன் வழங்கியுள்ளான் என்று கூறலாம்.

இளம் எழுத்தாளர்களை உருவாக்கும் களம்

இணையவழி இலக்கிய வலைத்தளங்கள் பல சிறப்பாக செயல்படுகின்றன. இளம் எழுத்தாளர்களை ஊக்குவித்து அவர்களின் இலக்கிய அறிவிற்கு களம் அமைத்துக் கொடுக்கின்றன. பல நாடுகளில் ஏற்கனவே இருக்கும் பலர் இதற்கென தளங்களை உருவாக்கி தமக்கென தனிக்களத்தை விரிவுபடுத்தும் நோக்கில் இணையதளங்களையும் வலைப்பூக்களையும் முகப்பு புத்தகங்களையும் பயன்படுத்தி வருகிறார்கள். இவர்களின் தளங்கள் பலரும் வாசிக்கும் புத்தகங்களாகப் பயன்பட்டு வருகின்றது

கால சேமிப்பு

இலக்கிய ஆர்வலர்கள் ஒரே நேரத்தில் அனைத்து செயல்பாடுகளையும் செயல்படுத்துகின்றனர். இந்த செயல்பாடு மிக அற்புதமான முறை. இது நேர விரயத்தை தவிர்க்கப் பயன்படுகிறது எனலாம். இணையத்தில் எழுத்து வெளியீடு, வாசிப்பு, விமர்சனம், பின்னூட்டம் அனைத்தும் ஒரே நேரத்தில் செயல்படுகிறது. ஒரு கவிதையை எழுதிய நேரத்தில் அடுத்த பத்தாவது நிமிடம் அதற்கான பின்னூட்டம் வரை அனைத்து வேலைகளையும் முடித்து வைக்கிறது. இப்போதைய இணையக் கலாச்சார சூழல் அல்லது இந்த இணைய வழி இணையதளங்கள் செலவு குறைந்தது. சுதந்திரமானது. இம்முறை அபரிதமான ஆக்கங்களை தமிழ் இலக்கிய உலகிற்கு தந்து கொண்டிருக்கிறது எனலாம். இந்த புதிய இணைய சூழல் புதிய ஒளியை கொடுத்துள்ளது எனலாம். தமிழ்மொழிக்கு இவ்வாறு பல இணையதளங்கள் ஒளிபரப்பிக் கொண்டிருக்கின்றன. அவ்வகையில் பதிவுகள் எனும் இலக்கிய இதழ் மிகச் சிறப்பாக செயல்பட்டுக்கொண்டிருக்கிறது.

பதிவுகள் இலக்கிய இதழ்

தமிழ் இலக்கிய இதழாக சாதாரணமாக வெளிவந்த பதிவுகள் ஆரம்பம் 2000 வருடம் தான். ஆரம்ப இலக்கிய இதழ்களில் மகாகவியின் கவிதைகளாக கவிதைகளைப் படிக்க ஆரம்பித்த பின்பு தமிழக அரசியல் கட்டுரைகள், தமிழ் விமர்சனம் பற்றிய கட்டுரைகள் வெளியிடப்பட்டன. இன்று பலரின் கவனத்தை ஈர்த்து சிறுகதை, கட்டுரை, கவிதை, நாவல், குறுநாவல், நிகழ்வுகள், விவாதங்கள், நூல் விமர்சனம், இணையத்தள அறிமுகம் என பல வகையில் தன் தளத்தை விரிவு படுத்திக் கொண்டே சென்றது. ஜெயமோகன் முதல் புதிய இளம் எழுத்தாளர்கள், படைப்பாளிகள் வரை 500க்கும் மேற்பட்டோர் இத்தளத்தில் எழுதி தன் படைப்புகளை வெளியிட்டனர் என்பது குறிப்பிடத்தக்கது.

புகழ்பெற்ற படைப்பாளி முதல் புதிய படைப்பாளிகள் வரை எல்லோரும் பதிவுகள் இலக்கிய இதழில் தங்கள் கருத்துக்களை வெளிப்படுத்தியுள்ளனர். சிறப்பான பின்னோட்டம் பெற்றுள்ளனர். அவ் வகையில் தமிழ் இலக்கிய உலகில் கணித்தமிழின் நல்லதொரு பதிவுகள் திண்ணை, மரத்தடி, நிலாச்சாரல், தமிழோவியம், ஆறாம்திணை போன்ற தமிழ்மொழி இலக்கிய இதழ்கள், இணைய

இதழ்கள் தமிழ் மொழியின் இலக்கிய வளர்ச்சிக்குப் பெரும் சேவை புரிந்து வருவதை நாம் நன்றியுடன் நினைத்துப் பார்க்க வேண்டும்

முடிவுரை

கணித்தமிழ் என்பது இலக்கிய உலகின் மிகச்சிறந்த பரிணாம வளர்ச்சி எனலாம். தொழில்நுட்ப வளர்ச்சி ஊடக வளர்ச்சியை உருவாக்கி வருகிறது. அவ்வகையில் இணையத்தமிழ் இலக்கிய வலைதளங்கள் உலகில் மாபெரும் புரட்சியை சத்தமின்றி நிகழ்த்தி வருகின்றது என்பது பெருமையுடன் நாம் நினைவு கொள்ளத்தக்கது.

பின் சான்று

1. நேற்றைய மனிதர்கள்: இராஜேஸ்வரி பாலசுப்பிரமணியத்தின் சிறுகதைத் தொகுதி – மதிப்பீடு
2. *by நடேசன் On November 08, 2021*
3. நடேசன் புலம் பெயர்ந்த எழுத்தாளர்களில் இராஜேஸ்வரி பாலசுப்பிரமணியம் பெண் எழுத்தாளராகவும் தமிழ் எழுத்தாளர்களில் வித்தியாசமானவராகவும் அறியப்பட்டவர். புலம்பெயர்ந்த தனது புற, அக அனுபவங்களையும், மற்றவர்களின் அனுபவங்களையும் உள்வாங்கி எழுதுபவர். அவரது அரை நூற்றாண்டுகளுக்கு மேலான இங்கிலாந்து வாழ்வுடன், அங்குள்ள தமிழர்கள் , தமிழர்கள் அல்லாதவர்களது, கலாச்சாரம், பண்பாட்டுக் கூறுகளை உள்வாங்கி, அவற்றைத் தனது கதைகளில் வெளிக்கொணர்ந்துள்ளார். மேற்கு நாடுகளுக்குப் புலம்பெயர்ந்த தமிழ்ச்சமூகத்தின் செல்லும் திசையை அறிய அவரது எழுத்துகள், திசைக்கருவியாக எமக்கு உதவும்.
4. இரக்கம் '' குறும்படம் வெளியீடு
5. சுப்ரபாரதிமணியன் சிறுகதையை மையமாகக் கொண்ட குறும்படம் வெளியீடு
6. இயக்குனர்; எஸ் எல் . முருசேஷ், கோவை. வருக
7. மக்கள் மாமன்ற நூலகம்,
8. டைமண்ட் திரையரங்கு முன்புறம், திருப்பூர்
9. வருக –
10. திருப்பூர் மக்கள் மாமன்றம்
11. அழகியசிங்கரின் மூன்று கவிதைகள் 40 வது சார்ஜா புத்தகக்கண்காட்ச\
12. என் பயணத்தின் முடிவு
13. •படைப்பும் பொறுப்பேற்பும்
14. சுமை
15. ப.தனஞ்ஜெயன் கவிதைகள்
16. 40 வது சார்ஜா புத்தகக்கண்காட்சி
17. முகங்கள்... (இரயில் பயணங்களில்)
18. சிறை கழட்டல்..
19. சொல்வனம் இணையப் பத்திரிகையின் 258 ஆம் இதழ்
20. • மௌனம்

Artificial Intelligence in the classroom Environment

C.KIRUTHUIGADEVI M.Sc., M.Phil.,

Assistant Professor of Information Technology
S.B.K College,Aruppukottai
kiruthichandrabose@gmail.com

Abstract

Technology is an essential part of human progress. Whether it be sticks, stones or smart phones, tech has allowed us to excel in our environments. With tech becoming more ubiquitous and classrooms being digitized, the experts and convicts of artificial intelligence have been the focus of many heated debates between education and tech experts.

After all, computers are getting smarter, and artificial intelligence is more science-fact than science-fiction. Educators could soon find themselves at the head of a *"**Digital Classroom"*** with AI at its heart.

Keywords: Artificial Intelligence, Virtual Reality Learning, Machine Learning Evaluation.

Keywords: Artificial Intelligence, Virtual Reality Learning, Machine Learning Evaluation.

Introduction

"Artificial intelligence (AI) refers to the simulation of human intelligence in machines that are programmed to think like humans and mimic their actions. The term may also be applied to any machine that exhibits traits associated with a human mind such as learning and problem-solving."

Artificial intelligence the ability of a computer program to perform human tasks such as thinking and learning, sometimes referred to as machine learning—is changing classrooms in higher education

Imagine a classroom in the future where teachers are working beside artificial intelligence, this is part of a larger vision of future classrooms where human instruction and AI technology interact to improve educational environments and the learning experience.

Technology is an essential part of human progress. Whether it be sticks, stones or smart phones, tech has allowed us to excel in our environments. With tech becoming more ubiquitous and classrooms being digitized, the pros and cons of artificial intelligence have been the focus of many heated debates between education and tech experts.

After all, computers are getting smarter, and artificial intelligence is more science-fact than science-fiction. Educators could soon find themselves at the head of a "Digital Classroom" with AI at its heart.

The research will play a critical role in helping ensure the AI agent is a natural partner in the classroom, with language and vision capabilities, allowing it to not only hear what the teacher and each student is saying, but also notice wave (pointing, shrugs, shaking a head), eye gaze, and facial expressions (student attitudes and emotions).

Right from e-commerce to healthcare to education, in each and every sector, the intervention of AI has increased by various. Many companies are now investing in developing their own version of AI and Machine learning. Artificial

Intelligence is defined as the capability of a machine to imitate intelligent human behaviour. It makes our digital, automated processes smarter.

Let's explore the possibilities and effects that such a step would have on our society and educational system.

Why it works:

Personalized Learning (Author by Ava Grey-NorthIndia): Much attention is usually given to what students learn, with a historical tendency to focus on curriculum. However, how a student learns is just as important. Advances in AI are giving teachers a better understanding of how their students learn and allowing them to customize the curriculum accordingly.

ITS (Intelligent Tutoring Systems): some far-off vision of the future—they already exist in a practical capacity. While far from the norm, they are capable of functioning without a teacher having to be present and can effectively challenge and support the learner using different algorithms.

Adaptive Group Formation: By analyzing learner information, AI can generate groups particularly suited to a certain task, or groups that balance one learner's weaknesses with another learner's strengths.

Facilitation by Example: Models of effective collaboration can be used to support learners and help them identify effective problem solving strategies

Intelligent Moderation: Intelligent Moderation allows human tutors, moderators and teachers to analyses the data produced by large groups with the assistance of AI techniques like machine learning. In turn, educators can be more efficient in the classroom.

Virtual Reality Learning: Taking a page from aviation education, VR-assisted learning allows for educational support in authentic environments and extends the boundaries of the classroom. Realistic immersion in virtual environments can provide learners with a richer understanding of the material. This will also act as a stepping stone to real-world experiences, with fully integrated AIs, humans will employ machines for space and ocean exploration, fraud detection, knowledge management, job training and precision surgeries.

Essay Grading Software: Software that can instantly grade student essays is a significant benefit. Every graded essay adds to a central database to which future essays are compared.

Real-time Problem Solving Assessment: This reduces the load on teachers by providing simultaneous instruction in a classroom setting. Performance over time when looking at computer performance versus human performance graph

Improving Course Quality: AI can analyze patterns in which a large number of students submit wrong answers to the same questions. By alerting the educator to these patterns, AI can help make teachers more effective.

Dynamic Scheduling and Predictive Analysis By using predictive computing, AI can learn students' habits and propose the most efficient study schedule for them. This is a benefit for the customer service agent, medical intern, or anyone who does a repetitive or laborious tasks; a machine won't get bored, tired or need a break and should the machine encounter a problem or question out of its programming a human will be contacted to step in.

Custom Textbooks: Educators will be able to import a syllabus and AI will generate a textbook filled with the core content (CTI). This makes for an incredible amount of customization, not only from class to class or grade to grade, but within the school year itself.

Virtual Humans: While seemingly something out of science fiction, virtual humans are already a reality. Intelligent interfaces like "the twins" at the Boston Museum of Science, for example, provide a much-needed social dynamic to artificial intelligence. Virtual humans like avatars, digital assistants or Chatbots are cost efficient and can work 24 hours, seven days a week in those repetitive and time-consuming tasks no human enjoys doing.

Intelligent Game Based Learning Environments: Using gamification to motivate learners can help improve retention while making the learning experience fun.

Machine Translation: While today's translation apps are not as accurate as human translation, machine translation can be faster and more efficient. Machine translation has the potential to bridge the language gap for many second language students.

Empowering the Disabled (Differently-Abled): AI programs that augment the educational experience for the disabled are already in development by companies like Facebook. These advancements can grant learners with special needs a greater sense of autonomy.

Streamlining Education System (Author by Swapnil Dharmadhikari)

These are voice recognition systems that can imitate human intelligence. These systems are not only helping us to gain knowledge but also to enhance our decision-making ability. This technology is also known as machine learning which has been used in certain areas to track important issues related to education.

AI working as a catalyst in streamlining the education system and helping institutions make better decisions. Implementing AI at such a large scale would definitely help us to fix the defects in the current system.

Personalized Education

The standard of curriculum and teaching has not improved at a faster rate. Many articles in the mainstream media have repeatedly highlighted that our students are denied of good quality education. AI can be a solution to this problem.

The most important reason is that AI systems can adapt to Individual student learning and greedy abilities. It can also find out his or her strengths and weaknesses. How much ever we try a single teacher per classroom is not enough to fulfil the needs of all 60 students. In this scenario, enabling students with AI systems in schools and classrooms or at their homes might be the solution to solve the problem of low quality and inaccessibility at one stroke.

Assistance to Teachers

Teachers have to handle multiple responsibilities such as evaluation, grading, paper setting, creating mark sheets and tracking the performance of every student. If these tasks are made easy for them, then they would focus more on course development, teaching quality and skill development.

AI systems can help teachers in all these tasks, making these tasks not only automated but also intelligent. With AI systems in place, it will be easier for teachers to focus on students rather than worldly administrative tasks.

Accessible and Inclusive Education

India has always promoted the policy of Education for all. As of now, India has over 600 million young people. All of them deserve a good education, skills, and jobs.

AI education can become more accessible and inclusive at the same time. Various tutoring programs, learning applications with skill-based curriculum are being developed across the globe. These AI-enabled systems will bring global classrooms at your fingertips. It will not only empower students but also teachers in upgrading themselves with current trends. Such systems could be a boon for rural education. Students living in the most remote parts of India would be able to learn the way it is learned in an urban setting.

Proctored Online Assessments

In this technology that can help to simplify the exam invigilation process. Students can appear for exam from any location classroom/home. System is able to invigilate such exam remotely using remote Proctoring.

It uses a web camera attached to the computer system to authorize remote students. Many education institutes, corporates, universities have started using this technology to simplify the examination process with the artificial intelligence of Remote Proctoring.

Answer sheet Evaluation

Physical Answer sheet evaluation is one of the pain areas for university or education institutions. Many entities are moving towards an onscreen evaluation system as it is intelligent and auto-calculates the score.

It also ensures that examiner has truly verified all pages of the answer sheet. It also saves logistical cost of handling physical answer sheets. It can help you to automate result processing.

Conclusion

AI in education is a complete change. According to a report issued by Centre for Integrative Research in Computer and Learning Sciences states that the next level uses of AI in Education is not yet invented. So the people working on AI applications should let the educators and education policy makers know about this in depth. Although there are several concepts of using AI in educational sector, our future is AI.

Textbooks And Its Digital Features – A Study

Dr. P.MANGAYARKARASI, Ph.D.
Research Supervisor and Head,,
J.LINGESWARAN
Ph.D Research Scholar,
Department of Linguistics,
Tamil University, Thanjavur.

Abstract

This research article deals with the role of textbooks particularly focuses the language textbooks and advanced features. It gives the vivid idea about the multimedia and its uses in the classroom teaching. This paper explains the learning through multimedia and its effect. Discussion made on quick response code and its historical background, development, uses, and its need. Further, the world is rapidly moving towards a digital culture where teaching and learning is migrated to cyberspace from a conventional brick and mortar classroom. Given that e-Learning and mobile learning are attractive which provides the mainstream digital methods of delivering education through various technological which are included in present textbooks.

Introduction

Textbooks are an essential part of English Language Teaching (ELT). Most teachers follow textbooks in their classes and are often used as a syllabus, most teachers simply follow current textbooks. Textbooks also offer benefits such as activities, assignments, audio and video recordings, and lots of pictures. Furthermore, as books are usually prepared by a group of experts and interested parties, it can be argued that they tend to be of a certain level of quality. On the other hand, if teachers were expected to prepare their own materials all the time, this would not only be time consuming, but most teachers would have big problems as they are not familiar with the design and development of materials. Therefore, it can be argued that textbooks are very important components of ELT classrooms and therefore their quality should be checked carefully.

Textbooks are one of the most important tools for promoting effective teaching. They are defined as the basic written resource prepared to organize and develop systems to deliver a course, which contain certain criteria (Valverde, et al., 2002). They have a great influence on teaching practice and seem to be a vital ingredient for successful learning. Due to this characteristic, they intend to be mediators between the educational objectives of a given curriculum and the instructional activities in the classroom. Research has generally come to a consensus on two main goals of textbooks, such as helping teachers provide many systematic teaching processes and giving students the opportunity to repeat and follow up on what they have learned (Cunningsworth, 1995; Graves, 2003; Gelfman, 2003). et al, 2004) ; Richards and Rodgers, 2001; Valverde et al., 2002). This reality gave them an important role in shaping the perspectives of teachers and students on school subjects (Ravitch, 2003).

While the role of textbooks varies from educators' perspectives, Gelfman et al. (2004) proposed a basic outline for the mediating role of the textbook: (a) encouraging and teaching students to create new knowledge, (b) balancing detail and accuracy of information, (c) To provide students with active, creative and versatile information (d) To create a coherent program of study. Researchers strongly stated that textbooks are not just a booklet containing written texts, but also an active participant in students' educational processes (Harmer, 2007; McGrath, 2013) and have a direct impact on student learning (Robitaille & Travers, 1992). In most classrooms, they are essential educational tools that act as a bridge between teaching and learning.

It helps and motivates students to learn (Mikk, 2000) and allows them to follow the lesson, repeat the topics and evaluate themselves efficiently (Ceyhan & Yiğit, 2005; Cunningsworth, 1995; Demirel & Kıroğlu, 2008; Graves, 2003; ; Kılıç & Seven 2011; Ur, 1996). While textbooks play a fundamental role in the classroom, they also bear the responsibility of the linking role between the intended and implemented curriculum (Robitaille & Travers, 1992). This responsibility includes aspects that create value, motivators, accessibility, illustrations, etc. requires them to have a certain quality in terms of and encourage students to learn (O'Keeffe, 2013).

Definition of multimedia

Multimedia can be defined in several ways, depending on one's point of view. Typical definitions include:

1) Multimedia is "the use of several media formats in a presentation" (Schwartz & Beichner, 1999, p. 8).

2) Multimedia is "information in the form of graphics, audio, video or film. A multimedia document contains a media element other than plain text (Greenlaw & Hepp, 1999, p. 44).

3) Multimedia includes a computer program that contains "at least one of the following with text: sound or enhanced sound, music, video, photographs, 3D graphics, animation or high-resolution graphics" (Maddux, Johnson, & Willis, 2001, p. 253).

Multimedia and learning

Multimedia has been successfully applied to many courses to provide a variety of learning styles or methods. Learning styles are defined as characteristic cognitive, affective, and physiological behaviors that serve as relatively stable indicators of how students perceive, interact, and respond to the learning environment. Students learn more comfortably in an environment that reflects their dominant learning style (Sankey, 2006). While students have a preferred method of learning—visual, phonetic, reading/writing, or kinesthetic—many students are multimodal (use a combination of these methods). Multimedia can be used to develop a more inclusive curriculum that appeals to visual, phonetic and kinesthetic learners and overcomes the differences in student performance that may be the result of different learning styles. Presenting materials in a variety of ways has been used to encourage students to develop a more diverse approach to learning (Morrison, Sweeney, & Heffernan, 2003). The transition from book to computer is an opportunity for greater interaction and new ways of thinking about a learning activity.

Technology provides more ways to represent concepts through different media formats. Such advances in technology require pedagogical research to validate the usefulness of such new activities in facilitating learning. Students with access to multiple representations improve understanding, learning, memory, communication, and inferences (Rogers & Scaife, 1996). Kozma (1991) argues that students will benefit most if teaching methods provide, perform, or model cognitive operations that are important to the task and the situation. Students will also benefit more if they can perform or provide the operations provided by these representative means on their own (Kozma, 1991). Providing the student with solid structure and content is more important than providing the interaction and animation that new media provides. Understanding and learning require a solid structure of content and teaching materials, not new media or forms of representation. The combination of text and image is effective when the information provided is complementary and adapted to any presentation. Making connections from multiple representations depends not only on the mode of presentation and the establishment of interrelationships between multimodal elements, but also on the characteristics of the task (Dubois and Vial, 2000).

The world is rapidly moving towards a digital culture where teaching and learning has moved from a traditional brick-and-mortar classroom to cyberspace. As eLearning and mobile learning are attractive propositions for countries with a strong technology infrastructure, the global south still struggles to incorporate digital education delivery methods due to various technological and financial barriers. This has been a possible slow death for printed material in developing countries where the medium is predominantly used to teach in schools, traditional universities, VET institutions and open universities.

Quick Response codes

Quick Response codes were developed in 1994 by Denso Wave, a Japanese company, as a type of symbol that can be easily read by a scanner. The term QR is an abbreviation for "Quick Response". It can store various content such as texts, URLs, automatic messages and contact information. A Quick Response code stores information both vertically and horizontally and is therefore more useful than a standard barcode, which can only store information horizontally. Information in a Quick Response code can be decoded by a mobile device with an interior camera and software for reading QR codes (Savarani and Clayton, 2009). There are various websites for generating Quick Response codes on the Internet: qrcode.kaywa.com, qrkodolosturma.com, qrstuff.com and the-qrcodegenerator.com. The codes generated by these websites can be saved and printed.

The use of Quick Response codes in education provides many benefits such as low cost, ease of use, portability / mobility, immediate availability and immediate enjoyment. Problems related to the use of Quick Response codes are decline in internet speed, cost of mobile internet, visual similarity between Quick Response codes, software problems and brightness of devices (Leone & Leo, 2011). Ogen (2012) suggested that as an example of Quick Response codes used in education, "one connects to an audio file that gives the pronunciation of the object in a foreign language or a link that shows the meaning of the word in a foreign language. Place a Quick Response code on the object. "

Theoretical framework for textbook evaluation for this study

Cunningsworth (1995) and Ellis (1997) divided textbook evaluation into three types: pre-use evaluation (pre-use), in-use evaluation (during use), and post-use evaluation (post-use). The first type, pre-use or predictive assessment, aims to assist teachers or those responsible for selecting the appropriate textbook(s) so that students can best achieve a set of learning objectives for a given lesson. During use evaluation, teachers can observe the strengths and weaknesses of the textbook used. The second type (post-use evaluation) focuses on evaluating the overall quality after the textbook has been used throughout the course. Clearly, an ELT textbook assessment across all three phases of a course implementation helps predict, evaluate and review the overall quality of a textbook used as a teaching and learning tool for students' English language development.

Although an ELT textbook evaluation was introduced in the early 1970s, no systematic evaluations were made due to the lack of sufficiently detailed criteria (Harbi, 2017). Later in the 1980s, there was a significant increase in interest in textbook evaluation, which led to the launch of checkbooks for textbook evaluation in the foreground. This also made it possible for researchers in the field to evaluate textbooks more critically. During 2011-2013, despite an increase in the evaluation of ELT textbooks in primary and secondary school (both individual book and an entire series), the evaluations that took place were concentrated mainly on either a specific evaluation category or some evaluation categories.

While Dweilkat (2011) examined teachers' and students' views on learning activities and exercises in a tenth grade textbook titled English for Palestine, Al-Qazaq (2011) evaluated the content of the tenth grade textbook series called Lifelong Learning Action Pack. students. learning and academic skills. Alshehri (2012) evaluated secondary school English textbooks used in Saudi Arabia in terms of learning objectives, content, grammar, vocabulary and four language skills (listening, speaking, reading and writing). Phonhan, Prapan, and Chaiyasuk (2012) examined the application of language teaching methods after using My World 1-3 textbooks and found that the teaching methods used were based on the content-based teaching method (CBI). They also examined teachers' perceptions of the theoretical framework of CBI, the types of activities and lesson design based on CBI, lesson planning, and applications of the CBI method. In late 2013, Alosaimi (2013) examined how successfully a textbook called KSA Primary EFL supported Active Learning principles, while Al-Thubaiti (2013) evaluated how the teaching and learning activities in the KSA Intermediate textbook supported a student-centered classroom. Additionally, Srakang and Jensen (2013) focused on a study on teachers' perceptions of the tenth grade English Language Teaching textbook. Revised from the Urs (2012) criteria and Wongkaews (2009) questionnaires, the researchers developed a 5-point Likert scale containing 35 assessment objects covering three main categories: textbook evaluation (22 articles), textbook roles (7 articles), and teachers' textbooks. (6 articles).

It is now clear that a checklist for evaluating the ELT textbook is considered an important tool for letting teachers or responsible persons choose a quality textbook for their students. The selected textbook provides appropriate language input for students to improve their English language skills. In addition, we agree with Gutiérrez Bermúdez (2014) that a checklist for future assessment should support structured qualitative assessment that has a descriptive character but is defined as a specific guideline. This will encourage teachers to express their views on various aspects of assessment, mainly according to language learning objectives based on an international framework or standard (here with reference to CEFR). As such, these ideas have been prominently embraced in a number of ELT textbook evaluation studies from 2014 to the present.

Conclusion

Textbooks are playing the vital role to the enhancement of the teaching learning process. Now-a-days textbooks are becoming most advanced and its features are updated. Textbooks are having colourful pages for each and every unit. It has unique and digital aspects. It is easy to read, gain attention from the pupils, gives joyous reading, make them stress free mind, and etc.

REFERENCES

21. *Law, C. Y., & So, S. (2010). QR codes in education, Journal of Educational Technology Development and Exchange, 3(1), 85-100.*
22. *Saravani, S. A., & Clayton, J. F. (2009). A conceptual model for the educational deployment of QR codes. In Same Places, Different Spaces. Proceedings Ascilite Auckland 2009. Retrieved from http://www.ascilite.org.au/conferences/ auckland09/procs/saravani.pdf*

Effective Learning: A Review on Game Based Tools

Dr.V.Vasanthi1

Assistant Professor, Department of Computer Technology
Sri Krishna Adithya College of Arts and Science,
Coimbatore-42
vasanthiv@skacas.ac.in

Introduction

The learning mechanism via play is the method that used in psychology and educational purposes to make the children learn in suitable and effected way around the globe. The children can get to learn easily via play where they can contact and learn through social, develop their skills, self-assured ,emotionally mature and keep interacting in new things from the world [1].Moreover the best way of young children to learn a new things by being active with others ,playing ,talking to people who are kind to them, communicating, making fun, ,try to make friends and get idea from them, make things better to show to others online and trying to learn new skills [2].The learning new things through play will make the people learn the concepts in effective way and get more experience skills in short time .This way of learning would be increased more in upcoming future. Based on the supporters idea. The curiosity is one of the things that children learn through it and it's in their habit to explore and learn new things.

Keywords: Learning mechanisms, play, education, attention, Quizizz.

Elements of Children Play

- In the time of play there should be no outer aim,there should be no way of learning that has to occur.
- The way of play should have interest in order to learn the things with enjoyable.
- The learning mechanism via play includes the voluntary.
- Play includes interactive with others in most of our time at the time of playing.
- The play makes sense of believe in term of learning.

Now daysthe learning mechanism through play is one of the most important concept that should be followed in order to make the sense of learning interactive and enjoyable [3].

Features of Play Through Learning Mechanism

How Play via learning mechanism can make sense?

First of all learning via play can make the person to learn in enjoyable way which makes sense to the people to learn and interact though out the world easily, get many skills and experience. So the learning features through play can be listed as:

Imagination

The imagination is one of the critical concepts that can be used while playing in order to create images to their minds and try make things with feelings,thinking and make ideas so that the people can make uses of their thoughts in their play.[4]

Creativity

The way of paly make a big role in order to make creativity, includes finding objects. Also the play can be more creative and effective when player bring ideas, making paint or making various materials in order to make different objects .creativity is the role and the process play criteria.

Active

While playing the children can be more active and they use their minds in order to interact with people and the environment. This can make the children to learn in a better way.

Work

The work and play can be differentiated based on chosen activity by the person .the work has the intention of the approved result, on the other hand the play it's the process of making things done without knowing or predicted [5].The dietze and kashin has prescribed the play to be include the activity, motivation and ability to learn through play especially the educators and parents has to include play in reality and specific requirements to learn in order to make the play become real work [6].

The play can be consider in many people as the waste of the time but in reality if the play consider to be making and building a new knowledge by engaging in various activity[7] moreover the development term of the qualities of play are more difficult for the researchers to search.[8]

Importance

As we know that the play is a part of life and it has been known from the united nation for the children. The freedom must be for all children to play, enjoy and development of the brain. Play also makesbrain expansion [9].

Summaries points in a quick way

Making the play in learning way can keep the children to learn quickly and understand the topic easily. The best key points to summarize the topic are by keeping interacting and enga

Confidence In The Subject

Learning through play can help the students to more assure about the subject and how well they know. Enable them to speak in a confident way especially when they discuss in the group moreover they get more skills experience.

Enjoyable

In a simple way the play can be as fun in order to learn and know the subject in a better way. Especially for children while playing they should be enjoying and find excited via their play.

Encouragement

The Play Can Make A Big Role For Encouraging   The Children Especially When They Have A Quiz Working As In A Group .Moreover Working In Various Group Discussions Will Help The Students To Answer The Quiz Easily And That Help To Have A Good Skills In Order To Answer And Conclude The Discussion.

Communicative

The opportunity of communicating is to make children learn and share the concept in better way. Also to get the knowledge through play method. The kids can communicate by using words or waves in order to learn via play.

Especially in India, the modern teaching methods have existed for decades without any radical transformation.

As children around the world face the impact of the pandemic, innovation in learning methods has become an absolute necessity. We need learning methods that are less stressful and tedious, and more engaging, interactive and entertaining.

Some of mechanism like Kahoot!,Quizizz, Quizlet Live, and Gimkit are reviewed with pros and cons of these tools.Several digital tools created for the classroom bring those exciting experiences to students with learning as the focus.

These "game show classroom" websites do a number of things.

- _Create an electric atmosphere for answering questions._

- _Provide fun, interesting repetitions._

- _Make in-the-moment feedback possible._

Kahoot!is the granddaddy of the game show review games, launched in August of 2013. In a standard Kahoot! game, questions are displayed to students.

Pros

It's a shared experience. Everyone responds at the same time. That also means we can provide feedback to everyone at the same time.There are millions of publicly created Kahoot! games you can use (or duplicate for yourself and change).Students are likely very familiar with it, meaning it can be plugged into a lesson with little time to learn a new app.

Cons

The speed of a traditional Kahoot! game can make some students feel like they're left in the dust.It's easy for students to see each other's responses and copy. (Just look at all of the screens the student in the foreground of the photo can see from his desk.)

Quizizz

Quizizz takes the excitement of a gameshow-style review game and puts the whole experience in the students' hands.

Pros

It's student-paced. No one gets upset because their device didn't load the game fast enough to compete. Teachers can display a student progress dashboard on the projector to see progress of each student and instantly see how many questions the class answered right/wrong.

Cons

When everyone is answering different questions at different times, you lose a bit of the excitement.

With Kahoot!, when my class answers one question all together, it isolates that piece of content so we can all talk about it. When a Quizizz game is over, you can review all the questions all at once, and you lose that isolation.

Quizlet Live

Quizlet's foray into the game show-style review is the best collaborative game. Instead of students answering individual questions on their individual devices, Quizlet puts students in groups. All possible answers are divided amongst the devices of all students participating.

Pros

Teamwork and communication. With traditional flashcards, students may study them in isolation quietly. This brings students together in a game where they must depend on each other.

Play games with Quizlet flashcard sets. Quizlet Live runs from Quizlet flashcard sets. That means you don't have to create anything new if you use Quizlet and already have flashcards OR if you can find a Quizlet flashcard set you like.

A new game every time. Each new Quizlet Live game is different. When a game pulls a dozen cards from a Quizlet flashcard set, there are tons of combinations — especially when there are LOTS of flashcards. Start a new game and Quizlet mixes up the cards for a new combination.

Cons

You need at least six students to play a game (at least two teams of three students) and at least six cards in a flashcard set. If you're looking for something more individual to play as a group, Quizlet Live may not be your game.

Gimkit

In Quizizz, students collect points cumulatively throughout the game. In Gimkit, students use their points to buy power-ups in the store.

Pros

New game mechanics. The upgrades put a new spin on reviewing. They're used to buying upgrades in games. Now they can add that new dynamic to digital review games.Its backstory. Gimkit was created by students in Seattle, Washington, and it's still maintained by them. They made the game they wanted to play and then shared it with the world. Quizlet integration. You can import a Quizlet flashcard set into a Gimkit game if you have the paid version of Gimkit.

<u>Cons</u>

Pricing structure. You only get to create five games with the free plan ... and you have a finite amount of modifications you can make to them. Then it's $59.88 per year or the $7.99 monthly plan. A robust free version is an essential piece of many edtech tools, and Gimkit's free version is lacking ... not enough to hook a teacher and help him/her realize he/she needs the full paid version.

Limited searchable gallery. With the above options, you can tap into thousands (or millions) of teacher-created games. Unless you have the paid version and import Quizlet sets, the gallery is really lacking.

Conclusion

The learning mechanism via play is the concept where we learn through it easily and effectively. However the learning though plays will help us to learn the object in the enjoyable and excited way. In many years learning methods are big important part of the teachers and parents to search for the right method to teach the children can now a day's learning by playing games, making quiz and interact with others can be more effective. Hence the learning mechanism via play is one of the most crucial parts of our life for our children in order to make them have a good interest of studies. This paper presents the elements and the learning features mechanisms through playing.

References

1. *Martlew, J.; Stephen, C.; Ellis, J. (2011). "Play in the primary school classroom? The experience of teachers supporting children's learning through a new pedagogy". Early Years. 31 (1): 71–83*
2. *Bodrova, E., & Leong, D. J. (2015). Vygotskian and Post-Vygotskian Views on children's play. American Journal of Play, 7(3), 371–388.*
3. *Gmitrova, V. and Gmitrov, G. (2003). The impact of teacher-directed and child-directed pretend play on cognitive competence in kindergarten children. Early Childhood Education Journal (Vol. 30, No. 4, pp. 241-246.*
4. *Fisher, K.; Hirsh-Pasek, K.; Golinkoff, R.M.; Glick Gryfe, S. (2008). "Conceptual split? Parents' and experts' perceptions of play in the 21st century". Journal of Applied Developmental Psychology. 29 (4): 305–316.*
5. *Wood, E. and J. Attfield. (2005). Play, learning and the early childhood curriculum. 2nd ed. London: Paul Chapman .*
6. *Fisher, K., Hirsh-Pasek, K., Golinkoff, R.M., Berk, L., & Singer, D. (2010). Playing around in school: Implications for learning and educational policy. In A. Pellegrini (Ed), Handbook of the Development of Play (pp. 341-362). New York, NY: Oxford Press.*
7. *Whitebread, D.; Coltman, P.; Jameson, H.; Lander, R. (2009). "Play, cognition and self regulation: What exactly are children learning when they learn through play?". Educational & Child Psychology. 26 (2): 40–52.*

Active learning through integrated 3d virtual learning environment

Dr.R.BALAMURUGAN

ICSSR Post-Doctoral Fellow, Department of Education, Tamil University,
Thanjavur, Tamil Nadu – 613010.
E-Mail: balamurgan.vino@gmail.com

Abstract

Information and Communication Technologies (ICT) can be important in the process of adapting by new demands, as they have the potential to make learning resources more accessible, to allow a greater degree of individualisation and to make the learning process more active manner. This article focuses on how to design and develop an active learning environment integrated 3D virtual environment. Active learning is a learning strategy that encourages students to interact and think by working on a problem-solving activity in order to develop their knowledge and experiences. By using 3D virtual learning environment corresponding to an instructional design methodology called Analysis, Design, Development, Implementation, and Evaluation (ADDIE), the active learning environment is created. The proposed active learning environment consists of Simulation, Problem Solving, Game, Self-Assessment, and Animation. The author believes that when students study in the active learning environment, they can understand the content clearly through the learning components.

Keywords: Active learning environment, Integration, 3D virtual environment, ADDIE

Introduction

Active learning is one of the learning strategies attempting to improve student learning outcomes, focuses on how to make students active in learning environment and to engage the students in thinking and problem solving activities. Because, generally the students remember only 10 percent in traditional passive learning environment, encouraging students to interact and be active in learning environment may increase their learning outcomes. Active learning focuses the learning experiences and promotes students learning by doing (Hamada, 2007). In addition, active learning encourages students to learn through problem solving, game, and learning activities. Moreover, activities always take place under a certain circumstance with a specific environment. Student's who work or learn a specific subject in the active learning environment can improve their learning outcomes (Uden, 2007).

Therefore, this article aims to create the active learning environment. Since using multimedia benefits students to learn complex or new ideas (Su, 2007), 3D graphic and animation is used in the development of the learning environment. In addition, 3D animation is appealing and students enjoy in using it (Elliott, 2002) and it encourages students to interact with the content which makes students active in the learning environment. In this paper, the design and development of the active learning environment with the integration of 3D virtual reality is described.

3D Virtual Learning Environment:

Virtual Reality and Virtual Learning Environment have become increasingly ambiguous terms in recent years. For example, Moore (1995) states that "Virtual reality falls into three major categories: text-based, desktop and sensory-immersive virtual reality". The term Virtual Learning Environment has begun to be used to encompass any Internet or Web based learning resource with associated discussion tools. The term 3D environment has been chosen to focus on a particular type of virtual environment that makes use of a 3D model.

Specifically, the main characteristics of a 3D environment are as follows:

- The environment is modelled using 3D vector geometry, meaning that objects are represented using x, y and z coordinates describing their shape and position in 3D space.

- The user's view of the environment is rendered dynamically according to their current position in 3D space.

- The user has the ability to move freely through the environment and their view is updated as they move.

- At least some of the objects within the environment respond to user action, for example doors might open when approached and information may be displayed when an object is clicked on.

3D Animation Software:

The main software tool that is used to create 3D animations is a package that can be a model, render, and animate 3D scenes. Several different packages are available to do this for all the major operating systems. Below is a short list of the most popular and capable 3D modelling, rendering, and animation packages:

- Maya: It is used extensively in creating both movies and games and especially good at modelling and animating organic-based objects.

- 3ds max: It is the most-popular modelling, rendering, and animation package for games, 3ds max includes a host of features for animating characters.

- SoftImage XSI: As part of the Avid line-up, SoftImage XSI includes an amazing collection of additional tools in its base package.

- Lightwave: It is used in many television series, light wave consists of two separate interfaces for modelling and animating.

Instruction Design of Active Learning Environment (ALE):

To design the active learning environment, a systematic approach that is goal-oriented, well-planned, and procedurally executed, should be applied. The instructional design methodology, called ADDIE, is used in develop the *active learning environment. ADDIE is a commonly used methodology that is effective in almost every situation (Huang et al., 2005). ADDIE is an acronym derived from the 5 phases of the process which are Analysis, Design, Development, Implementation, and Evaluation. The descriptions of 5 phases are given below:*

<u>Analysis Phase:</u> *The analysis phase emphasizes the goal of the design. Since the active learning focuses on making students active by encouraging them to interact with the media, the designed environment should make them enjoy while they learn. Since 3D animation can make students enjoy, it is used as a tool in the active environment.*

<u>Design Phase</u>: *In the design phase, the active learning environment is designed to be the integrated learning environment. By using 3D animation, the active learning environment consisted of 5 components which are Simulation, Game, Assessment, Animation, and Problem Solving.*

<u>Development Phase:</u> *In the development phase, the content of Computer Network course is produced by using 3D technology corresponding to the components designed in the active learning environment.*

<u>Implementation Phas</u>e: *In the implementation phase, the active learning environment is implemented as a web-based learning environment and used in the classroom. Students may take the advantage of using web-based technology which they can access the content from anywhere, at anytime.*

<u>Evaluation Phase:</u> *In the evaluation phase, students are asked to answer the questionnaire to evaluate if they satisfy with the learning environment.*

Components of Activity Learning Environment through 3D Animations:

Integration of 3D animation, the active learning environment consisted of 5 components which are Simulation, Game, Assessment, Animation, and Problem Solving.

<u>Simulation:</u> *The first component integrated in the active learning environment is the Simulation. Here, the pupil faces scaled down approximation of real life situations. Hence, realistic practice takes place without involving any risk. By experiencing simulation, students have an opportunity to increase their thinking flexibility. Moreover, Simulation helps students easily understand something that is difficult to explain in text and reach beyond the imagination when they only read a book.*

<u>Problem Solving:</u> *The second component is the Problem Solving. Problem solving is always important in the learning process because it efficiently helps students develop critical thinking skill. In problem solving activity, students experience a real-life task which is important to improve their learning outcomes. 3D animation plays an* important role because it makes the problem look real. As found in Hadjerrouit (1998), when students think that they are solving the real problem, they are actively involved and motivated to solve the problem.

Game: *The third component that is integrated in the active learning environment is Game. This Game mode may or may not be instructional, but it is recreational. Sometimes learning takes place through games. This mode is especially meant for young children. Games are good to supplement students to practical training (Mili, et al., 2008). Moreover, game can draw the student attention and may be used to encourage student interactivity. Therefore, we may use game to develop student skill.*

Animation: *The next component is Animation. The advantage of animation is that it can better to demonstrate and explain the complex concept than text (Syrjakow & Szczerbicka, 2000). In computer network course, animation may be used to demonstrate many computer network events that are difficult to explain.*

Self-Assessment: *The final component in the active learning environment is the Self-assessment. Self-assessment keeps students interactive and helps them focus on the learning content. Besides, students may evaluate their learning performance by using the self-assessment component. If they receive low score in the assessment, they do not understand the content deep enough and they need to go back and learn more.*

Benefits of 3D Virtual Environment in an Educational Setting

Using virtual reality in schools and colleges greatly eases the burden for teachers. Teachers become learning facilitators as students explore and learn in virtual reality. As opposed to merely supplying answers, teachers guide students' self-discovery and assist in building ideas. Virtual reality is a giant step towards "perfect learning" - a learning environment that focuses on the student rather than placing burdens on teachers. It creates a learning environment where students explore, discover and make decisions, while teachers assist and guide. From a teacher's perspective, virtual reality creates a structured environment that focuses students on specific learning objectives, similar to good teaching. Because the students are immersed in the virtual reality learning environment with a headset, there are no distractions to learning. Students are totally focused with no unruly behavior.

Tied to the curriculum, virtual reality is an educational aid without peer. It can be integrated into schools/colleges in a number of ways. Modularly designed programs work as a standalone educational tool, as a classroom supplement or as a study aid. In an initial stage of integration, as with the science subjects, virtual reality is best used as a supplement to existing coursework, allowing instructors to integrate the programs into learning objectives. For example in the biology class where students are learning cell structure is supplemented by a trip to the virtual reality lab where students enter and explore a human cell.

The relevance of 3DVLEs (called 3 Dimensional Virtual Learning Environments) can thus be summarized in three broad areas:

- *Accessibility: If taking an Asynchronous curriculum, student has the availability to access the course after office hours. For Synchronous and Asynchronous instruction, the student has the flexibility of being in the safety of their own home.*

- *Interactivity: There is much evidence to show that students benefit from actively engaging with their course. More specifically, the advantages relate to feedback, practice and customization.*

- *Communication: This element is must be increased in a VLE. It helps the student to feel part of a learning community. Tools used are bulletin boards, being able to "play-back" a session, chatting, email, and instruction & announcements are current due to the live instructor.*

Traditionally, the primary source for obtaining information would be the encyclopaedia generally available in the library. But now, we access to interactive 3D animation multimedia, the student would collect various textual materials about the particular topic from sources on a CD-ROM. With a multimedia approach, the student could also access Web sites on the Internet to get more information. The student could then add film clips on the particular topic in their natural habitat (all may be from the same CD-ROM) and blend them into a report. Then by adding titles and credits, the student now has a new and original way of communicating his/her own individual perspective.

Besides student use, teachers should find 3D animation multimedia of great use in delivering their lessons. For example, a history teacher could use a multimedia CD to create a lecture on the non-violence movement by using film clippings and audio tapes on Mahatma Gandhi or Martin Luther King, also by incorporating other audio visual information with text to make the subject come alive. All this material would be available on a videodisc. Similarly, a university professor might use a 3D animation multimedia CD to prepare or to update information or to teach so as to enliven and also add insight to his/her teaching, thereby improving the quality of the course. The uses of 3D animation multimedia need not be seen as a tool for classrooms only.

Conclusion:

The future development of this active learning environment is to create the collaboration component which students can not only interact with the media but also interact with their friends. Therefore, the collaboration component will also help students improve their learning outcomes. ADDIE makes the student's active learning. The future teacher can use the above said active learning activities for creating virtual learning environment and 3D VLE. This paper has discussed the potential educational applications of 3D environments. A teacher want to make the students' active participation instead of passive participation, the teacher can adopt any one of the said activities and assist them into 3D VLE.

REFERENCES

8. Adelsberger, H.H., Bick, & M., Pawlowski, J.M. (2000). Design principles for teaching simulation with explorative learning environments. Proceeding of the 2000 Winter Simulation Conference. 1684-1691.
9. Arthur, E.J., Hancock, P.A. and Chrysler, S.T. (1997). The perception of spatial layout in real and virtual worlds. Ergonomics 40, 69-77.
10. Brown, J.S., Collins, A. and Duguid (1989) Situated cognition and the culture of learning. Educational Researcher 1989, 32-42.
11. Chittaro, L., & Ranon, R. (2007). Web3D technologies in learning, education and training: Motivations, issues, opportunities. Computers & Education. 49, 3-18.
12. Elliott, J. (2002). Design of a 3D Interactive Math Learning Environment. Proceeding of International Conference on Designing Interactive Systems (DIS2002) 25-28 June 2002. 64-74.
13. Hadjerrouit, S. (1998). A constructivist framework for integrating the Java paradigm into the undergraduate curriculum. Proceeding of ITiCSE'98. 105-107.
14. Hamada, M. (2007). Web-based tools for active learning in information theory. ACM SIGCSE bulletin, 39(1), 60-64.
15. Huang, S-T, Cho, Y-P., & Lin, Y-J. (2005). ADDIE Instruction Design and Cognitive Apprenticeship for Project-based Software Engineering Education in MIS. Proceeding of the 12th Asia-Pacific Software Engineering Conference (APSEC'05). 652-662.
16. Hunt, E. and Waller, D. (1999) Orientation and Way finding: a review (ONR technical report N00014-96- 0380). Arlington, VA: Office of Naval Research.
17. Jonassen, D.H. (1991) Objectivism versus Constructivism: Do We Need a New Philosophical Paradigm? Educational Technology Research and Development 39, 5-14.
18. Mili, F., Barr, J., & Harris, M. (2008). Nursing Training: 3D Game with Learning Objectives. Proceeding of International Conference on Advances in Computer-Human Interaction. 236-242.
19. Moore, P. (1995). Learning and teaching in virtual worlds: Implications of virtual reality for education. Australian Journal of Educational Technology, 11(2).
20. Osberg, K. (1994). Spatial cognition in the virtual environment. HITL Technical Publication: R-97-18.
21. Su, K.D. (2007). An integrated science course designed with information communication technologies to enhance university students' learning performance. Computers & Education (2008), doi:10.1016/j.compedu.2007.12.002.
22. Uden, L. (2007). Activity Theory for Designing Mobile Learning. International Journal of Mobile Learning and Organization. 1(1), 81-103.
23. Wallis, G. (2002). The role of object motion in forging long-term representations of objects. Visual Cognition 9, 233-247.

****

Educational technology in the classroom environment

R.Rajesh Kumar.,MCA.,M.Phil

Asst professor, Dept of BCA,
SBK College, Aruppukottai
rajeshranjithsingh@gmail.com

Educational technology is a term used to describe a wide array of teaching-and-learning–related software and hardware that's increasingly being used in college and university classrooms. Educational technology refers to technology that usually helps facilitate collaboration in an active learning environment(Casey 45).

Benefits of using technology in education

Used to support both teaching and learning, technology infuses classrooms with digital learning tools, such as computers and hand held devices; expands course offerings, experiences, and learning materials; supports learning 24 hours a day, 7 days a week; builds 21st century skills.

Some ways to use technology in the classroom

- *Gamified learning*
- *Digital field trips*
- *Integrate social media*
- *Gather student feedback*
- *Creating digital content*
- *Using a shared, online classroom calendar*
- *Review and critique webpages*
- *Incorporate video and multimedia into lessons and presentations*
- *Online activities for students who finish work early*

1. Gamified learning:

Gamification is about transforming the classroom environment and regular activities into a game. It requires creativity, collaboration and play. There are numerous ways to bring games and game playing into the classroom to promote learning and deepen student understanding of subject matter.

According to the International Journal of Educational Technology in Higher Education, gamification increased retention by 12.23% and increased overall performance by 7.03% (Casey 45).

Casey, Denise M. "A Journey to Legitimacy: The Historical Development of Distance Education through Technology." TechTrends: Linking Research and Practice to Improve Learning 52.2 (2008): 45-51. Web

Digital field trips:

Virtual field trips are interactive web-based experiences that guide students through an exploration of content about themes, such as a specific place or time.

- ☐   Field trip enriches the classroom learning.
- ☐   Field trips provide an opportunity to the learners to get first-hand information from natural settings.

Best virtual field trips for students

- ☐   Take a trip to the zoo.
- ☐   Visit The Hidden Worlds of National Parks.
- ☐   Watch the Monterey Bay Aquarium Sea Otters.
- ☐   Swim through Palau coral reefs.
- ☐   Visit the surface of Mars.
- ☐   Power up with renewable energy.
- ☐   Walk the Great Wall of China.
- ☐   Float around the International Space Station.

3. Integrate social media:

Social media integration is the act of using social media accounts as an extension of your marketing strategy (Schools of the Air" 7-34). This is typically accomplished two ways: Directing your social media audience to your website. Allowing your social media accounts to be easily accessed on your website.

Ways to Implement Social Media to Classroom Activities

1. Google Apps – stay connected anywhere.
2. Blog – leverage the power of blogging.
3. Skype – use video conferencing to teach your students.
4. Facebook – create a classroom group.
5. Twitter – use it as a class message board.
6. Pinterest – for student collaboration.

4. Gather student feedback:

Feedback is any response regarding a student's performance or behavior. It can be verbal, written or gestural ("Education by Radio" 36). The purpose of feedback in the assessment and learning process is to improve a student's performance - not put a damper on it.

How can the teacher gather feedback?

Invite a colleague to visit your class to offer feedback on your teaching practice. Gather feedback in writing, orally, and anonymously from individual students and through group work and discussion. Use various tools or materials like surveys, reflection prompts, and activities.

Creating digital content:

Creating digital content is an important part of any digital marketing strategy. Every part of the content you create - including newsletters, brochures, blog posts, case studies, and more - must be carefully designed to guide your brand prospects, maximize organic links, and increase conversions.

Steps to create Successful Digital Content Creation

Determine the purpose

Different types of content have different purposes.

Create useful, quality content

In creating digital content, the rule is that each part of the content you create should be useful and appropriate to the target audience.

Promote content on social media

Share different content on social media platforms to expand your brand and add a campaign range. The content you share on each site should be unique to give your followers a reason to follow on more than one network.

Utilize photos and multimedia

Complete your content with images, graphics, and videos.

Implement an SEO program

Rather than guessing the keywords to use throughout your content in the hope that it will resonate with the public, it is best to apply a formal SEO strategy that implements Google tools and other resources. Powerful SEO helps you discover the most searched and important terms about your site and industry.

Track and analyze content

Ideally, the Analytics program should go beyond simple page views to evaluate online behaviors for individuals viewing specific portions of digital content. In addition to that, it's important to stay aware of your ranking in the best search engines and continually aim to improve these rankings.

Using a shared, online classroom calendar:

In Google Calendar, you and your students can see classwork due dates and added events, such as field trips or exam dates. To see classwork or events in Google Calendar.

Benefits of Using a Calendar Every Day

It keeps us accountable. Scheduling my most recent doctor's appointment reminded me of how valuable appointments are.

It keeps us realistic. When planning out tasks and activities on the calendar, be realistic.

- *It helps us prioritize.*
- *It keeps us on track.*
- *It sets boundaries.*

eview and critique webpages

A review site is a website on which reviews can be posted about people, businesses, products, or services.

Reviews are consumer testimonials written by someone who has purchased and used, or had experience with, the product or service and are usually accompanied by a rating (from 0 to 5).

Incorporate video and multimedia into lessons and presentations

Encourage creativity, reflection, and confidence through the use of multimedia presentations. However, multimedia presentations (like digital stories) can lay the groundwork for developing those skills.

Multimedia activities encourage students to work in groups, express their knowledge in multiple ways, solve problems, revise their own work, and construct knowledge. Through participation in multimedia activities, students can learn: Real-world skills related to technology ("Education by Radio" 36). The value of teamwork.

How does multimedia enhance teaching and learning?

Effective instruction builds bridges between students' knowledge and the learning objectives of the course. Using media engages students, aids student retention of knowledge, motivates interest in the subject matter, and illustrates the relevance of many concepts (Cuban 27).

Cuban, Larry. Teachers and Machines: The Classroom Use of Technology Since 1920. New York, NY: Teachers College Press, 1986. Print

Multimedia tools in education

Multimedia simply means using a combination of different content forms in an integrated way. This can be text, audio, graphics, animation, video, virtual and augmented reality, interactions, etc.

Online activities for students who finish work early:

Fun Activities Your Online Students Can Do Together

1. *Show and Tell*
2. *Matching Game learninggamesforkids.com*
3. *Jokes jokes-for-kids*
4. *Language Games*
5. *gonoodle.com (includes lots of games to get kids moving!)*
6. *Tell a story a sentence at a time*
7. *My name is...start with A. Have students say a name, a place they work and something they sell that starts with their letter.*

8.	*Directed Drawing (share screen and draw something together): artforkidshub.com*

9.	*Talent Show*

10.	*Madlibs Wacky Web Tales – Education Placewww.eduplace.com › tales*

11.	*Quizizz quizizz.com (website with lots of online Quizzes on different topics)*

12.	*Read Aloud storylineonline.net*

13. *Guess My Animal*

14. *Prodigy prodigygame.com (fun, interactive Math website)*

15. *BINGO (teacher mail/email BINGO card) activityconnection.com*

16. *Discuss new talents discovered during Quarantine*

17. *Share family stories*

18. *Mimo: (getmimo.com) enforces Math and Phonics*

19. *Group Exercise*

20. *Puppet Show*

Conclusion:

For these roles, too, technology allows greater communication, resource sharing, and improved practice so that the vision is owned by all and dedicated to helping every individual in the system improve learning for students. It is a time of great possibility and progress for the use of technology to support learning.

தமிழ் வளர்ச்சியில் கணினி மற்றும் இணையத்தின் பங்களிப்பும் பயன்பாடுகளும்

முனைவர் வெ.முத்துலட்சுமி
தமிழ்த்துறை உதவிப்பேராசிரியர்
profmuthulakshmiv@gmail.com

முனைவர் ச.மாசிலாதேவி
தமிழ்த்துறை உதவிப்பேராசிரியர்
masiladevi2@gmail.com

ஜி.டி.என் கலைக் கல்லூரி(தன்னாட்சி)
திண்டுக்கல் – 05

ஆய்வுச்சுருக்கம்

இன்றைய சூழலில் கணினி மற்றும் இணையத்தின் பயன்பாடு மக்கள் மத்தியில் பெரிதும் பங்காற்றி வருகிறது.ஒரு மனிதன் இருந்தஇடத்தில் இருந்துக்கொண்டே தன் வேலைகளை சுலபமாக்கவும் நேரத்தை சுருக்கியும் தருவது இணையத்தின் செயல்பாடுகளாகும்.உள்ளங்கையில் உலகத்தை அடக்கி காணும் முயற்சியை கணினி ஏற்படுத்திக் கொடுத்து இருக்கிறது.தொழில்நுட்பத்தின் அடிப்படையிலும் அபார வளர்ச்சிக்குக் காரணகாரியமாகவும் திகழ்கிறது.கணினி மற்றும் இணையத்தின் செயல்பாடுகளை விளக்கம் விதமாக இவ்வாய்வு அமைந்துள்ளது.

முன்னுரை

ஒரு செயலை விரைவாகவும் தவறின்றியும் தளர்ச்சியின்றியும் மேற்கொள்ள கணினி நமக்குப் பெருந்துணையாக நிற்கின்றது.இன்று எல்லாத் துறைகளிலும் நமது அன்றாடப் பணிகளைச் செய்ய தணினியையும் அதன் பல்வேறு வடிவங்களையும் சார்ந்தே செயல்பட வேண்டியுள்ளது.இவ்வகையில் கணினியின் வரலாறு, செயல்படும் விதம், வன்பொருள், மென்பொருள், தொழில்நுட்பம் ஆகியவற்றைப் பற்றிய அடிப்படை அறிவை ஆராய்வதன் நோக்கமாக இவ்வாய்வு அமைந்துள்ளது.

கணினியின் பயன்பாடு

கணினியின் பயன்பாட்டை இவ்வளவுதான் என்று வரையறுக்க இயலாது.இது பயன்படுத்துவோரின் தேவையையும் அவர்களின் திறனையும் பொறுத்தே அமைந்துள்ளது.ஒரு செய்தியைத் தட்டச்சு செய்து அச்சு எடுத்தல் என்பது இலட்சக்கணக்கான பயன்பாடுகளில் ஒன்றாக அதுவே தொடக்கப் பயன்பாடாக உள்ளது.இவ்வாறான பயன்பாடுகளைக் கற்றுக்கொண்டு செயல்படுத்த சில அடிப்படை நுட்பங்களை நாம் தெரிந்திருக்க வேண்டும்.

இவ்வகையில் இத்தகைய அடிப்படையை நாம் கற்றுக்கொண்டால்தான் அவற்றின் பயன்பாடுகளைப் புரிந்துகொண்டு செயல்படுத்த முடியும்.எல்லாத் துறைகளிலும் கணினியின் பயன்பாடுகள் பெருகிவருகிறது என்பதை நாம் அறிவோம்.இன்றைய சூழலில் எந்ததத் துறை சார்ந்தவராக இருந்தாலும் கணினியின் துணையில்லாமல் செயல்படமுடியாத நிலை

ஏற்பட்டுவருகிறது.கணினியின் துணைகொண்டுதான் நாம கல்விபெறவும் பிறருக்குக் கற்றுக்கொடுக்கவும் வேண்டிருக்கிறது. இவ்வகையில் கணினியின் கட்டமைப்பையும் பயன்பாட்டையும் தெரிந்து கொள்வதோடு மட்டுமல்லாமல் கணினியின் முதன்மைப் பாகங்கள், அவற்றின் செயல்பாடுகள், தொழில்நுட்பங்களுக்கான கலைச்சொற்கள் ஆகியவற்றையும் கற்று அவற்றைப் பயன்பாட்டுக்குக் கொண்டுவர வேண்டியிருக்கிறது.

கணிப்பொறி செயல்படும் விதம்

கணினியின் வகை, அதன் கட்டமைப்பான மையச்செயலகம், உள்ளீட்டகம், வெளியீட்டகம் பற்றி இந்த அலகில் அறிந்துகொள்ளலாம். கணினியின் வன்பொருள்களை முதன்மை, துணைமை என்று வகைப்படுத்தி அதன் வகைகளையும் இணையம் உள்ளிட்ட தொழில்நுட்பங்களையும் அறிந்துகொள்வதோடு கணினி செயல்படும் விதம் பற்றியும் தெளிவுபெறலாம். மென்பொருள்கள் என்ற பகுதியில் அமைப்பு மென்பொருள், பயன்பாட்டு மென்பொருள் என்ற இருவகைகளைப் பற்றியும் அமைப்பு மென்பொருள் வகைகளுள் உள்ள இயக்க மென்பொருள்கள், பயனீட்டு மென்பொருள்கள், மொழிமாற்றிகள், நூலக நிரல்கள், இயக்கி மென்பொருள்கள் ஆகியவற்றைப் பற்றி அறிந்துகொண்டு அவை ஒவ்வொன்றிலும உள்ள வகைகளைப் பற்றியும் பதிப்பு வரலாற்றையும் அறிந்துகொள்ளலாம். இவ்வகையில் இயக்க மென்பொருள்களின் வகைகளான விண்டோஸ், மேக் லினக்ஸ் போன்றவற்றைப் பற்றியும் இவை ஒவ்வொன்றிலும் உள்ள பதிப்புகளைப் பற்றியும் பலகைக் கணினி, திறன்பேசிகளில் செயல்படும் இயக்க மென்பொருள்கள் பற்றியும் அவற்றின் வகை, பதிப்புப் பற்றியும் அறிந்து கொள்ளலாம்.

நச்சுநிரல் *(Anti Virus)*

பயனீட்டு மென்பொருள் பகுதியில் கணினியின் செயல்பாட்டைக் கெடுக்கும் நச்சுநிரல் பற்றியும் நிரல்மொழிகளில் எழுதக்கூடியவற்றைக் கணினிக்குப் புரியும் வகையில் *0,1* என்ற இரும எண்ணாக மாற்றித்தரக்கூடிய மொழிமாற்றிகள் பகுதியில் கணினி மொழிகள் பற்றியும் வன்பொருள்களை அடையாளம் கண்டு இயங்குதளம் செயல்படுவதற்குத் துணைசெய்யும் இயக்கி மென்பொருள் ஆகும்.

பயன்பாட்டு மென்பொருள்கள்

இயங்குதளங்களுடன் இயல்பிருப்பாக இருக்கக்கூடிய பயன்பாட்டு மென்பொருள்கள் பற்றியும் கணினிப் பதிப்புப் பற்றியும் தொகுப்பு மென்பொருள்கள் பகுதியில் பரவலாகப் பயன்படுத்தப்படும் மைக்ரோசாப்ட் அலுவலகத் தொகுப்பு, அடோபி வடிவமைப்புத் தொகுப்புகளைப் பற்றியும் அவற்றில் உள்ள மென்பொருள்களின் பயன்பாட்டைப் பற்றியும்

அறிமுகநிலையில் அறிந்துகொள்ளலாம். பயன்பாட்டு மென்பொருள் வகைகள் அடங்கும் கையடக்க மென்பொருள் பற்றியும், ஒரு மென்பொருளுக்குள் இருந்துகொண்டு பணிசெய்யும் வேறு மென்பொருளான உட்செயலிகளைப் பற்றியும் கையடக்கக் கணினி, திறன்பேசி போன்றவற்றில் செயல்படும் பயன்பாட்டு மென்பொருளான குறுஞ்செயலி பற்றியும் அறிமுக நிலையிலும் மின்னூல்களைப் படிக்க உதவும் மின்படிப்பான்களைப் பற்றியும் KB, MB, GB என்று அழைக்கப்படும் அளவுகளைப் பற்றியும் குறுவட்டு போன்வற்றில் தரவுத்தேக்கத் கொள்ளளவுகள் பற்றியும் இதில் விளக்கப்பெற்றுள்ளன.

கணினியில் பயன்படுத்தப்படும் சுருக்கக்குறியீடு

கணினியில் பயன்படுத்தப்படும் பெரும்பான்மையான தொடர்களின் சுருக்கங்களைப் பற்றியும் அறிந்துகொள்ள இருக்கிறீர்கள். ஏனெனில் *COMPUTER* என்பதே *Commonly Operated Machine Particulary Used in Technical and Educational Research* என்பதன் சுருக்கமாகக் மைகயாளப்படுகிறது. இதேபோல இதில் பயன்படுத்தப்படும் தொழில்நுட்பங்களும் பெயர்களும் கலைச்சொற்களும் இவ்வாறான தொடர்களின் சுருக்கங்களாகவே பெரும்பான்மையாகப் பயன்படுத்தப்படுகின்றன. எனவே, இத்தகைய சுருக்கங்களைப் பற்றிய தெளிவு வேண்டும்.

கணினியில் பரவலாகப் பயன்படுத்தப்படும் கோப்புகளின் வகைகளைப் பற்றியும் கோப்புகளின் வரிவாக்கம் என்ன என்பது பற்றியும் கணினியை விரைவாகவும் எளிதாகவும் செயல்படுத்துவதற்கு உதவும் குறுக்குவிசைகள் பற்றியும், செல்பேசி, மின்னட்டை, கையடக்கக் கணினி போன்றவற்றைக் கணினியோடு இணைத்துத் தரவுகளைப் பரிமாறிக்கொள்ளப் பயன்படும் கணினி இடையூக்கி மென்பொருள்கள் பற்றியும் விள்க்கப்பட்டுள்ளன.

கணினியின் கட்டமைப்பையும் அவற்றிற்குப் பயன்படும் வன்பொருள்கள், மென்பொருள்கள், தொழில்நுட்பங்கள், அவை செயல்படும் விதம் போன்றவற்றையும் புரிந்துகொண்டால்தான் அவற்றை நாம் அன்றாட வாழ்க்கையில் எவ்வகையில் பயன்படுத்தி வருகிறோம் என்பதையும் கணினியை எவ்வகையில் பயன்படுத்தலாம் என்பதனைப் புரிந்துகொண்டு தயக்கமின்றி அதுகுறித்த பின்புல அறிவோடு அதனை இயக்கமுடியும், பிறருக்குச் சொல்லிக்கொடுக்கவும் முடியும்.

இணையத்தின் பயன்பாடு

இணையத்தின் அடிப்படையையும் அதில் ஆங்கில மொழியைப் பயன்படுத்துவதற்கு எவ்வாறான வசதிகள் இருக்கின்றன என்பது பற்றியும் தமிழை எவற்றிலெல்லாம் பயன்படுத்தலாம் என்பதைப் பற்றியும் ஒருசில அடிப்படைப் பயன்பாடுகள் பற்றியும் இணையத் தொழில்நுட்பத்தின் சில அடிப்படைகளுள் இணையதள முகவரிகள், தரவிறக்கம், தரவேற்றம், இற்றைப;படுத்தம் போன்றவற்றைப் பற்றியும் உலாவி, தேடுபொறி, மின்னஞ்சல், மின்குழுக்கள் ஆகிறவற்றைப் பற்றியும் தகவல்களைப் பெறுவதற்கும் பதிவுசெய்வதற்கும் அதவும் இணையதளங்கள்,

வலைப்பூகள் பற்றியும் பல வலைப்பூக்களில் இடப்படும் செய்திகளைத் தொகுத்துத் தரும் செய்தியோடைத் திரட்டியாகும்.

இணையத்தின் வழி நூல்களை வழங்கும் மின்னூலகப் பயன்பாட்டையும் இணையத்தின்வழி அச்சு நூல்களை வாங்க உதவும் இணையநூல் அங்காடிகள் பற்றியும் அறிந்துகொள்வீர்கள். மேலும் அச்சு எடுக்காமல் புத்தகத்தையோ, இணையத்தையோ பார்த்து நாம் படிக்காமல் ஏற்கனவே ஒலி வடிவில் படிக்கப்பட்டு உருவாக்கப்பட்டடிருக்கும் ஒலிநூல்கள் பற்றியும் ஒரு மென்பொருளைப் பயன்படுத்துவதற்குரிய பயிற்சியை வழங்கும் செயல்விளக்கக் காணொளிகள் பற்றியும் ஒரு சொல்லைத் தட்டச்சு செய்து உடனே அந்தச் சொல்லுக்கான பொருளை நொடிப்பொழுதில் தெரிந்துகொள்ள உதவும் மின்னகராதி பற்றியும் இணையத்தைப் பயன்படுத்திக்கொள்ளலாம்.

இணையத்தின் பயன்பாடுகள் பலவாறாக நாள்தோறும் பெருகிக்கொண்டே இருக்கின்றன. தேடுபொறிகள், மின்னஞ்சல், இணையதளங்கள், வலைப்பூக்கள், சமூக இணையதளங்கள், நிகழ்படக் காட்சிகள், மின்னாளுகை, இணைய ஊடகங்கள், மின் தரவுதளங்கள், மின்கலைக்கூடங்கள், இணையக் கல்விக்கூடங்கள் என்றவாறு இவை பல்வேறு நிலைகளில் அன்றாட வாழ்வில நாம் இணையத்தைப் பயன்படுத்திக் கொண்டு வருகிறோம்.

நமக்குத் தேவையான செய்திகளைப் பனுவல் அல்லது உரை, படம், ஒலிக்கோப்பு, நிகழ்படம் போன்ற பல்வேறு வடிவங்களில் பெறுகின்றோம். மின்னஞ்சல் அனுப்புதல், கோப்புகளைப் பகிர்ந்துகொள்ளுதல், பேருந்து தொடர்வண்டி வானூர்தி திரைப்படம் என எல்லாவற்றிற்கும் முன்பதிவு செய்தல், தேர்வு, தேர்தல் போன்றவற்றின் முடிவுகளைப் பெறுதல், நேரில் ஒருவரை ஒருவர் சந்தித்துப் பேசுவதுபோல் இணையவழிக் கலந்துரையாடல் செய்தல், இணைய வகுப்பறைகளில் கற்றுக்கொள்ளுதல், இதழ்களைப் படித்தல், இணையவழ தொலைக்காட்சி பார்த்தல், வணிகம் செய்தல் என இணையத்தின் பயன்பாடு இவ்வளவுதான் என்று வரையறை செய்ய முடியாக அளவுக்கு அன்றாட வாழ்வின் ஒரு பகுதியாக இணையம் ஆபார வளச்சியாக வளர்ந்துவிட்டது.

இணையத்தின் வழி தமிழ் பயன்பாடு

இந்நிலையில் அன்றாட வாழ்வில் இணையத்தைப் பயன்படுத்தினாலும் அதில் எந்தெந்த இடங்களில் தமிழைப் பயன்படுத்த முடியும் என்பதையும் தெரிந்துகொள்ளுதல் வேண்டும்.இவ்வகையில் இணையத்தின் பயன்பாடுகளைப் பற்றியும் தமிழின் பயன்பாட்டையும் பின்வரும் பகுதிகளில் தெரிந்துகொள்ளலாம்.

முதன் முதலில் 1996 ஆம் ஆண்டுதான் இணையத்திற்குத் தமிழ் சென்றது என்பது இணையத்தில் ஏற்றப்பட்ட முதல் இந்தியமொழி தமிழ் என்பதும் குறிப்பிடத்தக்கது.இந்தப்

பதினெட்டு ஆண்டுகளுக்குள் நினைத்துப்பார்க்க முடியாத அளவிற்கு இணையத் தொழில்நுட்பமும் அதில் தமிழின் பங்களிப்பும் பெருகிவருகின்றது.இணையம் இப்போது மக்களுக்குத் தேவையான செய்திகளை அள்ளித்தரும் அமுதசுரபியாக விளங்கி வருகிறது. உள்;ர்ச் செய்திகள், வெளியூர்ச் செய்திகள், வெளிநாட்டுச் செய்திகள் எனப் பலவகைச் செய்திகளை உடனுக்குடன் பெறமுடிகிறது. உள்;ர், வெளியூர், வெளிநாடு, வெளிக்கண்டம் ஆகிய எப்பகுதியில் உள்ள மனிதர்களிடமும் நேரில் பேசுவது போலக் காட்சி மற்றும் பேச்சு வழியாக உரையாடமுடிகிறது. கற்பித்தல், மருத்துவம், பொழுதுபோக்கு, விற்பனை, இடப்பதிவு, அஞ்சல் முதலான பல துறைகளில் இக்காலத்தில் விரைவான முன்னேற்றங்கள் இணையத்தால் ஏற்பட்டுள்ளன.

இணையம் என்பது உலகெங்கம் உள்ள நாடுகளில் உள்ள கணினிகளை இணைத்துத் தகவல் பெறவும் தகவல் அளிக்கவும் சேமிப்பதற்கும் பயன்படும் ஒரு வலைப்பின்னல் ஆகும்.இத்தகைய தொழிநுட்பத்தையே உலகளாவிய வலை என்கின்றனர்.உலகளாவிய முறையில் இணைப்பில் இருக்கம் கணினிகளில் உள்ள கட்டுரைகள், எழுத்துகள், ஆவணங்கள், படங்கள், பிற தரவுகள் அடங்கிய தொகுப்பைக் குறிக்கும்.இணையத்தில் பல்லாயிரக்கணக்கான சிறிய வணிக, கல்வி நிறுவன, தனிநபர் மற்றம் அரசு சார் கணினி – வலையமைப்புகள் உறுப்புகளாகச் செயல்படுகின்றன.

இணைவழிக் கற்றலும் - கற்பித்தலும்

பல்லூடகங்களைப் பயன்படுத்தி எவ்வாறு கற்பிப்பது என்ற நிலையில் குறுவட்டுகள் வழிக் கற்றல் - கற்பித்தல் பற்றியும், குறுஞ்செயலிகள் வழிக் கற்றல் - கற்பித்தல் பற்றியும் அறிந்துகொள்வதோடு இணையவழிக் கல்வி பற்றியும் இணைவழிக் கலந்துரையாடல் வாயிலாகக் கற்றல் - கற்பித்தல் பற்றியும் இணைய நூலகத்தைப் பயன்படுத்திக் கற்றல் - கற்பித்தல் பற்றியும் கூறப்படுகின்றது. இணைவழித் தமிழ்க் கல்வி வழங்கிவரும் தமிழ்நாடு அரசின் தமிழ் இணையக் கல்விக்கழகத்தின் வாயிலாக வழங்கப்பட்டுவரும் இணையவழிப் படிப்புகள், தேர்வுமுறை, குறுவட்டுகள், இணைய வகுப்பறைகள், மின்நூலகம், பயணியர் தமிழ், கணினித்தமிழ் சார்ந்த பிற செயல்பாடுகள் போன்றவற்றைப் பற்றி அறிந்துகொள்ள முடியும்.

கணினித்தமிழ் அமைப்புகளும் செயல்பாடுகளும் என்ற நிலையில் அரசு சார்ந்து செயல்படும் கணினித்தமிழ் ஆய்வு நிறுவனங்களுள் குறிப்பிடத்தக்கன பற்றியும் தன்னார்வலர்களால் செயல்படுத்தப்பட்டுவரும் கணினித்தமிழ் ஆய்வு சார்ந்த தன்னார்வ அமைப்புகள் செயல்பட்டு வருகின்றன.

முடிவுரை

கணினிப் பயன்பாட்டின் அடிப்படைப் பகுதிகளாகிய மையச்செயலகம், உள்ளீட்டுக் கருவிகள், வெளியீட்டுக் கருவிகள், மென்பொருள்கள், வன்பொருள்கள் பற்றியும் அறிமுக நிலையிலும் இயங்குதளங்களுடன் இயல்பிருப்பாக இருக்கக்கூடிய பயன்பாட்டு மென்பொருள்கள் பற்றியும் கணினிப் பதிப்புப் பற்றியும் எடுத்துக்கூறப்பட்டது. இணையத்தின் பயன்பாடு,

இணையத்தின் வழி மின்னூல்களின் செயல்பாடுகள் மாணவர்கள் முதல் ஆய்வாளர்கள் வரை இணைத்தின் பங்கு பெரும்பங்கு வகிக்கின்றது.

அடிக்குறிப்புகள்

24. த.பிரகாஷ், (2005) கணிப்பொறியில் தமிழ், ப.45
25. இரா. பன்னிருகைவடிவேலன், (2002) தமிழ்க் கணினியியல் பரிமானங்கள் ப.24
26. துரை. மணிகண்டன், (2004) இணையமும் தமிழும், ப.16
27. இல. சுந்தரம், (2005) கணினித் தமிழ் ப.55
28. முனைவர் துரை. மணிகண்டன், வானதி, (2001) தமிழ்க் கணினி இணையப் பயன்பாடுகள் ப.32

ABSTRACT

"EFFECTIVE UTILIZATION OF TNTP BY PRIMARY TEACHERS AND ACADEMIC PERFORMANCE OF THEIR STUDENTS"

K. Amirunnisa
Senior Lecturer
DIET, Namakkal
Email : amirunnisa.kamal@gmail.com
Phone number: 9442334464
&
G. Chelladurai
Lecturer
DIET, Namakkal
Email : chelladuraivdnr@gmail.com
Phone Number:9487203247

Today's modern era is the era of technology. Technology has made things easier and grow easier. In the field of education ICT (Information Communication Technology) has a tremendous growth and has influenced the learning process diligently. ICT helps to develop pedagogy, curriculum, methodology, content material and other resources. ICT in primary school level makes children learn joyfully with interest. Hence the primary teachers have to develop their knowledge on sources such as electronic learning, blended learning, active learning, collaborative learning, integrated learning, learning through podcast, ubiquitous learning etc. To make their work easier and effective, Tamil Nadu state has started TNTP (Tamil Nadu Teachers Platform) for the teachers and learners to be engaged with vibrant e-contents. https://tntp.tn schools. gov. in/ portal provides e-learning teaching, learning, practice resources, online courses, training module etc. In order to find out the effective utilization of TNTP by the primary school teachers and its influence in the academic achievement, a research was undertaken by the investigators among the primary school teachers of Namakkal district. A sample of 10 primary school teachers and 213 fifth standard students were taken for the study. Survey Method was used for the study. The tools used were Effective utilization of TNTP scale and Academic performance test. The statistical techniques used were percentage analysis, t-test, ANOVA and Pearson Correlation Technique. The statistical analysis reveals that there is a positive correlation between the usage of TNTP by the teachers and academic achievement of the students. It was concluded that when all the teachers make use of TNTP in their teaching process definitely all the students' learning will be enriched and their performance also will be enriched.

"EFFECTIVE UTILIZATION OF TNTP BY PRIMARY TEACHERS AND ACADEMIC PERFORMANCE OF THEIR STUDENTS"

K. Amirunnisa,Senior Lecturer & G. Chelladurai, Lecturer, DIET, Namakkal

Email : amirunnisa.kamal@gmail.com, Phone number: 94423 34464

Keywords: *Technology – Information Communication Technology – Pedagogy - Curriculum – Methodology – Content Material – E-Sources – TNTP – Teaching Learning – Influence – Academic Achievement – Primary School Teachers and Students – Survey Method – T-Test – ANOVA – Pearson Correlation Technique.*

Introduction

Tamil Nadu State has started these horizons of technology-enabled learning to the learner through engaging and vibrant e-contents. https://tntp.tnschools.gov.in/ portal provides curated standards-aligned e-learning teaching, learning, practice resources, videos, interactive, simulations, online courses, training modules, and many more. The dimensions of the Tamil Nadu Teachers platform (TNTP) are,

RESOURCES: The platform provides heterogeneous collection of E-Resources as an academic resource which consists of curated standard-aligned videos, interactive, simulations, lesson plans and more for the teachers and the students to gain knowledge of subject contents. DIGITAL TEXTBOOKS: The digital text books are available TNTP in the Grade wise E-textbook Repository for teaching community. QUESTION BANKS: Question paper archives are the dimension of TNTP for each grade and subject catalogued chapter wise. The questions are uploaded based on the blue print used in the pedagogical process covering knowledge, understanding, application, analysis and skills. CONTRIBUTE: Contribute is another dimension covered in TNTP. It is the platform for the teachers to submit their own content and share it among the teaching community. It is great opportunity for the teaching community share their when they introduce new style of teaching, innovative practice, simplified content etc. FORUM: Forum is another dimension covered in TNTP. It's a platform for teachers to discuss and share their learning among each other.in which the teachers can share their teaching experience, their level of difficulties in handling the students, their attitude all can be shared in the forum.

Need and Significance of the Study

Information and Communication Technology (ICT) is important in primary education because it enables kids to search for the information they need and to organize what they have found. As children progress through the school system, they become increasingly responsible for their own learning. In order to achieve the universalization of elementary education the State of government of Tamil Nadu has opened the horizons of technology-enabled learning to the learner through engaging and vibrant e-contents. This portal provides curated standard-aligned videos, images, interactive, lesson plans maps and many more.in order to find out the effective utilization of Tamil Nadu Teachers Platform (TNTP) among the primary school teachers and how for the TNTP has influenced in the academic achievement of the primary school students in Namakkal district the researchers have taken up this study.

Objectives

- To find out the level of utilization of TNTP and its dimensions such as academic resources, assessment, contribution and module among the primary school teachers   in the teaching learning process.
- To find out the significant difference in the utilization of TNTP and its dimensions such as academic resources, assessment, contribution and module among the primary school teachers in the teaching learning process with respect to their Gender, Educational qualification, Experience
- To find out the level of academic performance of primary school students in Tamil, English, Mathematics, Science and Social science
- To find out the significant difference in the academic performance in subject wise of primary school students with respect to gender, type of school.
- To find out the relationship between effective utilization of TNTP by teachers and achievement in Tamil, English, Mathematics, Science and Social Science.

Research Method

Normative Survey method was followed for the study

Tool

Effective utilization of TNTP scale and Academic performance test

Sample

The researcher collected data from 10 primary school teachers towards their effective utilization of TNTP and also collected the scores from 213 fifth Standard students towards their academic performance in Namakkal District.

Statistical Techniques Used

- Descriptive analysis: Mean, Standard Deviation, quartile deviation, Percentage analysis
- Differential analysis: 't' test and
- Correlation analysis

Findings

- There is no significant difference in the effective utilization of TNTP and its dimensions such as academic resources, contribution and module among the selected primary school teachers with respect to their gender.

- There is significant difference in the effective utilization of TNTP and its dimension of among the selected primary school teachers with respect to their gender.

- There is no significant difference in the effective utilization of TNTP and its dimensions such as academic resources, assessment, contribution and module among the selected Primary school teachers with respect to their educational qualification.

- There is no significant difference in the predict mean and obtain mean score of effective utilizations of TNTP and its dimensions such as academic resources, assessment, contribution and module among the selected Primary school teachers with respect to their experience.

- There is no significant difference in the effective utilization of TNTP and its dimensions such as academic resources, assessment, contribution and module among the selected Primary school teachers.

- There is significant difference in the mean score of achievement in Tamil, English, Mathematics, Science and Social Science among primary school students in Namakkal district with respect to gender

- There is no significant difference in the mean score of achievement in Tamil among primary school students in Namakkal district with respect to type of School

- There is no significant difference in the mean score of achievement in English among primary school students in Namakkal district with respect to type of School

- There is no significant difference in the mean score of achievement in Mathematics among primary school students in Namakkal district with respect to type of School

- There is significant difference in the mean score of achievement in Science among primary school students in Namakkal district with respect to type of School

- There is significant difference in the mean score of achievement in Social Science among primary school students in Namakkal district with respect to type of School

- There is no relationship between effective utilization of TNTP by the primary school teachers and their students' achievement in Tamil, English, Mathematics, Science and Social Science.

Educational Implications

The teachers should understand that the State of Tamil Nadu has opened the horizons of technology-enabled learning to the learner through engaging and vibrant e-contents. This portal provides curated standard-aligned videos, images, interactive lesson plans, maps and many more for better learning and achievement. When the teachers get awareness in the usage of TNTP and its dimensions in the teaching learning process their positive attitude will also be developed.

Conclusion:

The study proved scientifically that when there is effective utilization of   TNTP and its dimensions there will be a high level of academic achievement. Hence   the teachers should be motivated to make use of the TNTP and its dimensions in the teaching learning process. Further, Inservice training programmes on utilization of   TNTP and its dimensions are to be organized so that they can utilize the TNTP in a better manner. At the same time, the students are to be motivated to concentrate on their studies.

Reference

Anderson, J (2010) ICT Transforming Education Guide, Bangkok: UNESCO

Andoh, C. B. (2012) Factors Influencing Teacher's Adoption and Integration of Information and Communication Technology into Teaching: A Review of the 277

Bakshi, A.K. (2012). ICT in Education. Need of the Hour. Indian Education Review

Bawa, & Nagpal (2010). Developing Teaching Competencies. New Delhi: Viva Books.

Chandola, R.P. (2003). The Real Problems of Indian Education. Jaipur: Book Enclave.

Dash, B.N. (2009). Development of Educational System in India. New Delhi: Dominant   Publishers

F. Fahmy (2004), Thinking about Technology Effects on Higher Education. The Journal Of Technology Studies

Jennifer Groff (2013) Technology Rich Learning Environments

Koul, L. (2009). Methodology of Educational Research. New Delhi: Vikas Publishing House. 205.

Yashothapriya, M.(2010). The role of ICT in improving the quality of education. Edutracks. 10(4), 19- 22

WEBSITES

1. https://mhrd.gov.in/documents_reports

2. https://unesdoc.unesco.org/library

3. www.inflibnet.ac.in

4. www.jstor.org

World of Electronic and learning English

P.Mohamed Ali 1, ,

Ph.D Research Scholar,
Department of Linguistics,
Tamil University.

Dr.P. Mangayarkarasi 2

Research Supervisor,
 Department of Linguistics,
Tamil University.

Dr.N.Asharudeen 3,

Co-Research Supervisor,
Department of English,
Edayathangudy G. S. Pillay Arts & ScienceCollege,
 Nagapattinam.

Abstract

Conventional means of tutoring and evaluation will cease to exist, as distance learning and on-line English courses become more available to students. This paper will look at issues of e-content, e-grading, and e-assessment in the world of coaching English. As A Foreign Language, This article further examines the route for designing and implementing on-line web based language courses for the Internet. Issues on the subject of content, design formats and assessment issues will be discussed and suggestions will be made to comprehend how best to execute the theoretical and practical issues facing on-line learners, practitioners and host institutions brokering or hosting replicated instruction. Existing trends in the creation of on-line courses, with a focus in the area of foreign and second language learning will be explored. This paper will argue that as enlightening expertise moves closer and closer towards eliminating the practices of traditional classroom teaching, on-line teaching & learning will become a more practical and feasible solution to meet the demand for learners in learning requirements.

Aspects of On-Line knowledge

Rapidly the on-line language instructor will put back the EFL/ESL classroom teacher. On-line learning is the prospect of education. Less than a decade ago, graduate programs were teaching modules in programming HyperCard and other languages to ESL/EFL teachers, now total Master Degrees can be earned in educational technology and on-line education. Those fascinated in the world of the chalkboard and textbooks may be left behind as education advances into the 21st century.

It was freshly reported that the job of the classroom teacher is expected to be one of the top 5 jobs eliminated by the end of the next century (Time, 2000). Experts predict over the next few decades that over 50% of student populations will be educated using on-line learning and/or technology. It is predicted that the average class size will be 1,000 + students and that these learners will be taught by an expert in his or her field of knowledge (Khaleej Times 2000). On-line education will appeal to the mass public because it will offer courses cheaper and at times convenient to the learner.

The possibility to bring education to the masses will expand, as the population's need for education grows larger. In the past two decades, computers and their software have modernized education with on-line classes; real-time cameras; video conferencing; chat rooms; bulletin boards; smart board technologies; CD Rom software; Internet software; and interactive tools; bring the learner and the learning process to an even greater understanding and advantage than ever before in the history of education.

It is further understood that educators, both in the Arabian Gulf and the world wide, will need to be more proficient in educational technology, more aware of the theoretical and practical aspects of foreign and second language teaching, as well as increase recognizing the need to build further awareness of how teaching methodologies, learning strategies, and learning may be altered based on this new medium of on-line education.

It is also assumed that educational expressions will change with the rapid growth of on-line courses. For example, it is expected that the classroom practitioner will be known as the e-teacher, the traditional classroom will be referred to as the virtual classroom, traditional learning will be recognized as cyber-learning or e-learning and that electronic testing or e-assessment will replace old fashioned paper and pencil exams.

Assessment of Literature

With the speedy expansion of on-line learning and e-courses growing at an unusual rate on the World Wide Web (WWW), practitioners and institutions must judge whether or not the quality of their e-course content, e-academic assessment and e-learning process is up to standard. With so many different e-programs being marketed, regulation of e-courses become harder to police.

Regrettably, as qualitative reports grow in the area of on-line learning and e-language learning, the quantitative literature from long-term research still tends to remain scant. Just as guidelines are created for the traditional classroom, so to should there be mandatory regulators assessing and evaluating the cyber-classroom.

The effectiveness of on-line classroom management, e-learning and e-teaching is determined by a multitude of factors. Ultimately, according to the researchers would lead to more successful learning results. Another qualitative study by Hindes (1999) observed Librarians who were enrolled in an on-line course. The study shows that web-based instruction provides a more positive learning environment for students. On-line participants found that web-based instruction allows the sharing of ideas with a broader prospect of people using World Wide Web Courses (WebCT). Furthermore, it was proven to assist them in the use of more statistical processes of gaining information quicker through electronic media and offered even further support services through bulletin boards and electronic chat with colleagues enrolled in the course in comparison to those learners enrolled in a traditional classroom.

Once the fundamental principles and challenges of an on-line program have been addressed by the practitioner and institution, it is then time to considered the e-course itself. According to Hsu (et al 1999) there are ten basic considerations for the design of a virtual classroom. Their research states that programs need to first assess the needs of the learners/ institution and to consider the necessary conditions needed to satisfy them. Secondly, they suggest that institutions/practitioners estimate the development cost, effort and implications of the virtual classroom. Thirdly, they believe it is essential that institutions/practitioners take the necessary time needed to plan the virtual classroom.

It is further suggested that careful concern be given when designing the virtual classroom. Next, they highlight the importance of the materials being prepared and the contents being distributed amongst the learners. The course, instructor and learner must make sure that there are enough ways to enable clear lines of communication. The researchers recommend course content must be implemented in a manner, which is pedagogically and theoretically sound. The researchers state that it is essential that one looks carefully at the online assessment methods for evaluation. It is equally important that the course implement class management procedures, which are fair and equal to all learners enrolled in the course. Once this is completed, the researchers suggest that practitioners/institutions then set up the system. This means that the practitioner needs to maintain and update the virtual classroom.

Once the foundations of the e-program and on-line course are established, it is then necessary to develop the course's academic content and standards of quality. Sabine & Gilley (1999) argue the following phases of course development are important when designing work for a proper program. First the concept of planning a course is necessary to understand and identify key considerations for designing and making decisions, which directly affect the course content. They hypothesize that the design of the course and the organizational concepts associated with basic competencies required of the learner through the inception of core concepts and tasks in the virtual classroom must relate to the units of study, the learning resources, simulations, production labs and assessment tools used to measure and evaluate the learner. This is because Sabine & Gilley believe that once these components are in place, that production and simulation are essential aspects to help develop a successful program. The end result suggests that a trial run of the course be piloted, followed by an evaluation and reflection period. These periods should be implemented before the practitioner/institution begin a full-scale run of the e-course with on-line learners.

Once an e-course is engaged, Winfield, Mealy and Scheibel (1998) suggest increasing learner motivation and perception. The practitioner must build up the learner's confidence using the technology. The e-teacher should build his or her personality into the course. Moreover, the e-teacher should provide a clear content to real situations using cases studies and simulation before building on the personal and professional experiences of the learners. They believe that relating materials and content can later help build student teams, who learn through a collaborative process in order for the virtual teacher to get accurate results from the application of the course design and assessment results of the courses educational effectiveness with learners.

E-Course Evaluation

Every professor has experience what it is like to be a student in a poorly constructed or taught course at least once in their lifetime. We swore as teachers never ever to repeat the behavior of "that practitioner" or to offer materials to students like the ones we were given. However, everyday somewhere in the world, a student suffers at the hands of a bad teacher or a bad course. Offering honest evaluation, constructive feedback and listening to observers & participants are essential when evaluating any course, but especially an on-line course.

When evaluating an e-course on the Internet it is important to look at how the language course is being taught. The professional appearance of the course may appear to have face validity, but lack content validity or academic substance.

Where does one begin to evaluate an on-line course? As the old saying goes: "at the beginning!" Start with the simplest aspect, the course layout. How are the academic content, visuals, assessments, projects and activities laid out for the learner? Moreover, the evaluator must also examine the organization of the units or modules of the course. For example: How long is the course? How is the content presented to the learner? How does the e-course sequence itself with the different learning blocks of material? Is the material relevant and adaptable to the level of the learner? It is at this stage, that the assessor must then look at how the language lessons are presented to the potential learner. Questions such as "Is there a theoretical ordering to the components?" "Is it academically and/or pedagogically sound as an e-course for language learning?" "Does it focus on one skill or is it an integrated course?" and "Is the language used in authentic and meaningful contexts?" More importantly, does the course offer the students further practice beyond the lesson? Are the language lessons communicative, relevant and offer the learner a variety of activity types?

As you serve as an evaluator assessing a course, it is important to look at the balance of skills in each e-lesson, the e-course and the e-program. For example, if a learner is listening to an on-line text and is asked to choose from a series of written multiple-choice answers, perhaps skill contamination in reading did not assess the learner's listening comprehension accurately. Perhaps, inappropriate content, which goes against the learner's beliefs, was incorporated in the materials, which as research as shown can affect the listening comprehension score of the student. For example, imagine a devout Muslim student listening to a talk by an atheist during the Holy month of Ramadan. Not only would the student be outraged because of the lack of cultural and religious insensitivity, he/she might stop the course immediately losing out on his/her chance for education because of an instructor's poor judgment. Coupled with the fact that e-courses are more global than traditional classes, cultural suitability is very important. Materials should be interesting and offer content relevant to all participants. Sometimes in the EFL/ESL world, teachers take it upon themselves to make it a soapbox for pushing their beliefs and their culture experiences upon other people who may not share the same ideologies, but must go along with practitioner out of fear of not passing the class. This type of behavior must be avoided at all costs in an e-course.

Although these criteria serve as basic guidelines for evaluators to objectively and subjectively rate on-line language courses offered to learners around the world as well as help those starting to design their own language based on-line courses, it is not limited to specific points of reference. Each on-line course is different and each on-line evaluator should treat each course as such.

Design of E- course

Nothing is worse than entering the class of the Nutty Professor. I once worked with a teacher who forgot everything and lost papers daily. His middle name was disorganization. Sometimes we joked he had two speeds slow and reverse because beyond being late because he forgot where he was supposed to be, he could never get his act together or stay on one train of thought for more than 10 minutes at a time. He could not design a course or run a program despite being a very intelligent individual. He thought you could "wing it" and "jump around" with materials. He never saw the need for consistency or the need for building lessons upon lessons. Often his students were behind in the curriculum and were as lost as he was on a daily basis. The lesson to be learned is: When designing an e-course, one cannot be disorganized!

It is important that the modules created sequence each other in a logical order that is pedagogically sound. It is even better if the materials can be piloted before being distributed for mass consumption on an on-line course. On that same note, if a practitioner or institution is creating an on-line course serious thought and consideration must be given to the e-discourse and the e-syllabus being taught to learners around the globe. It depends primarily on the program, the teacher, the quality and standards of the course offered and the technology being used. The most important things that have to be determined by the on-line instructor are: What are you teaching? And why are you teaching it?

Before setting forth to design an e-course, one must consider the key concepts of writing curriculum, materials and their need to be adapted for the on-line learner. More importantly, the on-line instructor and teacher must make sure they have the technical support and technical requirements necessary to host an on-line course for language learners. Other issues, which must be considered, involve logistics such as: Will the whole course be loaded on the WWW at once or will lessons & assignments go out weekly in modules? As part of classroom management, on-line teachers should also think about the physical set up of the e-classroom for learning and the emotional set-up of the e-classroom to support learners who may or may not have difficulty with the lack of physical contact with other students enrolled in the course. Lastly, in planning any course design the on-line instructor and the institution should agree upon the long and short-term goals of the e-classroom. It is important to note that in a traditional classroom, it is easier to negotiate what is learned with the language student. On-line courses often because of course size and technical aspects do not have the same flexibility.

Once the basics of the on-line course are settled, it is then that the e-teacher must decide if the course will take the approach of task-based learning or will it lean more towards self-directed learning. On the same course of action, the on-line instructor must also consider how they will foster integrated activities in content and skill areas with his/her students. Likewise, the e-teacher will need to decide whether or not collaborative activities will be integrated into the course because as an e-facilitator on the course, the instructor should help prepare and choose materials; help aid the student better his/her language skills; coach the learner to go beyond the on-line classroom with his or her language skills; monitor the language learning, course, and learners; and follow-up on assessments, questions or concerns raised by students.

When designing e-courses issues such as who is in the student population of the e-community and in the e-target language groups must be considered before writing, designing or implementing the on-line English class. For example, how will the practitioner teach concepts in on-line language classrooms as opposed to traditional classrooms? Will the teacher be teaching the class in real time or will it be a less interactive self-paced course? Once this is determined, it is then that the teacher must begin designing the e-curriculum, whilst taking into consideration many different factors including issues such as the motivation of the learners, cultural backgrounds, language backgrounds and the different methodologies, which can and can't be used electronically.

For example, what if your course were to incorporate an on-line listening component? Would all of your students have the technology to receive or send sound bites? What type of listening exercises would you choose? If you were teaching a conversational listening class on-line, how would you express pauses, negotiations, repetitions, clarifications, turn-taking to students? If you choose to teach an academic listening class on-line what type of lecture formats and note-taking exercises would you encourage students to undertake? How would you teach the receptive skill through selective listening techniques such as trying to hear and comprehend redundancies? Is it assumed that students will go into product listening instead of going through process listening? Will the student just turn to automatic pilot and rely on subconscious listening? As the course instructor, how would you incorporate micro and macro listening skills? Issues such as these for just one on-line course section would need to be clearly considered before implementing the module to the public, if the practitioner and institution wanted to maintain a quality course and program.

Conclusion

As an on-line course designer, one must consider e-course objectives, the e-content, the e-policies and e-procedures, the e-evaluation of the course & instructor, the e-office hours and of course how to deal with e-problems, which will arise during the on-line course. Beyond the basics listed above the on-line teacher when designing a course must also consider how he/she will deal with the emotional, psychological, and learning style of the perspective on-line student. As an on-line course designer, other factors such as the cyber learners' linguistic knowledge, motivational barriers, language systems, e-course expectations, affective factors, language learning anxiety and his/her schema or background knowledge about topics taught or available in the on-line course must again be examined or discussed before a solid course can materialize.

References

29. *Barker, T (1998). Developing Courseware for Distance Learning – Any Place Any Time, In: Distance Learning '98 Proceedings of the Annual Conference on Distance Learning & Teaching, Madison, WI, August 5-7, 1998.*
30. *Calfolla, R & Knee R (1999). Adding Interactivity to Web Based Distance Learning. In: SITE 99: Society of Information Technology & Teacher Education International Conference, San Antonio, TX, February 28-March 4, 1999.*
31. *CERT Insert Page on On-Line Learning, Khaleej Times, October 10, 2000, p2*
32. *Hines, M (1999). Web Based Instruction for School Library Media Specialists: Unleash the Power of the World Wide Web. Third International Forum on Research for School Librarianship, Annual Conference of the International Association of School Librarians, Birmingham, AL, November 10-14, 1999.*
33. *Hsu, S; Marques O; Hamza M; Alhalabi, B: (1999). How to Design a Virtual Classroom: 10 Easy Steps to Follow; ERIC Document, ED437027*
34. *Sabine, G & Gilley, D (1999). Taking it Online: A Bootstraps Approach. Proceedings of the Mid-South Instructional Technology Conference, Murfreesboro, TN, March 28-30, 1999.*
35. *Swigger, K; Brazile, R; Byron S; Livingston, A, Lopez V; Reyes, J (1999) Real-Time Collaboration Over the Internet: What Actually Works? In: SITE 99: Society of Information Technology & Teacher Education International Conference, San Antonio, TX, February 28-March 4, 1999.*
36. *Thompson, J and Nay, F (1999). Distance Interaction through the World Wide Web in Graduate Teacher Education: A Follow-Up Analysis of Student Perceptions. Annual Meeting of the Mid-Western Educational Research Association, Chicago, IL, October 13-16, 1999.*
37. *Winfield, W; Mealy, M & P. Schiebel (1998). Design Considerations for Enhancing and Participation in Web Based Courses. In: Distance Learning '98 Proceedings of the Annual Conference on Distance Learning & Teaching, Madison, WI, August 5-7, 1998.*